பிரபல கொலை வழக்குகள்

பாகம் 1

SP. சொக்கலிங்கம்

சென்னை உயர் நீதிமன்றத்தில் 24 ஆண்டுகள் வழக்கறிஞராக இருந்து வருகிறார். இடையில் அறிவுசார் சொத்துரிமை தீர்ப்பாயத்தின் தொழில்நுட்ப உறுப்பினராக செயல்பட்டார். இவர் எழுதி வெளிவந்த 'காப்புரிமை' என்ற புத்தகம் 2009ஆம் ஆண்டுக்கான தமிழக அரசின் சிறந்த புத்தகமாக தேர்ந்தெடுக்கப் பட்டது. அதற்காக, அப்போதைய முதல் அமைச்சரிடம் பாராட்டையும் பரிசையும் பெற்றார்.

பிரபல கொலை வழக்குகள்

பாகம் 1

SP. சொக்கலிங்கம்

கிழக்கு

பிரபல கொலை வழக்குகள் - பாகம் 1

Prabhala Kolai Vazhakkugal – Part 1

SP. Chockalingam ©

Second Edition: December 2022
First Edition: December 2012
160 Pages
Printed in India.

ISBN: 978-93-90958-63-4
Kizhakku 1292

Kizhakku Pathippagam
177/103, First Floor, Ambal's Building, Lloyds Road, Royapettah, Chennai - 600 014. Ph: +91-44-4200-9603
Email : support@nhm.in Website : www.nhm.in

◾ kizhakkupathippagam ◾ kizhakku_nhm

Kizhakku Pathippagam is an imprint of New Horizon Media Private Limited

The views and opinions expressed in this book are the author's own and the facts are as reported by the author, and the publishers are not in any way liable for the same.

All rights reserved. No part of this publication may be reproduced, stored in a retrieval system, or transmitted, in any form or by any means, electronic, mechanical, photocopying, recording or otherwise, without the prior permission of the publishers.

சமர்ப்பணம்

என்னுடைய சீனியரும்,
சிறந்த குற்றவியல் வழக்கறிஞருமான
திரு. எஸ்.ரகுநாதன் அவர்களுக்கு

உள்ளே

	முன்னுரை		9
1.	சிங்கம்பட்டி கொலை வழக்கு		13
2.	பாவ்லா கொலை வழக்கு		21
3.	பகூர் கொலை வழக்கு		31
4.	லட்சுமி காந்தன் கொலை வழக்கு		44
5.	RMO கொலைவழக்கு		79
6.	ஆளவந்தார் கொலை வழக்கு		89
7.	நானாவதி கொலை வழக்கு		100
8.	மண்டை ஓடு கிடைத்தது		108
9.	மரியாகுட்டி கொலை வழக்கு		119
10.	விஷ ஊசி வழக்கு		135
11.	வெம்பன் வழக்கு		142
12.	லட்சுமி ராஜ் ஷெட்டி வழக்கு		149

இரண்டாம் பதிப்பின் முன்னுரை

2012ஆம் ஆண்டு என்னுடைய 'பிரபல கொலை வழக்குகள்' புத்தகம் வெளிவந்து வரவேற்பைப் பெற்றது. மொத்தம் பத்து வழக்குகளைப்பற்றி அதில் எழுதியிருந்தேன். அதில் எட்டு வழக்குகள் மட்டும் கொலை வழக்குகளைப் பற்றியது. மீதமுள்ள வழக்குகளில், ஒன்று 'எம்.ஜி.ஆர் சுடப்பட்ட வழக்கு' - இது கொலை முயற்சி வழக்கு, மற்றொன்று 'மர்ம சன்னியாசி' என்ற தலைப்பில் வெளியான வழக்கு, இது சிவில் வழக்கு.

'பிரபல கொலை வழக்குகள்' என்று புத்தகத்தின் தலைப்பை வைத்துவிட்டு அதில் சிவில் வழக்கைச் சேர்த்திருப்பது தவறு என்று தோன்றவே. அதைச் சரிசெய்ய மர்ம சன்னியாசி வழக்கை நீக்கிவிட்டேன். 'மர்ம சன்னியாசி' வழக்கு தனிப் புத்தகமாக வெளி வந்திருக்கிறது.

முதல் பாகத்தில் வந்த 'எம்.ஜி.ஆர் சுடப்பட்ட வழக்கும்', 'ஆஷ் கொலை வழக்கும்', அரசியலோடு தொடர்புடையவை என்பதால், அவற்றை, அரசியல் கொலைகளை மையமாக வைத்து விரைவில் வரவிருக்கும் என்னுடைய மற்றொரு புத்தகத்தில் சேர்த்திருக் கிறேன். எனவே அவ்விரு வழக்குகளையும் முதல் பாகத்திலிருந்து நீக்கி விட்டேன். நீக்கப்பட்ட வழக்குகளுக்குப் பதிலாக இந்த மறுபதிப்பில் புதிதாக ஐந்து பிரபல கொலை வழக்குகளைச் சேர்த்துள்ளேன். கூடவே லட்சுமிகாந்தன் கொலை வழக்கிலும், ஆளவந்தார் கொலை வழக்கிலும் விடுபட்ட விவரங்களையும் சேர்த்துள்ளேன்.

மேற்கூறிய காரணங்களுக்காக இந்த மறுபதிப்பு வெளியிடப் படுகிறது.

SP. சொக்கலிங்கம்

முதல் பதிப்பின் முன்னுரை

சென்ற நூற்றாண்டில் தொடங்கி இன்றுவரை, பல பிரபலமான வழக்குகள் இந்திய நீதிமன்றங்களில் விசாரணைக்கு வந்திருக்கின்றன. இப்படிக் கூடவா நடந்திருக்கும் என்று ஆவலைத் தூண்டும் விதத்தில் பல வழக்குகளின் சம்பவங்கள் நடைபெற்றிருக்கின்றன. சம்பவங்களால் புகழ்பெற்ற வழக்குகள் பல உண்டு. பிரபலமானவர்கள் குற்றச் சம்பவங்களில் ஈடுபட்டதால் வழக்குகள் பிரபலமானதும் உண்டு.

காலப்போக்கில் பிரபலம் என்று கருதப்பட்ட பல வழக்குகள், மக்களின் நினைவைவிட்டே அகன்றுவிட்டன. இன்றைய தலைமுறையினர் அந்த வழக்குகளைப் பற்றி கேள்விப்பட்டிருப்பார்கள். ஆனால், அவர்கள் அந்த வழக்குகளில் இடம்பெற்ற சுவாரஸ்யமான சம்பவங்களைப் பற்றி தெரிந்திருக்கும் வாய்ப்புகள் அரிது. அதை ஈடு செய்யும் பொருட்டே இந்தப் புத்தகம்.

பிரபலமான வழக்குகள் பல இருக்கின்றன. ஒவ்வொரு கால கட்டத்தில் வெவ்வேறு வகையான வழக்குகள் நீதிமன்றத்தில் விசாரணைக்கு வந்துள்ளன. ஆங்கிலேயர்கள் இந்திய அரசர்களின்மீது சுமத்திய வழக்குகள்; ஆங்கிலேயர்களை எதிர்த்த விடுதலைப் போராளிகள்மீது போடப்பட்ட சதி வழக்குகள்; ராஜ்ஜியத்தையும், ஜமீனையும் தனக்கே சொந்தமாக்கிக் கொள்ள நினைத்த சகோதரர்களுக்கு இடையே உண்டான பகைமை, அதன் காரணமாக, நூதனமுறையில் நடைபெற்ற கொலை வழக்கு; மோகத்தால் விளைந்த கொலை, அதனால் ராஜ்ஜியத்தைத் துறக்க நேர்ந்த அரசரது வழக்கு; கல்லூரிக்குப் படிக்கச் சென்ற ராஜகுமாரர்கள் கல்லூரியின் தலைமை ஆசிரியரையே கொன்றதாக அவர்கள்மீது சுமத்தப்பட்ட வழக்கு; இந்தியா சுதந்தரமடைந்த பிறகு, பிரபலங்கள் ஈடுபட்ட அரசியல் தொடர்புடைய கொலை முயற்சி வழக்குகள், சினிமா பிரபலங்கள் சம்பந்தப்பட்ட

வழக்குகள்; பேராசையினால் குறுக்கு வழியில் பணம் சம்பாதிக்க வேண்டும் என்ற நோக்கில் செய்யப்பட்ட கொள்ளைகள், கொலைகள் சம்பந்தப்பட்ட வழக்குகள்; மனைவியைக் கவர்ந்ததால் கணவன் ஆத்திரமடைந்து கள்ளக் காதலனைக் கொன்ற வழக்கு, அந்த வழக்கின்போது கணவனுக்கு மக்களிடம் இருந்த அனுதாபம் மற்றும் ஆதரவு, மேலும், குற்றவாளித் தரப்பிலும், பாதிக்கப்பட்டவரின் தரப்பிலும் நிகழ்ந்த அரசியல் தலையீடுகள்; ஒரு பெரிய ஜமீனில் ஏற்பட்ட ஆள் மாறாட்ட வழக்கு எனப் பல சுவாரஸ்யமான வழக்குகளைப் பற்றி அனைவரும் தெரிந்து கொள்ள வேண்டும் என்ற நோக்குடன் நான் 'தமிழ்பேப்பர்' என்ற இணையத்தளத்தில் கட்டுரைகளாக எழுதிவந்தேன். அந்தக் கட்டுரையின் தொகுப்பே இந்தப் புத்தகம்.

பிரபலமான வழக்குகள் இவ்வளவுதானா என்றால், இல்லை. இன்னும் நிறைய இருக்கின்றன. வரும் நாள்களில் அவற்றைப் பற்றியும் எழுதி, அவையும் புத்தக வடிவில் வரும் என்று நம்பிக்கை கொண்டுள்ளேன். ஏனைய வழக்குகளில் வழக்குச் சமாச்சாரங்கள் மட்டுமின்றி அன்றைய சமூகம், அன்றைய ஆட்சியாளர்கள், மக்களின் வாழ்வியல், சரித்திர நிகழ்வுகள் என வழக்குக்குத் தொடர்புடைய விவரங்களையும் தந்துள்ளேன். படிப்பவர்கள் அந்தக் காலத்தின் நிகழ்வுகளைத் தொடர்புபடுத்திக் கொள்வதற்கு ஏதுவாக வழக்குகளைக் (மர்ம சந்நியாசி வழக்கு நீங்கலாக) காலவரிசைப்படி கொடுத்துள்ளேன்.

இந்தத் தொகுப்பில் மொத்தம் 10 வழக்குகள் இடம் பெற்றுள்ளன. அவற்றில் பெரும்பான்மை, கொலை வழக்குகள். மற்றவை - கொலை முயற்சி வழக்கு, தேசத் துரோக வழக்கு போன்றவை. இந்தத் தொகுப்பில் உள்ள ஒரே சிவில் வழக்கு மற்றும் நீண்ட பக்கங்களைக் கொண்ட வழக்கு, மர்ம சந்நியாசி வழக்கு. காலவரிசையில் முன்னதாக நடந்திருப்பினும் இந்த வழக்கை கடைசியில் கொடுத்திருக்கிறேன். ஒரு பிரமாண்டமான வழக்கை எப்படி நடத்தவேண்டும் அல்லது எப்படி நடத்தக்கூடாது என்பதற்கு நல்ல உதாரணம், மர்ம சந்நியாசி வழக்கு. மர்ம சந்நியாசியில் பிரமிக்க வைக்கக்கூடிய பல சம்பவங்கள் நடைபெற்றிருக்கின்றன.

படித்து மகிழுங்கள்.

SP. சொக்கலிங்கம்

1

சிங்கம்பட்டி கொலை வழக்கு

'தமிழர்களைக் காட்டுமிராண்டிகள் என்று சொன்ன அந்தத் துரைய கொன்னுடணும்' என்று கடம்பூர் சொன்னான். என்னையும் கட்டாயப்படுத்தி ஒரு துப்பாக்கியை எடுத்துக்கொள்ளச் சொன்னான். 'நான் சுட்டு, குறி தப்பிடுச்சுனா நீ துரைய சுடணும். நாம துரைய சுடறதுக்குள்ள, துரையோட மனைவி முழிச் சுட்டாங்கன்னா அவங்களையும் சுட்டுக் கொன்னுடணும். நம்மள தடுக்க யாராவது வந்தா அவங்களையும் சுட்டறனும். இதை நீ செய்யலைனா உன்னையும் கொன்னுடுவேன்' என்று என்னை கடம்பூர் மிரட்டினான். இவ்வாறு என்னிடம் சொல்லிவிட்டு, துரை தூங்கிக் கொண்டிருந்த படுக்கை அருகே சென்றான், கடம்பூர். தூங்கிக் கொண்டிருந்த துரையின் தலையில் சுட்டான். பிறகு, நாங்கள் இருவரும் கொலை நடந்த இடத்தைவிட்டு ஓடி விட்டோம். ஓடும் வழியில் ஜன்னலின் வெளியே துப்பாக்கியைத் தூக்கி எறிந்தோம். அது, கீழே விழுந்தது.'

இவ்வாறாக நீதிமன்றத்தில், சிங்கம்பட்டி சாட்சியம் அளித்தான்.

சுமார் 90 வருடங்களுக்கு முன்னர் 1919ம் ஆண்டு நடந்த ஒரு பிரபல கொலை வழக்கு. கொலை நடந்தது சென்னையில். ஆனால், வழக்கத்துக்கு மாறாக, வழக்கு விசாரணை பம்பாய் நீதிமன்றத்தில் நடைபெற்றது. காரணம், சென்னையில் வழக்கு நடத்த முடியாத சூழ்நிலை. இந்தக் கொலையைப் பற்றிதான் ஊரெங்கும் பேச்சு.

கொலைக்கான காரணங்களும், புனைவுகளும் மக்களிடையே வெவ்வேறாக பேசப்பட்டன. ஊடகங்களில் பலவிதமான கருத்துக்கள் தெரிவிக்கப்பட்டன. மக்கள் சார்பு நிலையைக் கொண்டிருந்தனர். சாட்சிகளின் அடிப்படையிலும், வாதப் பிரதிவாதங்களைக் கேட்டும் ஜூரி நடுநிலையான தீர்ப்பை வழங்க முடியுமா என்று சந்தேகித்த பிரிட்டிஷ் அரசு, வழக்கை சென்னையிலிருந்து பம்பாய்க்கு மாற்ற உத்தரவிட்டது.

சிங்கம்பட்டி ஜமீனின் வாரிசுதான் மேலே குறிப்பிடப்பட்ட சாட்சியத்தை அளித்த, சிங்கம்பட்டி. இன்று சிங்கம்பட்டி ஜமீன், திருநெல்வேலி மாவட்டத்தில் உள்ள ஒரு கிராமமாகத்தான் அறியப்படுகிறது. ஆனால், 20ம் நூற்றாண்டின் தொடக்கத்தில் 320 சதுர கிலோ மீட்டர் பரப்பளவு கொண்ட, பல கிராமங்களை உள்ளடக்கிய, தனி நபரால்ஆட்சி செய்து, வரி வசூல் செய்யப் பட்டு, ஆங்கிலேய அரசின் கட்டுப்பாட்டில் இருந்த ஒரு ஜமீன்.

சிங்கம்பட்டி ஜமீன், அதிக வனப்பகுதியைக் கொண்ட பகுதி. இந்த சிங்கம்பட்டி ஜமீனுக்கு 900 ஆண்டு வரலாறு சொல்லப்படுகிறது. சிங்கம்பட்டி ஜமீனுக்குச் சொந்தக்காரர்கள் பாண்டியர்களின் வழித் தோன்றல்கள் என்றும், நாயக்கர் காலத்தில் சிங்கம்பட்டி பாளையமாக மாறியது என்றும், பின்னர் ஆங்கிலேயர் ஆட்சி காலத்தில் அது ஜமீனாக மாறியது என்றும் சொல்லப்படுகிறது. இந்த இடத்தில் இன்னொரு செய்தி. 18ம் நூற்றாண்டின் ஆரம்பத்தில் திருவாங்கூர் சமஸ்தானத்தைத் தோற்றுவித்த ராஜா மார்த்தாண்ட வர்மாவுக்கும், எட்டு வீட்டுப் பிள்ளைமார்களுக்கும் ஆட்சி அதிகாரத்தைப் பிடிக்க நடந்த போரில், சிங்கம்பட்டி ஜமீனைச் சேர்ந்தவர்கள் ராஜா பக்கம் நின்று போர் செய்து வெற்றி பெறச் செய்ததின் நன்றிக் கடனாக, ராஜா மார்த்தாண்ட வர்மன், தன்னுடைய ராஜ்ஜியத்திலிருந்து 74,000 ஏக்கர் வனப்பகுதியை சிங்கம்பட்டி ஜமீனுக்குக் கொடை செய்திருக்கிறார்.

இந்த வனப்பகுதியிலிருந்து, 8,374 ஏக்கர் நிலத்தை சிங்கம்பட்டி ஜமீன் மேற்சொன்ன வழக்கின் செலவுக்காக, 1919ம் ஆண்டு வாடியா குடும்ப நிறுவனமான பாம்பே பர்மா டிரேடிங் கம்பெனிக்குக் (பாம்பே டையிங் நிறுவனத்தைத் தொடங்கிய வர்கள்) கைமாற்றம் செய்தார். இந்தக் கைமாற்றம் செய்யப்பட்ட இடம், பின்னாளில் மாஞ்சோலை எஸ்டேட்டாக மாறியது. இந்த மாஞ்சோலை எஸ்டேட்டில், கூலி வேலை செய்தவர்கள்தான் பத்து ஆண்டுகளுக்கு முன்னர், கூலி உயர்வு கேட்டுப் போராட்டம்

நடத்தியபோது, காவல் துறையின் கடும் தாக்குதலுக்கு உள்ளாகி, துப்பாக்கிச் சூட்டில் 17 பேர் பரிதாபமாக உயிரிழந்தனர்.

நாம், மறுபடியும் வழக்குக்கு வருவோம்.

ஆங்கிலேயர், இந்தியாவில் ஆட்சி செய்து கொண்டிருந்த அதே சமயத்தில், சுதந்தரமான 554 சமஸ்தானங்களும் இந்தியாவில் இருந்தன. இந்தச் சமஸ்தானங்களின் ராணுவம், தொலைத் தொடர்புத் துறை மற்றும் வெளி உறவுத் துறை ஆகியவை மட்டும் ஆங்கிலேயர்களின் கட்டுப்பாட்டில் இருந்தன. இவற்றைத் தவிர சமஸ்தான ராஜாக்களின் ஏனைய அதிகாரங்களில் ஆங்கிலேயர்கள் மூக்கை நுழைக்க முடியாது.

சமஸ்தான ராஜாக்கள், ஜமீன்தார்கள் போன்றோர் தங்கள் வாரிசுகளுக்கு ஆங்கில அறிவு, கலாசாரம் மற்றும் அனைத்து சிறப்புத் தகுதிகளையும் புகட்டப்படவேண்டும் என்ற விருப்பத்தால், மோகத்தினால் ஆங்கிலேயர்கள் இவர்களுக்கென ஆரம்பித்த பிரத்தியேக பள்ளிக்கூடங்களில் தங்கள் வாரிசுகளைச் சேர்த்தனர். இந்தச் சிறப்புப் பள்ளிக்கூடங்களில், பொது அறிவை ஊட்டும் பாடங்களைத் தவிர குதிரையேற்றம், துப்பாக்கிச் சுடுதல், பில்லியர்ட்ஸ் விளையாடுதல் என அனைத்துக் கூடுதல் தகுதிகளும் கற்றுக்கொடுக்கப்படும்.

பெரிய இடத்துப் பிள்ளைகள் தங்களுடைய அந்தஸ்துகளை எப்படித் தக்க வைத்துக்கொள்ள வேண்டும் அல்லது உயர்த்திக் கொள்ள வேண்டும், ஆங்கிலேய துரைகளுக்கு ஈடு இணையாக விளங்க வேண்டும் என்பதுதான் இந்தச் சிறப்புப் பள்ளிக்கூடத்தின் நோக்கம். அப்படி ஒரு பள்ளிதான், சென்னையில் செயல்பட்டு வந்த நியூயிங்டன் பள்ளி. தென் இந்தியாவிலேயே பெரிய இடத்துப் பிள்ளைகளுக்காக செயல்பட்டு வந்த ஒரே பள்ளி.

இந்தப் பள்ளி எங்கே இருக்கிறது என்று நீங்கள் யோசிக்க வேண்டாம். இப்பொழுது இந்தப் பள்ளி இல்லை. இந்த வழக்கு முடிவுற்ற நிலையில் ஆங்கிலேய அரசு இந்தப் பள்ளியை இழுத்து மூடிவிட்டது. அதற்கு முன்னர் இந்தப் பள்ளி, இப்பொழுது தேனாம்பேட்டையில் செயல்படுகிற DMS – Directorate Medical Service அமைந்துள்ள இடத்தில் இயங்கி வந்தது.

இப்பள்ளிக்கு அந்தக் காலத்தில் மைனர் பங்களா என்ற ஒரு பெயரும் இருந்தது. சட்டப்படி வயதாகாத இளையவர்களைத்தான்

மைனர்கள் என்று அழைப்பார்கள். 18 வயது அடைந்தால்தான் ஒருவர் சட்டப்படி மேஜர், அதுவரை அவர் மைனர்தான். மைனர்களையும், அவரது சொத்துக்களையும் பாதுகாக்கும் பொருட்டு ஆங்கிலேய அரசாங்கம் பல சட்டங்களைக் கொண்டு வந்தது. இந்தச் சட்டங்கள் ஜமீன்தார்கள், பெரிய நிலச் சுவான்தார்களுடைய வாரிசுகளின் நலனுக்காகவே அதிக அளவில் பயன்பட்டு வந்தது. அதனால்தான் பெரிய இடத்து வாரிசுகளை மைனர் என்று அழைக்கும் பழக்கம் வந்ததோ என்னவோ?

சிங்கம்பட்டி, கடம்பூர் மற்றும் ஏனைய பெரிய இடத்துப் பிள்ளைகளும் மைனர் பள்ளிக்கூடத்தில் படித்து வந்த சமயத்தில், அந்தப் பள்ளியின் துணை முதல்வராக செயல்பட்டு வந்த ஆங்கிலேயர் டே லா ஹே (De La Haye). இந்த டே லா ஹே துரையின் சகோதரிதான், இந்தியாவில் அந்தக் காலத்தில் பெண்களின் கல்விக்காக பாடுபட்ட மிஸ் டார்த்தி டே லா ஹே. அவரின் முயற்சியில்தான் சென்னையில் ராணி மேரி கல்லூரி தோற்றுவிக்கப் பட்டது.

டே லா ஹே துரை, சகோதரி போல அவ்வளவு நல்லவர் இல்லை. குணங்கெட்டவர். இனவாதி. அவமரியாதையான வார்த்தைகளை எல்லம் பயன்படுத்துவார். இவர், தன் வயதுக்குப் பொருந்தாத சிறிய வயதுப் பெண்ணைத் திருமணம் செய்து கொண்டார். அவள் ஓர் ஆங்கிலேயப் பெண். அனைவரிடமும் நட்பாகப் பழகுவாள். அதற்கு மேலும்கூட. அவளுக்கு ஏகப்பட்ட மைனர்கள். இந்தச் சமயத்தில்தான் ஹே துரை, நடு இரவில் தூக்கத்திலேயே சுட்டுக் கொல்லப்பட்டுப் பரலோகம் அனுப்பப்பட்டார்.

துரை, மைனர்களைப் பார்த்து எப்பொழுதோ ஒருமுறை, தமிழர்கள் காட்டு மிராண்டிகள் என்று சொன்னது வாஸ்தவம்தான். ஆனால், அதுதான் துரையைக் கொலை செய்ததற்கு முக்கியமான காரணமாக போலீசாருக்குத் தோன்றவில்லை. இருப்பினும், கொலைக்கான வலுவான காரணம் காவல் துறைக்குக் கிடைக்கவில்லை. குற்றம் நடந்த இடத்தில் ஹேவின் மனைவி இருந்திருக்கிறாள். துப்பாக்கிச் சத்தம் கேட்டுத் தூங்கிக் கொண்டிருந்த அவள் அலறியிருக்கிறாள். யாரோ ஒரு மாணவன் (மைனர்) மருத்துவரைத் தொலைப்பேசியில் அழைத்திருக்கிறான். அரசு மருத்துவரும் பத்து நிமிடத்தில் சம்பவம் நடந்த இடத்துக்கு ஆஜராகி விட்டார். துரை இறந்துவிட்டதை உறுதிப்படுத்தினார். துரையின் மனைவி பித்துப் பிடித்தவள் போல் இருந்தாள்.

கொலைக்குப் பிறகு துரையின் மனைவியை அரசாங்கம் இங்கிலாந்துக்கு அனுப்பிவிட்டது. இந்தச் செயல் பெரிய சர்ச்சையை ஏற்படுத்தியது. காரணம், கொலை நடந்த இடத்திலிருந்த ஒரே சாட்சி, துரையின் மனைவிதான். அவளை போலீசார் விசாரிக்காமல், ஏன் வெளிநாடு செல்ல அனுமதித்தனர்? எது எப்படியோ போலீசார் தொடர்ந்து நடத்திய விசாரணையில், சிங்கம்பட்டியின் மீதும் கடம்பூரின் மீதும் சந்தேகம் விழுந்தது.

துருவித் துருவி விசாரித்ததில், சிங்கம்பட்டி அப்ரூவர் ஆனான் என்று சொல்லி, அவனைச் சாட்சியாக்கி, கடம்பூரின்மீது கொலை செய்ததற்கான குற்றப்பத்திரிகை தாக்கல் செய்யப்பட்டது. வழக்கு விசாரணை சென்னையிலிருந்து பம்பாய்க்கு மாற்றப்பட்டது.

பொதுவாக கிரிமினல் வழக்குகளைத் தலைமை நீதிபதி விசாரணைக்கு எடுத்துக் கொள்ள மாட்டார். ஆனால், வழக்கத்துக்கு மாறாக, இந்த வழக்கை பம்பாய் நீதிமன்றத்தின் தலைமை நீதிபதி நார்மன் மெக்லாய்டே விசாரணைக்கு எடுத்துக்கொண்டார். அந்தச் சமயத்தில் செஷன்ஸில் (Sessions) கிரிமினல் வழக்குகளைப் பார்த்துக் கொண்டிருந்தவர், நீதிபதி கரம்ப். அந்தக் காலத்தில் கிரிமினல் வழக்கை விசாரிக்கும்போது, நீதிபதிகள் பழைய திரைப்படங்களில் பார்ப்பது போன்று பிரத்தியேக உடை, விக் (டோப்பா - தலை அங்கி), சிவப்பு நிற கவுன் (மேல் அங்கி), அரைக்கால் சட்டை, பட்டுக் காலுறை, பம்ப் காலணிகள் என்று தடல்புடலாக அணிந்து கொண்டு காட்சியளிப்பார்கள். தலைமை நீதிபதியும் அவ்வாறு நீதிமன்றத்தில் ஆஜராகி வழக்கு விசாரணையைத் தொடங்கினார்.

சென்னை மாகாணத்தின் பப்ளிக் பிராஸிக்யூட்டர் சிட்னி சிமித் மற்றும் பம்பாயைச் சேர்ந்த வெல்டன் இருவரும் அரசுத் தரப்பில் ஆஜராகினர். குற்றம் சாட்டப்பட்ட கடம்பூரின் சார்பாக பம்பாயைச் சேர்ந்த பிரபல வழக்கறிஞர் வாடியாவும், அவருக்குத் துணையாக சென்னையைச் சேர்ந்த பிரபல வழக்கறிஞர்கள் டாக்டர் சுவாமிநாதன் மற்றும் எத்திராஜ் ஆகியோரும் ஆஜரானார்கள். முக்கிய சாட்சியான சிங்கம்பட்டியின் சார்பாக தாவர் என்ற வழக்கறிஞர் வாதாடினார். வழக்கு விசாரணைக்காக சிறப்பான நடுவர் குழு (ஜூரி) அமைக்கப்பட்டது.

வழக்கு விசாரணை தொடங்கியது. அரசுத் தரப்பினரால், சிங்கம்பட்டி கூண்டில் ஏற்றப்பட்டு சாட்சியம் சொல்ல வைக்கப்

பட்டான். சிங்கம்பட்டி சாட்சிக் கூண்டில் சொன்னதைத்தான் இந்தத் தொகுப்பின் ஆரம்பத்தில் பார்த்தோம். சிங்கம்பட்டியை அடுத்து மற்ற மைனர்களும் சாட்சியம் அளித்தனர். அரசுத் தரப்பில் வாதிடப்பட்டதாவது, துரையைக் கொல்ல வேண்டும் என்று மைனர்கள் கூட்டுச் சதி செய்திருக்கின்றனர். அதன் விளைவாகத்தான் சிங்கம்பட்டியும், கடம்பூரும் துரையைக் கொலை செய்திருக்கிறார்கள்.

தலைமை நீதிபதி, மைனர்கள் அளித்த சாட்சியங்களின் உண்மைத் தன்மையை ஏற்க மறுத்தார். அவர், ஜூரியிடம் அரசுத் தரப்பின் முக்கிய சாட்சிகளில் ஒருவனான தலவான்கோட்டை பெரிய பொய் புழுகி என்று மற்ற மைனர்கள் தங்களது சாட்சியத்தில் கூறியிருப்பதை சுட்டிக் காட்டினார். மேலும் மைனர்களிடையே யார் பிரமாதமாக பொய் சொல்வார்கள் என்ற போட்டியெல்லாம் நடந்திருப்பதைப் பற்றி சாட்சியத்தில் பதிவாகியிருப்பதை, தலைமை நீதிபதி, ஜூரிக்கு மேற்கோள் காட்டினார்.

சப்தூர் என்ற மைனர் அளித்த சாட்சியம் நம்பக் கூடியதாக இருந்தாலும், அவன் தன்னுடைய சாட்சியத்தில் மைனர்களுக்கு இடையே துரையைக் கொல்ல கூட்டுச் சதி நடந்ததாகவோ அல்லது சிங்கம்பட்டியும் கடம்பூரும்தான் துரையைக் கொன்றார்கள் என்றோ அவன் குறிப்பிட வில்லை என்ற விவரத்தையும் தலைமை நீதிபதி ஜூரிக்கு எடுத்துக்கூறினார். சிங்கம்பட்டியின் சாட்சி, சந்தேகத்துக்கு இடமளிப்பதாகவும், உண்மையான நிலைப் பாட்டை வெளிப்படுத்தவில்லை என்ற கருத்தையும் தலைமை நீதிபதி முன்வைத்தார். சிங்கம்பட்டியின் கூற்று பொய் என்று நிரூபிக்க தலைமை நீதிபதி, கொலை செய்யப் பயன்படுத்தப்பட்ட துப்பாக்கியையும், துப்பாக்கிகளை உற்பத்தி செய்யும் பம்பாயைச் சேர்ந்த ஒரு பிரபல நிறுவனத்திலிருந்து, துப்பாக்கிகளைப் பற்றி நன்கு அறிந்த ஒரு வல்லுநரையும் நீதிமன்றத்துக்கு வரவழைத்தார். சம்பந்தப்பட்ட துப்பாக்கியை அவரிடம் காட்டி, அந்த வல்லுநரின் சாட்சியத்தைப் பதிவு செய்தார்.

சிங்கம்பட்டி தன்னுடைய சாட்சியத்தில் கொலை நடந்த பிறகு, துப்பாக்கி தோட்டாக்களுடன் மாடியிலிருந்து ஜன்னலின் வழியே தூக்கி எறியப்பட்டதாகத் தெரிவித்திருந்தான். ஆனால், சம்பந்தப் பட்ட துப்பாக்கியை ஆய்வு செய்த வல்லுநர், தான் ஆய்வு செய்த துப்பாக்கியில் எந்த ஒரு சிராய்ப்புகளோ அல்லது கோடுகளோ இல்லை என்றும், 40 அடி உயரத்திலிருந்து சம்பந்தப்பட்ட

துப்பாக்கியைத் தூக்கிப் போட்டிருந்தால், துப்பாக்கி துண்டு துண்டாக உடைந்து போயிருக்கும் என்று தெரிவித்திருந்தார். அதேபோல், தோட்டாக்களை மாடியிலிருந்து வீசியிருந்தால் அவை சிதறுண்டு போயிருக்குமே தவிர மொத்தமாக ஓர் இடத்தில் குவிக்கப்பட்டிருக்காது என்ற செய்தியையும் தெரிவித்தார். எனவே, நம்பகத்தன்மையில்லாத சாட்சிகளை வைத்து ஒருவர் குற்றவாளி என்று உறுதிபடுத்தமுடியாது என்ற வாதத்தைத் தலைமை நீதிபதி, ஜூரிக்குத் தெரியப்படுத்தினார்.

வாதப் பிரதிவாதம் எல்லாம் முடிந்த பின்னர் ஜூரி ஒன்றாகக் கூடி ஆலோசனை நடத்தி ஒரு முடிவுக்கு வந்திருந்தனர். தீர்ப்பு கூறும் நாளன்று, நீதிமன்றத்தில் பெரும் திரளான கூட்டம் கூடி இருந்தது. தலைமை நீதிபதியின் மனைவியும் வந்திருந்தார். ஜூரி, கடம்பூர் குற்றவாளியில்லை என்று தங்களது முடிவைத் தலைமை நீதிபதிக்குத் தெரிவித்தனர். நீதிமன்றத்தில் பெரிய கரகோஷம் எழுந்தது. தலைமை நீதிபதியின் மனைவிதான் முதல்முதலில் தன் கைகளைத் தட்டி சந்தோஷத்தை வெளிப்படுத்தினார்.

கடம்பூர் விடுதலை செய்யப்பட்டான். காவல் துறை இந்த வழக்கில் தன்னுடைய விசாரணையைச் சரியாக நடத்தவில்லை என்ற கருத்தை நீதிபதி வெளிப்படுத்தினார். யாரோ ஒருவன் பின்புலத்தில் இருந்துகொண்டு இந்தப் படுகொலையைச் செய்திருக்கக்கூடும். கொலை செய்தவன் சிங்கம்பட்டியையும், கடம்பூரையும் பகடைக் காயாகப் பயன்படுத்தியிருக்கவேண்டும் என்று தீர்ப்பு வெளியிடப்பட்டது.

மைனர்கள், போலீசார் போட்ட பொய் வழக்கிலிருந்து தப்பித்த தற்கு முக்கிய முதல் காரணம், சென்னையின் அப்போதைய ஆளுநர் வில்லிங்டன் பிரபு. இவர் இந்த வழக்கை சென்னை யிலிருந்து பம்பாய்க்கு மாற்றாமல் இருந்திருந்தால் இப்படிப்பட்ட தீர்ப்பு வந்திருக்கக்கூடுமா என்பது சந்தேகம்தான்.

காரணம், மைனர்கள்தான் குற்றம் இழைத்திருப்பார்கள் என்ற பரவலான கருத்து சென்னையில் நிலவியதுதான். இரண்டாவதாக, பம்பாய் நீதிமன்றத் தலைமை நீதிபதி நார்மன் மெக்லாய்ட் பாரபட்சமின்றி நல்ல முறையில் விசாரணையை நடத்தியதுதான். எது எப்படியோ தமிழர்களைக் காட்டுமிராண்டிகள் என்று சொன்ன துரையை யார் கொன்றார்கள் என்ற விவரம் இன்றளவும் மர்மாகவே உள்ளது.

மைனர்கள் கல்லூரி வடநாட்டில் உள்ளதுபோல, ராஜ்குமார் கல்லூரி என்று பெரிய அளவில் மாற்றப்படும் என்று நினைத்த மைனர்களின் தகப்பனார்களுக்கு (சமஸ்தான ராஜாக்களுக்கு) பெருத்த ஏமாற்றம். அந்தக் கல்லூரி எதிர்பார்த்த அளவுக்கு மைனர்களிடம் படிப்பையோ, பண்பாட்டையோ வளர்க்கவில்லை. இப்படியொரு கல்லூரி வேண்டாம் என்று முடிவு செய்த ஆங்கிலேய அரசு, மைனர் கல்லூரியை மூடிவிட்டது.

✦

2

பாவ்லா கொலை வழக்கு

ஆங்கிலேயர்கள், இந்திய துணைக் கண்டத்தை ஆட்சி செய்து கொண்டிருந்த அதே சமயத்தில் பல சுதந்தர ராஜாக்களும் இந்திய துணைக் கண்டத்தில் ராஜ்ஜியம் செய்து வந்தனர். சுதந்தரத்துக்கு முன்பாக 554 சமஸ்தானங்கள் இந்திய துணைக் கண்டத்தில் இருந்து வந்தன. இந்தியா சுதந்தரம் அடைந்த பிறகு அவை இந்தியாவுடன் இணைக்கப்பட்டன.

பாவ்லா கொலை வழக்கு, இந்தியா சுதந்தரம் அடைவதற்கு முன்னர் நடந்தது. வழக்குக்குக் காரணமாக இருந்தவர், இந்தூர் சமஸ்தானத்தை ஆட்சி செய்து வந்த ஹோல்கர் மகாராஜா - மூன்றாவது துக்கோஜி ராவ் ஹோல்கர். இவரது அந்தப்புரத்தில் ஓர் அழகான முஸ்லிம் நங்கை இருந்தாள். அவள் பெயர், மும்தாஜ் பேகம். மும்தாஜ் பிரமாதமான நாட்டியக்காரி. ஆனால், அவளுக்கு ஏனோ அந்தப்புரத்து வாழ்க்கை பிடிக்கவில்லை. தான் அந்தப் புரத்தில் சிறைப்பட்டிருப்பதாக உணர்ந்தாள். பத்தாண்டுகளாக மகாராஜாவுக்குச் சேவை செய்துகொண்டிருந்த மும்தாஜுக்கு இந்தோர் அரண்மனையிலிருந்து தப்பித்துச் செல்ல வாய்ப்பு கிடைத்தது. தப்பித்து விட்டாள்.

தப்பித்த மும்தாஜ் பல இடங்களில் சுற்றித் திரிந்தாள். கடைசியில் அவளுக்கு பம்பாயைச் சேர்ந்த அப்துல் காதர் பாவ்லா என்ற பெரும் செல்வந்தர் அடைக்கலம் கொடுத்தார். மும்தாஜ்,

பாவ்லாவிடம் மிகவும் விசுவாசமாக இருந்தாள். பாவ்லாவும் மும்தாஜைத் தன்னுடைய மனைவிபோல பாவித்து வந்தார்.

இந்தூர் ராஜ்ஜியத்தில் பெரும் கொந்தளிப்பு. அவளுக்கு எவ்வளவு வசதி செய்து தந்திருந்தார் ராஜா. ராஜாவை மதிக்காமல் தப்பித்துப் போக அவளுக்கு எவ்வளவு துணிச்சல் இருக்கும். இது ஒரு அவமரியாதை செயல். இதைக் கண்டிக்க வேண்டும். அப்படிச் செய்தால்தான் அரண்மனைக்கு ஏற்பட்ட கலங்கத்தைத் துடைக்க முடியும் என்று அரண்மனை முழுவதும் இதே பேச்சுதான். ராஜாவும் அதே மனநிலையில்தான் இருந்தார். ஒன்பது பேர் தயார் செய்யப்பட்டனர். அவர்களுக்கு இடப்பட்ட கட்டளை இதுதான். மும்தாஜை எங்கிருந்தாலும் தேடிக் கண்டுபிடியுங்கள். கண்டு பிடித்து அவளை அரண்மனைக்கு இழுத்து வாருங்கள். குறுக்கிடுபவர்கள் கொல்லப்படலாம்.

இந்த ஒன்பது பேர் கொண்ட கும்பல், மும்தாஜ் இருக்கும் இடத்தைத் தேடிக் கண்டுபிடித்துவிட்டது. திட்டம் தீட்டப்பட்டது.

1925ம் ஆண்டு, ஜனவரி 12ம் தேதி, இரவு சுமார் 7:30 மணி இருக்கும். அப்துல் காதர் பாவ்லாவும், மும்தாஜும் ஒரு காரில் சென்று கொண்டிருந்தனர். அவர்கள் மட்டும் தனியாகச் செல்லவில்லை. அவர்களுடன் காரில், பாவ்லாவின் மேலாளர் மாத்திவ், கார் ஓட்டுனர் மற்றும் க்ளீனரும் சென்றனர். கார், மலபார் ஹில்ஸ் பகுதியை நோக்கிச் சென்று கொண்டிருந்தது.

திடீரென்று ஒரு கார் பின்னாலிருந்து வந்து மோதியது. காரில் இருந்து கொலைகாரக் கும்பலைச் சேர்ந்த 7 நபர்கள் காரை விட்டு கீழே இறங்கினர். பாவ்லாவின் காரைச் சுற்றி வளைத்தனர். அவர்களிடம் கத்தி, கபடா, துப்பாக்கி மற்றும் இன்ன பிற ஆயுதங்களும் இருந்தன. மும்தாஜை காரிலிருந்து தூக்க முயற்சி செய்தனர். பாவ்லா அதைத் தடுத்தார். துப்பாக்கி வெடித்தது. பாவ்லா கீழே சாய்ந்தார்.

மும்தாஜ் காரை விட்டு வலுக்கட்டாயமாக வெளியே இழுக்கப் பட்டாள். வெளியே வர மறுத்த மும்தாஜின் அழகிய முகத்தில் நான்கு கத்திவெட்டுகள் விழுந்தன. கும்பல், மும்தாஜை காரி லிருந்து தூக்கியது. அப்போதுதான் ஓர் ஆச்சரியம் நிகழ்ந்தது.

சம்பவம் நடந்து கொண்டிருந்த இடத்தை நோக்கி ஒரு ராணுவ கார் வந்தது. அந்த காரில் ராணுவ அதிகாரி லெப்டினண்ட் சேகர்ட்

மற்றும் அவருடைய நண்பர்கள் லெப்டினண்ட் பாட்லி, லெப்டினண்ட் ஸ்டீபன் ஆகியோர் இருந்தனர். ஒரு பெண் அலறும் சத்தத்தைக் கேட்டு மூவரும் காரைவிட்டு இறங்கினர். மும்தாஜைக் காப்பாற்ற முயன்றனர். இதைச் சற்றும் எதிர்பாராத கொலைகாரக் கும்பல் ராணுவ அதிகாரிகளைத் தாக்கினர்.

லெப்டினண்ட் சேகர்ட் சுடப்பட்டார். தான் தாக்கப்பட்டதை பொருட்படுத்தாமல் கொலைகாரக் கும்பலை சேர்ந்தவர்களிடமிருந்து இரண்டு துப்பாக்கிகளைப் பிடுங்கி விட்டார். மும்தாஜைக் காப்பாற்றி தன்னுடைய காரில் ஏற்ற முயன்றார். அப்போது அவருடைய தோள்பட்டையில் கத்திக் குத்து விழுந்தது. அதை அவர் பொருட்படுத்தவில்லை. மும்தாஜைக் காப்பாற்றிய பிறகு, லெப்டினண்ட் சேகர்ட் மற்ற ராணுவ அதிகாரிகளுடன் சேர்ந்து கொலைகாரக் கும்பலைப் பிடிக்க முயன்றார். இத்தனைக்கும் லெப்டினண்ட் சேகர்ட்டிடம் இருந்தது கோல்ப் விளையாடப் பயன்படுத்தப்படும் மட்டை. அதையே அவர் தன்னுடைய தற்காப்புக்கும் பயன்படுத்தினார், தாக்குதலுக்கும் பயன்படுத்தினார்.

ராணுவத்தினர் கொலைகாரக் கும்பலுடன் சண்டையிட்டுக் கொண்டிருக்கும்போது அவர்களுக்குச் சாதகமாக, சம்பவம் நடந்த இடத்துக்கு மற்றுமொரு ராணுவ கார் வந்தது. அதிலும் ஒரு ராணுவ அதிகாரி - கர்னல் விக்ரி இருந்தார். நான்கு ராணுவ அதிகாரிகளுடனும் சண்டையிட முடியாமல் கொலைகாரக் கும்பல் தப்பியோட முனைந்தது.

ராணுவ அதிகாரிகள் அக்கூட்டத்தைச் சேர்ந்த இரண்டு நபர்களைப் பிடித்தனர். பிடிபட்டவர்களை ராணுவ அதிகாரிகள் போலீசாரிடம் ஒப்படைத்தனர்.

இதில் விசித்திரமான விஷயம் என்னவென்றால், ராணுவத்தினர்கள் தினமும் கோல்ப் விளையாடிவிட்டு தங்கள் முகாமுக்குத் திரும்பி வரும் வழி, அதுவல்ல. ஆனால், சம்பவம் நடந்த நாள் அன்று, அவர்கள் எப்பொழுதும் வரும் வழியை விட்டுவிட்டு மாற்று வழியில் வந்திருக்கிறார்கள். அதனால்தான் அவர்கள் மும்தாஜைக் காப்பாற்ற முடிந்தது.

ராணுவத்தினர், அந்தக் கொலைகாரர்களை போலீசிடம் ஒப்படைத்தனர். அதனையடுத்து வெகுவிரைவிலேயே சம்பவத்தில் ஈடுபட்ட மற்றவர்களையும் போலீசார் கைது செய்தனர்.

சாட்சிகளிடம் வாக்குமூலம் பெற்ற போலீசார், நீதிமன்றத்தில் 9 நபர்கள்மீது பாவ்லாவைக் கொன்றதற்காகவும், மும்தாஜைக் கடத்தக் கூட்டுசதி செய்ததற்காகவும், கடத்தலுக்குத் தூண்டுதலாக இருந்ததற்காகவும், மும்தாஜைக் கடத்தியதற்காகவும், ராணுவ அதிகாரிகளையும் மும்தாஜையும் தாக்கி பெரும் காயம் ஏற்படுத்தியதற்காகவும் குற்றவழக்குத் தொடர்ந்தனர்.

பம்பாய் உயர் நீதிமன்றத்தில், வழக்கு விசாரணைக்கு வந்தது. அப்போது, அங்கு கிரிமினல் வழக்குகளை நடத்தி வந்தவர், நீதிபதி க்ரம்ப். அரசுத் தரப்பில் ஆஜரானவர்கள், அட்வகேட் ஜெனரல் காங்கா மற்றும் அவருக்குத் துணையாக கென்னத் கெம்ப். குற்றம் சாட்டப்பட்டவர்கள் அனைவரும் இந்தூர் சமஸ்தானத்தைச் சேர்ந்தவர்கள். அவர்களுக்காக வாதாட அப்போது பிரபலமாக இருந்த கல்கத்தாவைச் சேர்ந்த சென் குப்தா மற்றும் பம்பாயைச் சேர்ந்த வெலிங்கர் மற்றும் முகம்மது அலி ஜின்னா ஆகிய வழக்கறிஞர்களை நியமனம் செய்தது இந்தூர் சமஸ்தானம். வழக்கு விசாரணைக்காக 12 பேர் கொண்ட ஜூரி (நடுவர் குழு) அமைக்கப் பட்டது.

வழக்கு விசாரணை பல நாள்கள் நடைபெற்றது. வழக்கு விசாரணையைக் காண பெருந்திரளான கூட்டம் நீதிமன்றத்தில் திரண்டது.

விசாரணைக்கு எடுத்துக்கொள்ளப்பட்ட வழக்கு மிகவும் சிக்கலாக இருந்தது. நிறைய குற்றவாளிகள்; நிறைய சாட்சிகள்; பலதரப்பட்ட குற்றங்கள்; நடைபெற்ற குற்றத்தில் ஒவ்வொரு குற்றவாளியின் பங்கு; தங்கள் கண் முன்னே விரைவாக நடந்து முடிந்த, பலபேர் சம்பந்தப்பட்ட குற்றத்தைப் பல நோக்கில் பார்த்த சாட்சிகளின் வாக்குமூலத்தில் உள்ள முரண்பாடுகள்; பல பேர் ஈடுபட்ட பெரிய குற்றத்தில் ஒரு குற்றவாளியின் பங்கு சிறிதாக இருந்தாலும், அவனுக்குப் பெரிய குற்றம் விளைவித்ததற்கான தண்டனை வழங்கப்பட வேண்டுமா அல்லது குற்றத்தில் அவனுடைய பங்குக்கான தண்டனை மட்டுமே வழங்கப் படவேண்டுமா என பல சிக்கலான விவகாரங்கள் இருந்தன.

அரசுத் தரப்பின் முக்கிய சாட்சிகளாக மூன்று ராணுவ அதிகாரிகள் இருந்தனர். மற்ற சாட்சிகளை ஒப்பிடுகையில், ராணுவ அதிகாரிகள் தனித்தனியே விசாரிக்கப்பட்டாலும் அவர்களது சாட்சியங்களில் பெரிய வித்தியாசங்கள் எதுவும் இல்லை.

ராணுவத்தில் அவர்களுக்கு வழங்கப்பட்டிருந்த பயிற்சியின் காரணமாக, அவர்கள் எந்தச் சூழ்நிலையையும் பதற்றமில்லாமல் கையாளும் திறன் பெற்றிருந்தனர். அனைத்து விவகாரங்களையும் உன்னித்துக் கவனமாகப் பார்த்துப் பழகியவர்கள். தங்களுக்கு முன்னால் இருக்கும் பிரச்னையைத் தெளிவாகப் புரிந்துகொண்டு அதை லகுவாக கையாளும் திறன் படைத்தவர்கள். இவ்வளவு திறமைகளும் இருந்ததனால்தான் மும்தாஜைக் கடத்தல் காரர்களிடமிருந்து அவர்களால் காப்பாற்ற முடிந்தது. நடந்து முடிந்திருந்த சம்பவங்கள் அவர்கள் மனத்தில் தெள்ளத் தெளிவாக பதிந்திருந்தன. அதனால்தான் அவர்களால் நீதிமன்றத்தில், சம்பவம் நடந்து முடிந்து சில நாள்களாகியும் சம்பவத்தை பற்றித் தெளிவாக விவரிக்க முடிந்தது.

வழக்கில் ராணுவத்தினரின் சாட்சியங்கள் தெளிவாகவும் உறுதியாகவும் இருந்தாலும், குற்றவாளிகளுக்கு ஆஜரான வழக்கறிஞர்கள் முகமது அலி ஜின்னா உட்பட அனைவரும் நன்றாகப் போராடினார்கள். ஜின்னாவைப் பற்றி இங்கு ஒரு செய்தி சொல்லியாக வேண்டும். ஜின்னா, அன்றைய காலக்கட்டத்தில் ஒரு பிரபல வழக்கறிஞர். பால கங்காதர திலகர், தன்மீது ஆங்கிலேய அரசால் சுமத்தப்பட்ட ராஜ துரோக வழக்கை எதிர்த்து நீதி மன்றத்தில் வாதாட ஜின்னாவைதான் தன்னுடைய வழக்கறிஞராக நியமித்தார். திலகரே சட்டம் பயின்றவர்தான். இருப்பினும், அவருக்கு ஜின்னாவின்மீது அவ்வளவு நம்பிக்கை. திலகர் மட்டுமில்லை, அந்நாள்களில் பிரபல வழக்கறிஞரும் சமூக சீர்திருத்தவாதியுமான பிரோஷா மேத்தாவுக்கு ஆதரவாக ஆங்கிலேயர்களை எதிர்த்து நீதிமன்றத்தில் ஒரு பிரபல வழக்கை நடத்திய ஜின்னா அதில் வெற்றியும் பெற்றார். ஜின்னா அன்றைய இளைஞர்களுக்குப் பெரிய முன்மாதிரி. முற்போக்குச் சிந்தனை உடையவர். சிறந்த பேச்சாளர். தேசியவாதியும்கூட. கல்லூரி மாணவர்கள் தங்களது கல்லூரிகளில் நடக்கும் விழாக்களில், அவரைத் தலைமை தாங்கிப் பேச அழைப்பார்கள்.

குற்றவாளிகள் தரப்பில் முன்வைக்கப்பட்ட வாதங்கள்.

1. பாவ்லா, துப்பாக்கி வைத்திருந்தார். கடத்தல்காரர்கள் மும்தாஜைக் கடத்த நினைத்த தருவாயில், பாவ்லாதான் தன்னிடமிருந்த துப்பாக்கியை எடுத்து கடத்தல்காரர்கள்மீது முதலில் சுட்டார். அதன் பின்னர், தற்காப்புக்காகத்தான் கடத்தல்காரர்கள் பாவ்லாவைச் சுட்டார்கள். ஆனால், இந்த

வாதம் அரசுத் தரப்பினால் முறியடிக்கப்பட்டது. பாவ்லா துப்பாக்கி வைத்திருந்தது வாஸ்தவம்தான், ஆனால், அதைச் சம்பவம் நடந்த இடத்துக்கு பாவ்லா எடுத்து வரவில்லை. மேலும், பாவ்லாவின்மீது பாய்ந்த தோட்டாவும், லெப்டினண்ட் சேகர்ட்மீது பாய்ந்த தோட்டாவும், சம்பவ இடத்தில் சிதறிக் கிடந்த தோட்டாக்களும், லெப்டினண்ட் சேகர்ட் சம்பவம் நடந்த இடத்தில் குற்றவாளிகளிடமிருந்து பறித்த துப்பாக்கிகளிலிருந்து வெளியானவை என்று தகுந்த ஆதாரம் கொண்டு நிரூபித்தது அரசுத் தரப்பு. இதைத் தவிர, மும்தாஜ் தன்னுடைய வாக்குமூலத்தில், கொலைகாரக் கும்பல் பாவ்லாவின் காரை வழிமறித்து முதலில் பாவ்லாவைச் சுட்டுவிட்டார்கள் என்று தெரிவித்திருந்தார்.

2. மும்தாஜ், இந்தூருக்குச் செல்ல ஆயத்தமாகத்தான் இருந்தார், ஆனால், அவரைப் போகவிடமால் பாவ்லா தடுத்தார் என்ற வாதத்தை முன்வைத்தது எதிர்தரப்பு. இந்த வாதமும் நீதிமன்றத்தில் எடுபடவில்லை. காரணம், கடத்தல்காரர்கள் மும்தாஜைத் தூக்கிச் செல்ல வந்தபோது, அவர்களிடமிருந்து தப்பிக்க மும்தாஜ் போராடியிருக்கிறாள். அதனால் அவளுக்கு முகத்தில் காயங்கள்கூட ஏற்பட்டிருக்கிறது. மேலும், கடத்தல் காரர்களிடமிருந்து தன்னைக் காப்பாற்றும்படி மும்தாஜ் அலறியிருக்கிறாள். மும்தாஜின் அலறலை கேட்டுத்தான் ராணுவ அதிகாரிகள் அவளைக் காப்பாற்ற சம்பவ இடத்துக்கு விரைந்தனர். இவற்றைத் தவிர அரசுத் தரப்பில் நரிமன் என்ற பிரபல கிரிமினல் வழக்கறிஞர் சாட்சியம் அளித்தார். அவர் அளித்த சாட்சியத்தில் சம்பவம் நடைபெறுவதற்குச் சில நாள்களுக்கு முன்னர், மும்தாஜ் தன்னிடம் ஆலோசனை கேட்க வந்ததாகவும், அப்போது மும்தாஜ் தன்னிடம், நான் கடலில் விழுந்து தற்கொலை செய்து கொள்வேனே தவிர, ஒருபோதும் இந்தூருக்குப் போகமாட்டேன்' என்று கூறியதாகவும் தெரிவித்தார்.

ஜின்னா மற்றும் பிற வழக்கறிஞர்களும் எவ்வளவு போராடிய போதும், சாட்சிகள் அனைத்தும் குற்றம் சாட்டப்பட்டவர்களுக்கு எதிராகவே இருந்தன. விசாரணை முடிவுற்ற நிலையில், நீதிபதி க்ரம்ப் வழக்கின் சாராம்சங்களைத் தொகுத்து வழங்கினார். ஜூரி முறை இருந்த சமயத்தில், பொதுமக்களில் பலதரப்பட்டவர் களிலிருந்து 9 பேரை அழைத்து அவர்களை வழக்கு விசாரணையில் ஜூரியாக அரசாங்கம் நியமிக்கும். ஜூரி, பொறுப்பைத் தட்டிக் கழிக்க முடியாது. ஜூரியில் இடம் பெற்றிருப்பவர்களுக்கு

அனைத்துச் சட்டங்களும் தெரிந்திருக்காது. தெரிந்திருக்க வேண்டும் என்ற அவசியமும் இல்லை. ஆனால் ஜூரி, வழக்கு விசாரணை முடிந்து சரியான தீர்ப்பு வழங்கவேண்டும். அதற்கு ஏதுவாக நீதிபதி வழக்கின் சாராம்சம், சம்பந்தப்பட்ட வழக்கில் எந்தவிதமான சட்டம் எப்படிப் பிரயோகிக்கப்பட்டிருக்கிறது, சட்டத்தின் விதிவிலக்குகள் என்னென்ன போன்ற விவரங்கள் அடங்கிய தொகுப்பை ஜூரிக்கு வழங்குவார். ஜூரி வழக்கைப் பற்றிய முடிவுக்கு வருவதற்கு நீதிபதி வழங்கும் தொகுப்பு மிகவும் உபயோகமாக இருக்கும்.

நீதிபதி க்ரம்ப், பாவ்லா வழக்கில் ஜுரி சரியான முடிவை எடுக்கும் பொருட்டு ஒரு தொகுப்பை வெளியிட்டார். 145 பக்கங்கள் கொண்ட அந்தத் தொகுப்பு (Summing Up) மிகவும் பிரபலமானது. நீதிபதி க்ரம்ப் அளித்தத் தொகுப்பின் முக்கிய குறிப்புகள் பின்வருமாறு…

1) குற்றவியல் விசாரணையின் தன்மை

2) குற்றவியல் விசாரணையில் நீதிபதி மற்றும் ஜூரியின் பங்கு

3) விசாரணையின்போது கருத்தில் கொள்ள வேண்டிய விவகாரங்கள், விவரங்கள்.

4) பாவ்லா வழக்கில், எந்தெந்த குற்றப் பிரிவுகளில் குற்றம் சாட்டப்பட்டவர்களின்மீது வழக்கு தொடரப்பட்டிருக்கிறது என்னும் விவரம்.

5) ஒவ்வொரு குற்றவாளியின் மீதும் என்னென்ன குற்றம் சுமத்தப்பட்டிருக்கிறது, அந்தக் குற்றங்களை நிரூபிக்க என்னென்ன காரணிகள், சாட்சிகள் தேவைப்படுகின்றன?

6) ஏராளமான சாட்சிகள் கொண்ட வழக்குகளில், ஒவ்வொரு சாட்சியின் சாட்சியங்களுக்கு இடையில் முரண்பாடுகள் இருப்பது சகஜம்தான். ஒவ்வொரு சாட்சியும் தன்னுடைய கண்ணோட்டத்தில் தான் பார்த்தவற்றைச் சொல்லும் சாட்சியத்திலிருந்து, அதே சம்பவத்தைப் பார்த்த மற்றொரு சாட்சியின் கண்ணோட்டத்திலிருந்து சொல்லப்படும் சாட்சியிலிருந்து மாறுபட்டு இருப்பது இயல்புதான். இம்மாதிரி வழக்குகளில் சாட்சியங்களில் சிறு சிறு முரண்பாடுகள் இருப்பதைப் பற்றி கவலைப்படாமல் அனைத்துச் சம்பவங்களையும் ஒருங்கிணைத்துப் பார்த்து, குற்றம் நிரூபிக்கப் பட்டிருக்கிறதா என்று பார்க்க வேண்டும்.

7) சாட்சியங்களில், நிகழ்விக்கப்பட்ட குற்றத்தின் சந்தர்ப்பச் சூழ்நிலையில் வேறுபாடுகள் தெரிந்தாலும் குற்றம் சம்பந்தமான நிகழ்வுகள் நடைபெற்றிருக்கிறதா என்று ஊர்ஜிதம் செய்து கொண்டால் போதும்.

நீதிபதி க்ரம்ப்பின் ஜூரிக்கான தொகுப்பு, அனைத்து நீதிபதிகளுக்கும் நகல் எடுத்துக் கொடுக்கப்பட்டது.

வழக்கு முடிந்து இறுதியில் ஜூரி தங்கள் தீர்ப்பை வெளியிட்டனர். தீர்ப்பின்படி, குற்றம் சாட்டப்பட்ட ஒன்பது பேர்களில் 1) ஷாபி அகமது நாபி அகமது, 2) புஷ்பஷீல் பல்வந்தராவ் போண்டே, 3) பகதூர் ஷா முகமது ஷா, 4) அக்பர் ஷா முகமது ஷா, 5) ஷாம்ராவ் ரேவ்ஜி டிக்ஹே, 6) அப்துல் லதீப் மொய்தீன், 7) சர்தர் ஆனந்தராவ் கங்காராம் பான்சே ஆகியோரின் குற்றம் நிரூபிக்கப்பட்டு, குற்றவாளிகள் என்று அறிவிக்கப்பட்டனர். மற்ற இருவர், குற்றம் எதுவும் இழைக்கவில்லை என்று தீர்ப்பு எழுதப்பட்டது.

குற்றம் நிரூபணம் ஆனவர்களுக்கு நீதிபதி க்ரம்ப் தண்டனை வழங்கினார். அதன்படி ஷாபி அகமது நாபி அகமது, புஷ்பஷீல் பல்வந்தராவ் போண்டே மற்றும் ஷாம்ராவ் ரேவ்ஜி டிக்ஹே ஆகிய மூவருக்கு மரணத் தண்டனை விதிக்கப்பட்டது. பகதூர் ஷா முகமது ஷா, அக்பர் ஷா முகமது ஷா மற்றும் அப்துல் லதீப் மொய்தீன் ஆகிய மூவருக்கும் ஆயுள் முழுவதும் நாடு கடத்தப்படவேண்டும் என்று தண்டனை வழங்கப்பட்டது.

குற்றவாளிகளில் இன்னும் மீதி இருப்பவர், சர்தர் ஆனந்தராவ் கங்காராம் பான்சே. இவர் பாவ்லாவின் கொலையில் ஈடுபடவில்லை, ஆனால், மும்தாஜைக் கடத்தும் கூட்டுச் சதியில் ஈடுபட்டார். மும்தாஜைக் கடத்தும் சம்பவத்துக்குத் தூண்டுதலாகவும் இருந்தார்.

குற்றம் செய்ய தூண்டுதல் புரிவதும் குற்றம்தான். அதை ஆங்கிலத்தில் abetment என்று சொல்வார்கள். ஒருவர் ஏதோ ஒரு குற்றம் நடக்கத் தூண்டுதலாக இருந்து, இழைக்கப்பட்ட குற்றம் கொலையில் முடிந்தால் குற்றம் செய்யத் தூண்டியவருக்குக் கொலைக்கான தண்டனைதான் வழங்கப்படும் (இந்திய தண்டனைச் சட்டம் 111வது பிரிவு). எனவே, பான்சேவுக்குக் கொலைக்குற்றம் செய்யத் தூண்டுதல் செய்ததற்கான தண்டனை தான் வழங்கப்படும். கொலை செய்யத் தூண்டியதற்கான தண்டனை, மரணம் அல்லது ஆயுள் முழுதும் நாடு கடத்தப்பட

வேண்டியது. நீதிபதி க்ரம்ப்புக்கு, பான்சேவுக்குக் கொலை செய்ய தூண்டுதல் புரிந்ததற்கான தண்டனையை வழங்க மனமில்லை. இருந்தாலும், ஜுரியின் முடிவை அவரால் மாற்ற முடியாது. மேலும், பான்சேவின் வழக்கறிஞர் ஜின்னாவின் விடாப்பிடியான வலியுறுத்தலால், நீதிபதி க்ரம்ப் பான்சேவுக்குத் தூக்குத் தண்டனைக்குப் பதில் ஆயுள் தண்டனை விதித்தார். அரசுத் தரப்பிலும் அதை எதிர்க்கவில்லை.

தண்டிக்கப்பட்டவர்கள் ப்ரிவி கவுன்சிலில் மேல்முறையீடு செய்தனர். ப்ரிவி கவுன்சிலில் குற்றவாளிகளுக்காக ஆஜரானவர், சர் ஜான் சைமன். இவர் நமக்கு நன்கு அறிமுகம் ஆனவர்தான். பின்னாட்களில் பிரிட்டனிலிருந்து இந்தியாவுக்கு வந்த சைமன் கமிஷனின் தலைவர்தான் இவர். சைமனும் அவரால் முடிந்தவரை ப்ரிவி கவுன்சிலில் போராடிப் பார்த்துவிட்டார். பலனில்லை.

ப்ரிவி கவுன்சிலில் சைமன் பின்வரும் வாதங்களை முன்வைத்தார்.

1. ஊடகங்களில் இந்த வழக்கைப் பற்றி அதிகப்படியான விளம்பரம் செய்யப்பட்டதால் ஜூரிக்குத் தவறான அபிப்பிராயம் ஏற்பட்டது. இந்த வழக்கை பம்பாய் நீதிமன்றத்தில் நடத்தி இருக்கக்கூடாது. இந்த வழக்கை பம்பாய் மாகாண ஆளுநர், நாட்டின் வேறு பகுதியில் உள்ள நீதிமன்றத்துக்கு மாற்றி அங்கு விசாரணைக்கு ஆட்படுத்தியிருக்க வேண்டும். மேலும், நீதிபதி க்ரம்ப், ஜூரிக்குச் சரியாக வழிகாட்டவில்லை.

2. வெறும் ஆளைக் கடத்துவதற்கு ஒருவர் தூண்டுதல் செய்கிறார், ஆனால், ஆளைக் கடத்தச் சென்றவர் கடத்தலில் ஈடுபடும்போது கொலையையும் செய்துவிடுகிறார் என்றால் தூண்டுதல் செய்தவரைக் கொலைக் குற்றத்துக்காகத் தண்டிக்க முடியாது.

ஆனால், ப்ரிவி கவுன்சில் சைமனின் வாதத்தை எடுத்துக்கொள்ள மறுத்துவிட்டது. குற்றவாளிகளின் தண்டனையை உறுதி செய்தது.

சைமன் இந்தியாவுக்கு வருகை தந்தபோது, பம்பாய் வழக்கறிஞர் சங்கத்தின் சார்பாக அவருக்கு வரவேற்பு வழங்கப்பட்டது. அந்த வரவேற்பு நிகழ்ச்சியில் நீதிபதி க்ரம்ப்பும் கலந்து கொண்டார். நீதிபதி க்ரம்ப்பைச் சந்தித்த சைமன், அவர் பாவ்லா வழக்கில் ஜுரிக்கு வழங்கிய தொகுப்பை நினைவு கூர்ந்தார். ப்ரிவி கவுன்சிலில், தான் பாவ்லா வழக்கின் மேல்முறையீட்டை

வாதிடும்போது, நீதிபதி க்ரம்ப், ஜூரிக்கு வழங்கிய தொகுப்பில் ஏதாவது ஓட்டையைக் கண்டுபிடித்து வழக்கில் ஜெயித்துவிட வேண்டும் என்று பார்த்தேன், ஆனால், என்னால் முடியவில்லை என்றார். அவ்வளவு பிரமாதமாக க்ரம்ப், ஜூரிக்கான தொகுப்பைத் தயார் செய்திருந்தார் என்று தன்னுடைய பாராட்டை க்ரம்ப்புக்குத் தெரிவித்தார் சைமன்.

தூக்குத் தண்டனை விதிக்கப்பட்டவர்களில், ஷாபி அகமது நாபி அகமது மற்றும் ஷாம்ராவ் ரேவ்ஜி டிக்ஹே ஆகியோர் தூக்கில் இடப்பட்டனர். புஷ்பஷீல் பல்வந்தராவ் போண்டே தனக்கு வழங்கப்பட்ட மரணத் தண்டனைத் தீர்ப்பைக் கேட்டுப் பைத்திய மாகிப் போனார். அதனால், அவரைத் தூக்கிலிடாமல் காவலி லேயே வைத்திருந்தது, அரசாங்கம்.

பாவ்லா கொலையும், அதன் வழக்கு விசாரணையும் மக்களால் சில ஆண்டுகள்வரை மறக்கவே முடியவில்லை. பத்திரிகைகளும், பாவ்லாவின் கொலைக்குக் காரணமான மும்தாஜைப் பற்றிய தகவல்களை மக்களுக்கு அடிக்கடி தெரிவித்த வண்ணம் இருந்தன. மக்களும், மும்தாஜ் பேகம் பாவ்லா கொலைக்குப் பிறகு எங்கிருக்கிறாள், என்ன செய்து கொண்டிருக்கிறாள் என்ற தகவல்களைத் தெரிந்து கொள்வதில் ஆர்வம் காட்டினர்.

ஆங்கிலேயர்கள் ஆட்சிக்கு உட்பட்ட பகுதியில் இவ்வளவு தைரியமாகக் குற்றம் செய்ய விளைந்த இந்தூர் சமஸ்தான ராஜா மூன்றாவது துக்கோஜி ராவ் ஹோல்கரை, ராஜ்ஜியப் பதவியைத் துறக்கச் செய்தது ஆங்கிலேய அரசு. அவருடைய மகன் எஷ்வந்த்ராவ் ஹோல்கர் புதிய அரசராகப் பதவியேற்றார். இந்தியா ஆங்கிலேயர்களிடமிருந்து விடுதலை அடைந்த பிறகு தன்னுடைய ராஜ்ஜியத்தை இந்தியாவுடன் சேர்த்தவர் இவர்தான். மும்தாஜ் பேகத்தின் வாழ்க்கை வரலாற்றை மையமாக வைத்து பாலிவுட்டில் ஒரே பாணியில் பல படங்கள் வெளியாகியிருக்கின்றன.

✦

3

பகூர் கொலை வழக்கு

'**ஏ**ழாம் அறிவு' படத்தில் டோங் லீ என்ற வில்லன், தெருநாய்க்கு ஓர் ஊசியைப் போட்டு, அதன் மூலம் தொற்றுவியாதியைப் பரப்பி பல உயிர்களைப் பலி வாங்குவான். இந்தத் தொற்று வியாதியின் சிகிச்சைக்கான மருந்து சீனர்களிடமிருக்கும். இந்தியாவில் இறந்து கொண்டிருப்பவர்களைக் காப்பாற்ற வேண்டுமானால், அதற்கு சீனாவின் உதவி தேவை. சீனா உதவி செய்யவேண்டும் என்றால், இந்தியா, சீனாவுக்கு அடிமையாக இருக்க வேண்டும். இது போன்று நுண்ணுயிரிகளைக் கொண்டு தாக்குதல் நடத்தி, ஒரு நாடு தனக்கு வேண்டியதை சாதித்துக் கொள்வதைத்தான் ஆங்கிலத்தில் Biological Warfare என்று அழைக்கப்படுகிறது. கத்தி, துப்பாக்கி போன்ற ஆயுதங்களைப் பயன்படுத்தி கொலை செய்வது போல், நுண்ணுயிரியைப் பயன்படுத்தியும் கொலை செய்யலாம். கொலைக்கான ஆயுதம் நுண்ணுயிரியாய் இருந்தால், அது Biological weapon என்று அழைக்கப்படுகிறது. நுண்ணுயிரியைக் கொண்டு தாக்குதல் புரிவது, குற்றம் இழைப்பது இன்று நமக்கு அறிமுகமான விஷயம். ஆனால், நுண்ணுயிரியைக் கொண்டு, ஒருவர் இந்தியாவில் நிஜமாகவே கொலை செய்யப்பட்டிருக்கிறார். அதுவும் எப்போது தெரியுமா? சுமார் 80 ஆண்டுகளுக்கு முன்பு.

பகூர் என்பது ஓர் ஊரின் பெயர். ஊர் என்று சொல்வதை விட, அது ஒரு பெரிய ஜமீன் என்று சொல்வது சரியாக இருக்கும். ஆங்கிலேயர்கள் ஆட்சியில், வங்காள மாகாணத்தின் ஒரு பகுதியாக

இருந்தது இந்த பகூர். இந்த ஜமீனை நிர்வகித்து வந்தவர்கள் பகூர் ராஜா வம்சத்தவர்கள். பகூர் ஒரு காலத்தில் முகலாயர்களின் கட்டுப்பாட்டில் இருந்தது. (இப்பொழுது இந்த பகூர், ஜார்கண்ட் மாநிலத்தில் உள்ள ஒரு மாவட்டம்.)

1929ம் ஆண்டு பகூரை நிர்வகித்து வந்த பகூர் ராஜா இறந்து விட்டார். அவருக்கு இரண்டு மகன்கள். ஒருவன் பெயர் பினயேந்திரநாத் பாண்டே. அவனுக்கு வயது 29. இன்னொருவன் அமரேந்திரநாத் பாண்டே. இவனுக்கு 16 வயது. இவர்கள் இருவருக்கும் தந்தை ஒன்று, ஆனால், தாய் வேறு. தந்தை இறந்த பிறகு, ஜமீன் சொத்துக்கு இருவரும் அதிபதியாகி விட்டனர். ஆனால், அமரேந்திரா மைனராக இருந்ததால், பினயேந்திரா ஜமீனை நிர்வகித்து வந்தான்.

பினயேந்திராவின் போக்குச் சரியில்லை. எப்பொழுதும் குடியும், கும்மாளுமுமாக இருந்தான். அவனுக்கு நாட்டியக்காரி பாலிக்க பாலாவின் தொடர்பு வேறு இருந்தது. இதனால், பினயேந்திரா வுக்கு அதிகமாகப் பணம் தேவைப்பட்டது. பல தில்லுமுல்லு களில் ஈடுபட்டான். அமரேந்திராவுக்குத் தெரியாமல் ஜமீன் சொத்துக்களை விற்றான். இதனால் அமரேந்திராவுக்கும், பினயேந்திராவுக்கும் அடிக்கடி சண்டை ஏற்பட்டது. ஆனால், அமரேந்திராவால் ஒன்றும் செய்யமுடியவில்லை, காரணம் அவன் மைனர்.

1931ம் ஆண்டு அமரேந்திரா மேஜர் ஆகிவிட்டான். குடும்பத்தார் அனைவரும் அமரேந்திராவுக்கு ஆதரவாக இருந்தனர். அதிலும் குறிப்பாக அமரேந்திராவின் அத்தை, அவள் பெயர் ராணி சுரவதி. அவள் டியோகர் ராஜ்ஜியத்தின் ராணி. அவளுக்கும் நிறைய சொத்து இருந்தது. அவளுடைய சொத்திலும், சகோதரர்களுக்குப் பின்னடை உரிமை (Reversionary Interest) இருந்தது. அதாவது, சுரவதிக்குப் பிறகு அவளுடைய சொத்துகள் சகோதரர்கள் இருவருக்கும் வந்து சேரும்.

மேஜரானதும் அமரேந்திரன் செய்த முதல் காரியம், ஜமீன் சொத்து தொடர்பாக, பல நபர்களுக்குப் பகர அதிகாரப் பத்திரத்தை (Power of Attorney) எழுதிக்கொடுத்தான். இதன் பொருட்டு சகோதரர் களுக்கு இடையே மறுபடியும் சண்டை ஏற்பட்டது. அப்போது, சகோதரர்களுக்கிடையே சொத்தைப் பிரித்துக்கொள்வதற்கான பேச்சு முன்வைக்கப்பட்டது. ஆனால், முடிவு எதுவும் எடுக்கப்பட

வில்லை.

1932ம் ஆண்டு துர்கா பூஜைக் கொண்டாட்டத்தின்போது, அமரேந்திரன் டியோகரில் உள்ள தன்னுடைய அத்தை வீட்டில் தங்கியிருந்தான். அப்போது அங்கு பினயேந்திரா, ஒரு கம்பவுண்டருடன் (மருந்து கலந்து கொடுப்பவர்) வந்தான். பினயேந்திரா தன்னுடைய தம்பிக்கு ஆசையாக ஒரு மூக்குக் கண்ணாடி வாங்கி வந்தது மட்டுமல்லாமல், அதை அவனே தன் தம்பிக்கு அணிவித்து விட்டான். என்ன ரொம்ப அழுத்தம் கொடுத்து மாட்டி விட்டான். அதனால் அமரேந்திராவுக்கு மூக்கில் ரத்தக் கசிவு ஏற்பட்டது. பின்னர் பினயேந்திரா சென்றுவிட்டான்.

சிறிது நாள்களில், அமரேந்திராவுக்குக் கடும் ஜுரம் ஏற்பட்டது. டாக்டர் சவுரேந்திரநாத் முகர்ஜி என்ற மருத்துவர் வரவழைக்கப் பட்டார். அவர், அமரேந்திராவைப் பரிசோதித்துவிட்டு அவனுக்கு டெட்டனஸ் காய்ச்சல் கண்டிருப்பதாகத் தெரிவித்தார். அமரேந்திராவுக்கு மருத்துவம் அளித்தார். அமரேந்திராவுக்கு ஆண்ட்டி டெட்டனஸ் (anti tetanus serum) ஊசி போடப்பட்டது.

சுரவதி, பினயேந்திராவுக்குத் தந்தி கொடுத்தார். பகூரிலிருந்து குடும்ப மருத்துவரை அழைத்து வரச் சொன்னார். ஆனால், குடும்ப மருத்துவரை அழைத்து வராமல், தாராநாத் பட்டாஜார்ஜி என்று கல்கத்தாவிலிருந்து ஒரு மருத்துவரை பினயேந்திரா அழைத்து வந்தான். அழைத்து வந்ததோடு அல்லாமல், தாராநாத்தை சவுரேந்திரநாத்தின் உதவியாளராக வைத்துக்கொள்ளுமாறு வற்புறுத்தினான். ஆனால், சவுரேந்திரநாத் அதற்குச் சம்மதிக்க வில்லை. மேலும், அமரேந்திராவுக்கு ஆண்ட்டி டெட்டனஸ் ஊசி போடவேண்டாம் என்று சவுரேந்திரநாத் வலியுறுத்தப்பட்டார். சவுரேந்திரநாத் அதற்கு ஒப்புக்கொள்ளவில்லை.

பினயேந்திரா விடவில்லை. இரண்டொரு நாளில் டாக்டர் துர்கா ரத்தன் தர் என்பவரை அழைத்து வந்து, சவுரேந்திரநாத் போடும் ஊசியுடன் ரத்தன் தர் கல்கத்தாவிலிருந்து கொண்டுவந்த ஊசியையும் அமரேந்திரநாத்துக்குப் போடும்படி வலியுறுத்தி னான். டாக்டர் ரத்தன் தர் கொண்டுவந்த ஊசி அமரேந்திராவுக்குப் போடப்பட்டது. இது போதாதென்று பினயேந்திரா, டாக்டர் சிவபாத பட்டாஜார்ஜி என்ற இன்னொரு மருத்துவரையும் அமரேந்திராவுக்கு மருத்துவம் அளிக்க அழைத்து வந்தான். ஆனால், சந்தேகம் அடைந்த குடும்பத்தார் அதற்கு ஒப்புக்கொள்ள

வில்லை. இதற்கிடையில் டாக்டர் ரத்தன் தர், அமரேந்திராவுக்கு ஊசி போட்ட இடம் கட்டியாகி சீழ் பிடித்திருந்தது. அதற்கும் சேர்த்து அமரேந்திராவுக்குச் சிகிச்சை அளிக்கப்பட்டது. எப்படியோ அமரேந்திரா 1933ம் ஆண்டு, ஏப்ரல் மாத வாக்கில் உடல் நலம் தேறி, உயிர் பிழைத்துக்கொண்டான். ஆனால், அமரேந்திராவுக்கு வழங்கப்பட்ட சிகிச்சையால், அவனுடைய இதயம் பாதிக்கப்பட்டிருந்தது.

பினயேந்திரா தன்னுடைய பேரிலும், தன்னுடைய சகோதரன் பெயரிலும் வாரிசுரிமைச் சான்றிதழ் பெற்று, அதன் மூலம் அலகா பாத்தில் பகூர் ஜமீனுக்கு வரவேண்டிய 13,000 ரூபாய் பணத்தைத் தானே வசூல் செய்துகொண்டான். இந்தச் சம்பவம் நடந்தது, 1933 ஜுன். விவரம் அறிந்த அமரேந்திரா, ஜமீன் சொத்தில் தன்னுடைய உரிமையைப் பாதுகாத்துக்கொள்ள வழக்கறிஞர்களை ஆலோசித் தான். பினயேந்திராவின்மீது வழக்கு தொடர்ந்து, ஜமீன் சொத்தைப் பிரிக்கப்போவதாக அறிவித்தான். பினயேந்திரா, அமரேந்திராவிடம் வழக்கு வம்பெல்லாம் வேண்டாம், நாம் சமாதானமாக போய் விடலாம். ஜமீன் சொத்தைச் சரிசமமாகப் பிரித்துக் கொள்ளலாம் என்று தெரிவித்தான். சொத்தைப் பிரித்துக்கொள்ளும் பொருட்டு, நீதிமன்றத்தில் சமரசத் தீர்ப்பாணை (Compromise Decree) பெறுவதற்காகச் சகோதரர்கள் 17,000 ரூபாய் பணத்தை நீதி மன்றத்தில் கட்டினார்கள்.

இதற்கிடையில் பினயேந்திரா என்ன நினைத்தானோ, நீதிமன்றத் தில் செலுத்திய 17,000 ரூபாய் பணத்தைத் திரும்பிப் பெற, மனுத் தாக்கல் செய்தான். இதை அறிந்த அமரேந்திரா, நீதிமன்றம் பினயேந்திராவுக்குப் பணத்தைத் திருப்பிக் கொடுக்கக் கூடாது என்று எதிர்மனு தாக்கல் செய்தான். சகோதரர்களுக்கு இடையே கருத்துவேறுபாடு முற்றியது.

பினயேந்திரா சுரவதியிடம், பகூரில் இருந்து அமரேந்திராவை கல்கத்தாவுக்கு வரவழைக்கும்படி வற்புறுத்தினான். ஆனால், சுரவதி அதற்கு மறுத்துவிடவே, சுரவதி அழைப்பதுபோல் தானே அமரேந்திராவுக்கு ஒரு தந்தி அனுப்பி, அவனை கல்கத்தாவுக்கு அழைத்தான்.

கல்கத்தாவுக்கு வந்த அமரேந்திராவிடம், சொத்தைப் பிரிக்கும் விவகாரத்தை எடுத்தான் பினயேந்திரா. ஆனால், அமரேந்திரா சொத்தைப் பிரிப்பதைப்பற்றி கல்கத்தாவில் பேசவேண்டாம்.

பகூரில் பேசிக் கொள்ளலாம் என்று சொல்லிவிட்டான்.

பின்னர், அமரேந்திரா தன்னுடைய சொந்தக்காரப் பெண்ணான ஜோதிர்மாயி உடன், கல்கத்தாவில் உள்ள பூர்ணா தியேட்டரில் படம் பார்க்கச் சென்றான். அப்போது தியேட்டரின் வெளியே சந்தேகத்துக்கு இடமளிக்கும் வகையில், உயரம் குறைவான மனிதன் ஒருவன் சுற்றிக்கொண்டிருந்தான். அவன் கருப்பான தோற்றத்துடன் இருந்தான். அவனுடைய முகம் அரைகுறையாகப் போர்வையால் மூடப்பட்டிருந்தது. அவ்வப்போது, சந்தேகத்துக்கு இடமளித்த அந்த மனிதனும் பினயேந்திராவும் ஒன்றாக காணப் பட்டனர்.

சுரவதியும், அமரேந்திராவும் கல்கத்தாவை விட்டுப் புறப்படத் தயாரானர். இந்த விவரத்தை அறிந்து கொண்ட பினயேந்திரா, அவர்களை வழியனுப்ப ஹவுரா ரயில் நிலையத்துக்கு வந்தான். அன்று, நவம்பர் 26ம் தேதி (1933). அமரேந்திராவையும், சுரவதியையும் வழியனுப்ப குடும்பத்தைச் சேர்ந்த மற்றவர்களும், நண்பர்களும் ரயில் நிலையத்துக்கு வந்திருந்தனர். ஹவுரா ரயில் நிலையத்தில், பினயேந்திராவைப் பார்த்ததும் அனைவருக்கும் ஆச்சரியம். அமரேந்திரா ரயில் நிலையத்தில், பிளாட்பாரத்துக்குச் செல்வதற்காக உள்ளே நுழைந்தான். அப்போது அவனுடைய வலது கையில் சுரீர் என்று ஏதோ குத்தியதை உணர்ந்தான். அந்தச் சமயத்தில் அவனைத் தாண்டி ஒருவன் சென்றான். அவன் வேறு யாருமில்லை. பூர்ணா தியேட்டரில் சுற்றிக்கொண்டிருந்தானே அதே குள்ள உருவம், கருப்பு நிறம். முகம் அரைகுறையாக போர்வையால் சுற்றப் பட்டிருந்தது.

அமரேந்திரா சட்டைக் கையை விலக்கி தன்னுடைய வலது கையைப் பார்த்தான். குத்தப்பட்ட அடையாளம் இருந்தது. அதை தன்னை வழியனுப்ப வந்தவர்களிடம் காட்டினான். அமரேந்திராவின் சொந்தக்காரர்களில் ஒருவனான கமலா பிரசாத் பாண்டே, 'இதில் ஏதோ சதி இருக்கிறது, நீ பகூருக்குப் போக வேண்டாம். கல்கத்தாவில் ரத்தப் பரிசோதனை செய்துவிடலாம்' என்று அமரேந்திராவிடம் தெரிவித்தான். ஆனால், அதற்குள் அங்கிருந்த பினயேந்திரா, கமலா பிரசாத்தைப் பார்த்து 'ஒன்றுமில்லாத ஒரு சிறிய விஷயத்தை ஏன் பெரிதுபடுத்த வேண்டும், பூச்சி ஏதாவது கடித்திருக்கும்' என்று கூறிவிட்டு, 'அமரேந்திரா நீ புறப்படு' என்று வழியனுப்பி வைத்தான்

(ஒரேயடியாக வழியனுப்பி வைத்தான்).

பகூருக்குச் சென்ற அமரேந்திராவின் உறவினர்களுக்கு ஒரே கவலையாக இருந்தது. அதே சமயத்தில் கமலா பிரசாத்திடமிருந்து ஒரு அவசரக் கடிதமும் வந்தது. அதில் அவர், 'ஹவுரா ரயில் நிலையத்தில் நடந்த சம்பவம் தனக்குத் தற்செயலாக நடந்ததாக தெரியவில்லை, இதில் சூழ்ச்சி ஏதோ இருப்பதாக தெரிகிறது. அதனால் அமரேந்திரா உடனே கல்கத்தா வந்து தன்னுடைய ரத்தத்தைப் பரிசோதனை செய்து கொள்ளவேண்டும்' என்று வேண்டிக் கொண்டார். மற்றவர்களும் அதே கருத்தைக் கொண்டிருந்தனர். அதனால் அமரேந்திரா, நவம்பர் 26ம் தேதி மறுபடியும் கல்கத்தா வந்திறங்கினான்.

கல்கத்தா வந்த அமரேந்திராவை, டாக்டர் நளினி ராஜன் சென் குப்தா சோதனை செய்தார். அமரேந்திராவின் கையில், Hypodermic needle என்னும் தோலுக்கு அடியில் கீழ்ப்புறமாக மருந்துபோட பயன்படுத்தப்படும் ஊசி குத்தப்பட்டிருப்பதாக தெரிவித்தார்.

டாக்டர் நளினி ராஜன், அமரேந்திராவை உடனே ரத்தப் பரிசோதனை செய்து கொள்ளுமாறு அறிவுறுத்தினார். நவம்பர் 30ம் தேதி, அமரேந்திராவிடமிருந்து ரத்தம் எடுக்கப்பட்டு, Blood culture பரிசோதனைக்கு அனுப்பி வைக்கப்பட்டது. ஆய்வுக் கூடத்தில் இருந்து பரிசோதனை அறிக்கை வருவதற்கு முன்னரே, அமரேந்திரா டிசம்பர் 4 ம் தேதி மரணமடைந்தான்.

அமரேந்திராவின் உடலிலிருந்து எடுக்கப்பட்ட ரத்தம் எலிகளுக்குப் போடப்பட்டது. எலிகளுக்கு பூனிக் பிளேக் (Bubonic plague) என்ற நோய் தோன்றியது. பிளேக் ஒரு கொடிய நோய். உலகம் முழுக்க பலரைக் கொன்றிருக்கிறது.

ஆனால், அந்தச் சமயத்தில், கல்கத்தாவில் பிளேக் நோயால் பாதிக்கப்பட்டவர்கள் இருந்ததாக எந்தத் தகவலும் இல்லை. அமரேந்திரா பிளேக் நோயால் இறந்ததற்குச் சுமார் 5 வருடங்களுக்கு முன்னர் ஒருவர் பிளேக் நோயால் இறந்ததாக, அரசாங்கக் குறிப்பில் இருந்தது. அமேரேந்திரா பிளேக் நோய் தாக்கி இறந்திருக்கிறான் என்ற தகவல், சுகாதார துறைக்குத் தெரிவிக்கப் பட்டது. அமரேந்திராவின் உடல் தகனம் செய்யப்பட்டது. ஈமக் காரியங்கள் செய்து முடிக்கப்பட்டன.

அமரேந்திராவின் உறவினர்களுக்கு, அமரேந்திராவின் சாவில் ஏதோ மர்மம் இருப்பதாகவே தோன்றியது. பல யோசனைகளுக்குப் பிறகு, அமரேந்திராவின் உறவினர் கமலா பிரசாத் பாண்டே, ஜனவரி 22ம் தேதி, 1934ம் ஆண்டு, காவல் துறை துணை ஆணையரிடம் புகார் ஒன்றை அளித்தார்.

வழக்கு, கல்கத்தா காவல் துறையின் துப்பறியும் பிரிவுக்கு மாற்றப்பட்டது. அப்போது, துப்பறியும் அதிகாரியாக இருந்தவர் லெ பிராக் என்ற ஆங்கிலேயர். அவர் நன்கு அனுபவமுள்ள, கை தேர்ந்த துப்பறியும் நிபுணர். லெ பிராக்கின் விசாரணையில், ஆச்சரியமூட்டும் பல புதிய தகவல்கள் கிடைத்தன.

அமரேந்திராவின் அண்ணனான பினயேந்திராவும், டாக்டர் தாராநாத்தும் நெருங்கிய நண்பர்கள். அது மட்டுமல்ல, டாக்டர் தாராநாத்தின் மூலமாகத்தான், பினயேந்திராவுக்கு நாட்டியக்காரி பாலிகாம்பாவின் தொடர்பு ஏற்பட்டது. டாக்டர் தாராநாத் நுண்ணுயிரிகள் ஆராய்ச்சியில் நிபுணர். அமரேந்திரா, பகூர் ஜமீன் சொத்து தொடர்பாக, பல பேருக்கு பவர் அதிகாரம் எழுதிக் கொடுத்த அதே நாளில், தாராநாத் பம்பாயில் உள்ள ஹாஃப்கைன் இன்ஸ்டிட்யூட்டுக்கு (Haffkine Institue, இந்த ஸ்தாபனத்தை நிறுவியர் ஒரு ரஷ்ய யூதர்.) ஓர் அவசரத் தந்தியை அனுப்பி, தன்னுடைய ஆராய்ச்சிக்கு, ஆய்வுக் கூடத்தில் வளர்க்கப்பட்ட உக்கிரமான பிளேக் கிருமி (virulent plague culture) வேண்டும் என்று தெரிவித்திருந்தார்.

ஆனால், ஹாஃப்கைன் இன்ஸ்டிட்யூட், வங்காளத்தின் ஜெனரல் சர்ஜனின் அனுமதி இருந்தால் மட்டுமே, பிளேக் கல்ச்சரைத் தருவோம் என்று பதிலளித்தது. தாராநாத், கல்கத்தாவில் டாக்டர் உகில் என்பவரைச் சந்தித்து, தான் பிளேக் நோய்க்கு மருந்து கண்டுபிடித்திருப்பதாகவும், அதை பிளேக் கல்ச்சர் கொண்டு சோதனை செய்யவிருப்பதாகவும், அதை டாக்டர் உகிலின் கீழ் அவருடைய ஆய்வுக் கூடத்திலே செய்யவேண்டும் என்று தன்னுடைய விருப்பத்தைத் தெரிவித்திருக்கிறார். டாக்டர் உகிலும் தாராநாத்தை, தன்னுடைய ஆய்வுக் கூடத்தில் தனக்குக் கீழ் ஆராய்ச்சி செய்ய அனுமதித்தார். ஹாஃப்கைன் இன்ஸ்டிட்யூடிலிருந்து பிளேக் கல்ச்சர் வரவழைக்கப்பட்டது. ஆனால், அதை தாராநாத் தனியே பயன்படுத்த அனுமதிக்கப்படவில்லை. உகிலின் ஆய்வுக் கூடத்தில், ஹாஃப்கைன் இன்ஸ்டிட்யூடிலிருந்து தருவிக்கப்பட்ட கல்ச்சரிலிருந்து மேலும் சில கல்ச்சர்கள்

உருவாக்க முயற்சி செய்யப்பட்டது. ஆனால், ஒன்றும் நடக்கவில்லை. அதனால் ஹாஃப்கைன் இன்ஸ்டிட்யூடிலிருந்து கொண்டுவரப்பட்ட கல்ச்சர் அழிக்கப்பட்டது.

தாரநாத் உகிலிடம், மீண்டும் ஒருமுறை பிளேக் கல்ச்சரை வைத்து ஆராய்ச்சி செய்யவேண்டும் என்று தன்னுடைய விருப்பத்தைத் தெரிவித்தார். ஆனால், அதற்கு உகில் ஒப்புக்கொள்ளவில்லை. அதற்குப் பதிலாக உகில் தாரநாத்துக்காக, ஹாஃப்கைன் இன்ஸ்டிட்யூட்டுக்கு ஒரு சிபாரிசுக் கடிதம் கொடுத்து, டாக்டர் தாராநாத் தன்னுடைய கண்டுபிடிப்புத் தொடர்பாக ஆய்வு செய்வதற்கு ஹாஃப்கைன் இன்ஸ்டிட்யூட் வசதி செய்து கொடுக்குமாறு கேட்டுக்கொண்டார்.

இதையடுத்து, பினயேந்திரா பம்பாய்க்கு கிளம்பிச் சென்றான். அங்கு ரத்தான் சலாரியா என்ற ஒரு வழிகாட்டுபவரை (கைடு) நியமித்துக் கொண்டான் (பின்னர் இந்த ரத்தான் சலாரியாதான் நீதிமன்றத்தில் பினயேந்திராவும், தாராநாத்தும் எங்கெங்கெல்லாம் சென்றார்கள் என்று சாட்சியம் அளித்தான்). ஹாஃப்கைன் இன்ஸ்டிட்யூடில் வேலை பார்த்த டாக்டர் நாயுடுவைத் தொடர்பு கொண்டான். தாராநாத்துக்கு வழங்கப்பட்ட சிபாரிசு கடிதத்தைக் காட்டினான். பினயேந்திரா, நாயுடுவிடம், தான் தன்னுடைய நண்பர் ஒருவரின் ஆராய்ச்சிக்கு ஒத்துழைக்கும் நோக்கில் பம்பாய்க்கு வந்திருப்பதாகவும் தெரிவித்தான். டாக்டர் நாயுடு, ஹாஃப்கைன் இன்ஸ்டிட்யூட் இயக்குனரின் அனுமதி இல்லாமல் எந்த உதவியும் செய்யமுடியாது என்று திருப்பி அனுப்பிவிட்டார்.

சிறிது நாள்கள் கழித்து பினயேந்திரா மறுபடியும் பம்பாய்க்குச் சென்றான். இம்முறை லஞ்சம் கொடுத்தாவது, எப்படியாவது பிளேக் கல்ச்சரை வாங்கிவிட வேண்டும் என்று முயற்சி செய்தான். ஹாஃப்கைன் இன்ஸ்டிட்யூடில் வேலை பார்த்த டாக்டர் நாகராஜன் மற்றும் டாக்டர் சாத்தேவைச் சந்தித்தான். ஆனால், அவனால் ஒன்றும் சாதிக்க முடியவில்லை. இறுதியாக டாக்டர் நாகராஜன் மூலமாக, பம்பாய் அர்தர் ரோடில் உள்ள தொற்று நோய் மருத்துவமனையில் பிளேக் கல்ச்சர் கிடைக்கும் என்று அவனுக்குத் தகவல் கிடைத்தது.

பினயேந்திரா, பம்பாய் அர்தர் ரோடில் உள்ள தொற்று நோய் மருத்துவமனைக்குச் சென்றான். அங்கு மருத்துவமனை மேலதிகாரி டாக்டர் பாட்டேலைப் பார்த்து, எப்படியோ தன்னுடைய நண்பர் தாராநாத், தொற்று நோய் மருத்துவமனையின்

ஆய்வுக் கூடத்தில் ஆராய்ச்சி செய்யும் அனுமதியைப் பெற்றுவிட்டான். டாக்டர் பாட்டேல் தன்னுடைய உதவியாளரான டாக்டர் மேத்தாவிடம், கல்கத்தாவிலிருந்து வரும் டாக்டர் தாராநாத்துக்கு அனைத்து உதவிகளையும் செய்து தருமாறு உத்தரவிட்டார்.

தாராநாத், பம்பாய் வந்து இறங்கினார். தாராநாத் கேட்டுக் கொண்டதின் பேரில் டாக்டர் மேத்தா, டாக்டர் பாட்டேலின் மூலம் ஹாஃப்கைன் இன்ஸ்டிட்யூடிலிருந்து பிளேக் கல்ச்சரை வரவழைத்தார். டாக்டர் மேத்தா, வரவழைக்கப்பட்ட பிளேக் கல்ச்சரிலிருந்து மாதிரிகளை எடுத்து தாரநாத்துக்குக் கொடுத்தார். தாராநாத், அர்தர் ரோடு தொற்று நோய் மருத்துவமனை ஆய்வுக் கூடத்தைச் சுதந்தரமாகப் பயன்படுத்த அனுமதிக்கப்பட்டார். தாராநாத் தனக்குக் கிடைத்த பிளேக் கல்ச்சரை வைத்து எலிகளுக்கு ஊசி போட்டார். எலிகள் செத்து மடிந்தன. பிறகென்ன! பினயேந்திராவும், தாராநாத்தும் எதற்காக பம்பாய் வந்தார்களோ, அந்த லட்சியம் ஈடேறி விட்டது.

1933 ஜூலை 12ம் தேதி, தாராநாத்தும் பினயேந்திராவும், தங்களுக்குத் தேவைப்பட்ட பிளேக் கல்ச்சரை எடுத்துக்கொண்டு கிளம்பினர். கிளம்பும் முன் டாக்டர் மேத்தாவிடம் ஏதாவது சொல்லியாக வேண்டுமே? தனக்கு கல்கத்தாவில் முக்கியமான அலுவல் வந்திருக்கிறது, அதை முடித்துவிட்டுத் திரும்புவதாக தாராநாத் சொன்னார். கட்டாயமாக டாக்டர் பாட்டேலுக்குத் தன்னுடைய நன்றியைத் தெரிவிக்கும்படி தாராநாத், டாக்டர் மேத்தாவைக் கேட்டுக்கொண்டார்.

போனவர்கள் போனவர்கள்தான். அப்புறம் பம்பாய் பக்கம் திரும்பியே பார்க்கவில்லை. பிளேக் நோய்க்கு மருந்தும் கண்டு பிடிக்கவில்லை. ஆனால், பம்பாயைவிட்டுக் கிளம்புவதற்கு முன் பினயேந்திரா, தன்னுடைய ஆசைத் தம்பி அமரேந்திராவுக்காக 51,000 ரூபாய்க்கு ஆயுள் காப்பீடு பாலிஸி ஒன்றை எடுக்க முயன்றான். ஆனால், ஆயுள் காப்பீட்டு நிறுவனம், பினயேந்திரா கேட்ட பாலிஸியைக் கொடுக்க முடியாது என்று தெரிவித்தது. காரணம் பினயேந்திரா முன்வைத்த நிபந்தனைதான். அப்படி என்ன நிபந்தனை? அமரேந்திரா இறந்த பிறகு, எந்தக் காரணத்தைக் கொண்டும் ஆயுள் காப்பீட்டு நிறுவனம், பாலிஸி செல்லாது என்று நீதிமன்றத்தில் வழக்கு தொடரக்கூடாது. எப்படி இருக்கிறது பாருங்கள்.

அப்புறம் என்ன நடந்தது என்பதைத்தான் நாம் முன்பே பார்த்தோம்.

காவல் துறை பினயேந்திராவையும், டாக்டர் தாராநாத்தையும் கைது செய்தது. கூடவே டாக்டர் துர்கா ரத்தன் தர் மற்றும் டாக்டர் சிவபாத பட்டா ஜார்ஜியையும் கைது செய்தது. அவர்கள்தானே, முன்னொரு சமயம் பினயேந்திரா சொன்னதின் பேரில், அமரேந்திராவுக்கு ஏதோ ஒரு ஊசியைப் போட்டு, அமரேந்திராவின் உடல் நலிவடையச் செய்தனர். ஆனால், காவல் துறையால் முக்கியமான ஓர் ஆளைக் கைது செய்யமுடியவில்லை. அதுதான், முகத்தை அரைகுறையாகப் போர்த்திக்கொண்டு திரிந்த, அந்தக் கருத்த குள்ள உருவம். அவன்தான் அமரேந்திராவுக்கு ஊசி போட்டவன்.

நீதிமன்றத்தில் காவல் துறை, மேற்சொன்ன நான்கு பேர் மீதும் குற்றப் பத்திரிகை தாக்கல் செய்தது. வழக்கு விசாரணையின்போது, குற்றம்சாட்டப்பட்டவர்கள் தங்கள் குற்றத்தை ஒப்புக் கொள்ளவில்லை. கிரிமினல் வழக்குகளில் அரசுத் தரப்புதான், குற்றம் சாட்டப்பட்டவர்களின் மீதான குற்றத்தை நிரூபிக்க வேண்டும்.

அரசுத் தரப்பில் நடந்த குற்றத்தை நிரூபிக்க நிறைய ஆதாரங்களைத் திரட்டியிருந்தாலும், குற்றம் சாட்டப்பட்டவர்கள் தரப்பில் சில முக்கிய கேள்விகள் எழுப்பப்பட்டன.

1. ஹவுரா ரயில் நிலையத்தில், அமரேந்திராவுக்கு பிளேக் ஊசி போட்டதாக சொல்லப்படும் நபரைக் காவல் துறையால் கைது செய்யமுடியவில்லை. பினயேந்திராவின் தூண்டுதலின் பேரில்தான், அந்த மர்ம நபர் அமரேந்திராவுக்கு ஊசி போட்டார் என்று நிரூபிக்க ஆதாரம் எதுவுமில்லை.

2. அமரேந்திரா பூச்சி கடித்துக்கூட இறந்திருக்கலாம். மரண மடைந்த அமரேந்திராவின் உடல் போஸ்ட் மார்ட்டம் (பிணப் பரிசோதனை) செய்யப்படவில்லை. போஸ்ட் மார்ட்டம் செய்யாமலே, அமரேந்திராவின் உடல் தகனம் செய்யப் பட்டது.

3. சம்பவம் நடப்பதற்கு இரண்டு மாதங்களுக்கு முன்னர்தான், அமரேந்திராவின் சகோதரி கண்ணன்பாலா என்பவர் மம்ஸ் (mumps), கழுத்தில் ஏற்படும் ஒரு வீக்க வியாதியால் பாதிக்கப்பட்டு இறந்துபோயிருக்கிறார். கண்ணன்பாலாவின்

மூலமாகக்கூட அமரேந்திராவுக்கு நோய் தொற்றி, அதன் தாக்குதலால் அமரேந்திரா இறந்திருக்கக்கூடும்.

4. பினயேந்திராவுக்கு சினிமாவில் நடிக்க வேண்டும் என்று விருப்பம். அதன் பொருட்டுதான், அவர் அடிக்கடி பம்பாய் சென்றிருக்கிறார்.

5. தாராநாத், நுண்ணுயிரிகள் ஆராய்ச்சியில் நிபுணர். அவர் பிளேக் நோய்க்கு மருந்து கண்டுபிடிப்பதற்காகத்தான், பிளேக் கல்ச்சரைத் தேடி அலைந்திருக்கிறார். அந்தச் சமயத்தில் பம்பாய்க்கு அடிக்கடி சென்று வந்த பினயேந்திரா, தன்னுடைய நண்பனுக்கு உதவி செய்யும் வகையில் செயல்பட்டிருக்கிறார். இதற்கு உள்நோக்கம் கற்பிப்பது தவறு.

இதற்குப் பதிலளிக்கும் வகையில் அரசுத் தரப்பு பின்வரும் வாதத்தை முன்வைத்தது.

1. அமரேந்திராவுக்கும், பினயேந்திராவுக்கும் பகூர் ஜமீன் சொத்து சம்பந்தமாக அடிக்கடி சண்டை நடந்திருக்கிறது. இது தொடர்பாக இவர்களது உறவினர்கள் சாட்சியம் அளித்திருக்கின்றனர்.

2. பினயேந்திரா, பம்பாயில் எந்த சினிமா கம்பெனிக்கும் அல்லது ஸ்டுடியோவுக்கும் செல்லவில்லை என்று அவனுக்கு பம்பாயில் வழிகாட்டியாக செயல்பட்ட ரத்தன் சார்லியா சாட்சியம் தெரிவித்திருக்கிறான்.

3. தாராநாத், பிளேக் நோய்க்கு மருந்து கண்டிபிடித்ததற்கான ஆதாரம் எதுவும் இல்லை. தாராநாத்தின் ஆராய்ச்சிக்கு உதவிய டாக்டர் உகில் மற்றும் டாக்டர் மேத்தா ஆகிய இருவரும் தாராநாத் எதையும் கண்டுபிடிக்கவில்லை என்று சாட்சியம் அளித்துள்ளனர்.

4. அமரேந்திரா பிளேக் நோயால் இறந்த தருவாயில், வங்காள மாகாணத்தில் வேறு யாரும் பிளேக் நோயால் பாதிக்கப்பட்டு இறக்கவில்லை. அந்தச் சமயத்தில் பிளேக் நோய் தொற்று நோயாகப் பரவவில்லை.

5. பினயேந்திராவுக்கு, அமரேந்திராவைக் கொலை செய்ய வேண்டும் என்ற நோக்கம் இருந்திருக்கிறது. பினயேந்திராவின் நோக்கம் நிறைவேற, தாராநாத் உதவியிருக்கிறார். இதன்

பொருட்டுதான், இருவரும் பம்பாய் சென்று பிளேக் கிருமியை கல்கத்தாவுக்குக் கொண்டு வந்திருக்கின்றனர்.

6. ஜுலையில் கொண்டுவரப்பட்ட பிளேக் கிருமியை நவம்பர் வரை அழியாமல் பாதுகாக்கமுடியும் என்று சாட்சியம் அளிக்கப்பட்டிருக்கிறது.

7. சந்தர்ப்பச் சூழ்நிலை, சாட்சியங்கள் எல்லாம், குற்றம் சாட்டப் பட்ட பினயேந்திராவுக்கும், தாராநாத்துக்கும் எதிராகவே இருக்கின்றன. எனவே குற்றம் சாட்டப்பட்டவர்கள்தான், இந்தக் கொலையைச் செய்திருக்க முடியும்.

அரசுத் தரப்பின் வாதத்தை ஏற்றுக்கொண்ட ஜுரி பினயேந் திராவையும், தாராநாத்தையும் குற்றவாளிகளாக அறிவித்தது. ஆனால், மற்ற இருவரையும், அதாவது துர்கா ரத்தன் தர்ரையும், சிவபாத பட்டாஜார்ஜியையும் நிரபராதி என்று அறிவித்தது. அதற்குக் காரணம், மருத்துவ நிபுணர்கள் நீதிமன்றத்தில் சாட்சியம் அளிக்கையில், டெட்டனஸ் நோய் தாக்கியவர்களுக்கு இழுப்பு வரும்; அந்தச் சமயத்தில் வலிப்பையையும், வலியையும் குறைப்பதற்காக மார்பைன் (morphine) கொடுக்கப்படுவது சகஜம்தான், அதில் ஒன்றும் தவறில்லை என்று கூறினர். அதைத்தான் துர்கா ரத்தன் தர்ரும், சிவபாத பட்டாஜார்ஜியும் செய்திருக்கிறார்கள். இதைக் குற்றம் என்று சொல்லமுடியாது. அதனால், அவர்கள் மேல் சுமத்தப்பட்ட கொலைக் குற்றம் ஏற்புடையதல்ல என்று ஜுரி முடிவெடுத்தது.

ஜுரியின் முடிவை ஏற்றுக்கொண்ட நீதிபதி, துர்கா ரத்தன் தர்ரையும், சிவபாத பட்டாஜார்ஜியையும் விடுதலை செய்தார். பினயேந்திராவுக்கும், தாராநாத்துக்கும் அமரேந்திராவைக் கொலை செய்ததற்காக மரணத் தண்டனை விதிக்கப்பட்டது. 1934 மே-யில் தொடங்கிய விசாரணை, 1935 பிப்ரவரியில் முடிவடைந்தது. அதாவது 10 மாதத்துக்குள்ளாக, விசாரணை முடிந்து தண்டனையும் வழங்கப்பட்டது.

ஒரு வழக்கில் குற்றவாளிகளுக்குத் தூக்குத் தண்டனை விதிக்கப் பட்டால், அதை உயர் நீதிமன்றத்தில் இரண்டு நீதிபதிகள் கொண்ட பெஞ்ச் உறுதி செய்ய வேண்டும். பகூர் கொலை வழக்கிலும், குற்றவாளிகளுக்கு வழங்கப்பட்ட தண்டனையை உறுதி செய்யும் பொருட்டு, கல்கத்தா உயர் நீதிமன்றத்துக்கு வழக்கு அனுப்பப் பட்டது. அதே சமயத்தில் தூக்குத் தண்டனை விதிக்கப்பட்ட

குற்றவாளிகளான பினயேந்திராவும், தாராநாத்தும் தங்கள்மீது விதிக்கப்பட்ட தீர்ப்பை எதிர்த்து, கல்கத்தா உயர் நீதிமன்றத்தில் மேல்முறையீடு செய்தனர்.

தூக்குத் தண்டனையை உறுதி செய்ய அனுப்பப்பட்ட வழக்கையும், குற்றவாளிகளின் சார்பில் தாக்கல் செய்யப்பட்ட மேல்முறையீட்டு வழக்கையும், ஒரு சேர விசாரித்த கல்கத்தா உயர் நீதிமன்றம், சந்தர்ப்ப சாட்சியங்களின் அடிப்படையில்தான், குற்றம் சாட்டப்பட்டவர்களின் மீதான குற்றம் நிருபிக்கப்பட்டிருக்கிறது, இவர்கள் குற்றம் இழைத்தற்கான நேரடிச் சாட்சிகள் இல்லாத காரணத்தினால், குற்றவாளிகளுக்கு வழங்கப்பட்ட மரணத் தண்டனையை ரத்து செய்து, குற்றவாளிகளுக்கு ஆயுள் முழுவதும் நாடு கடத்தப்பட்டுச் சிறையில் அடைக்கப்படவேண்டும் என்ற தண்டனையை விதித்தது.

ஆங்கிலேய அரசாங்கத்தால் பினயேந்திராவுக்கு வழங்கப்பட்ட தண்டனையை நிறைவேற்ற முடியவில்லை. காரணம் பினயேந்திரா, காவல் துறையில் சரணடையாமல் தப்பித்து போய், தன்னுடைய ராஜ்ஜியத்தில் ஒளிந்து கொண்டான். பின யேந்திராவைக் கைது செய்ய ராணுவத்தை அனுப்பியது ஆங்கிலேய அரசு. பகூர் ராஜ்ஜியத்துக்குள் நுழைந்தது ராணுவம். ராணுவத்துடன் தன்னுடைய பாட்சா பலிக்காது என்று உணர்ந்த பினயேந்திரா, தற்கொலை செய்து கொண்டான். டாக்டர் தாராநாத், நாடு கடத்தப்பட்டுச் சிறையில் அடைக்கப்பட்டார்.

இவ்வாறாக, பகூர் கொலை வழக்கு முடிவடைந்தது.

✦

4

லட்சுமி காந்தன் கொலை வழக்கு

1940களில் இவர் தான் திரையுலக சூப்பர் ஸ்டார். இவருடைய வெண்கலக் குரலுக்கு மக்கள் அடிமை. இவர் மேடையிலோ அல்லது திரையிலோ பாடினால் மக்கள் மெய் மறந்து போவர். இவருடைய ஹரிதாஸ் படம் சென்னை பிராட்வே திரையரங்கில் சுமார் 700 நாட்கள் ஓடி பெரும் சாதனை படைத்தது. இவர் காரில் போகும் போது கூட மக்கள் வழி மறித்து காரை நிறுத்தி இவரைப் பாடச் சொல்லிக் கேட்பார்கள். இவர் நடித்து வெளியாகிய சிந்தாமணி படத்தைத் திரையிட்ட ராயல் டாக்கீஸ், அதனால் கிடைத்த வசூலை வைத்தே சொந்தமாக தியேட்டர் ஒன்றை வாங்கி அதற்கு 'சிந்தாமணி தியேட்டர்' என்றே பெயரிட்டனர்.

திவான் பகதூர் என்று பட்டம் பெற்ற திரையுலகைச் சேர்ந்த ஒரே நடிகர் இவர்தான். இவர் குரல்போல் இவருடைய சிகை அலங்காரமும் பிரபலமானது. இளைஞர்கள் எல்லாம் இவரைப் போலவே சிகை அலங்காரம் செய்து கொண்டனர். அம்மாதிரி ஸ்டைலுக்கு 'பாகவதர் ஸ்டைல்' என்று பெயர். இப்பொழுது தெரிகிறதா நான் யாரைப் பற்றி இவ்வளவு நேரம் விவரித்தேன் என்று. தியாகராஜ பாகவதரைப்பற்றித்தான். இவருக்கு இவ்வளவு பீடிகை கொடுப்பதற்குக் காரணம் உண்டு. தங்கத் தட்டில் உணவு உண்ட அவ்வளவு பெரிய சூப்பர் ஸ்டாரின் வாழ்க்கை ஒரு கொலை வழக்கால் தலைகீழாக மாறிப் போனது. அதுதான் 'லட்சுமி காந்தன் கொலை வழக்கு'.

இந்த வழக்கைப் பற்றி நாம் தெரிந்து கொள்வதற்கு முன்னர் இந்த வழக்கில் குற்றம் சாட்டப்பட்ட இன்னொரு நபரைப் பற்றியும் நாம் தெரிந்துகொள்ள வேண்டும். அவர்தான் கலைவாணர் என்று அனைவராலும் அழைக்கப்பட்ட என்.எஸ். கிருஷ்ணன். வில்லுப் பாட்டுக் கலைஞர். சிறந்த நகைச்சுவை நடிகர். வில்லுப்பாட்டு, மேடை நாடகம், திரையுலகம் என்று அனைத்துத் துறைகளிலும் பிரசித்திப் பெற்றவர். திரைப்படத்தில் அவர் நடித்த நகைச்சுவைக் காட்சிகளுக்கு அவரே வசனம் எழுதினார். சுமார் 150 திரைப் படங்களில் நடித்திருக்கிறார். இவர் நடித்த பல படங்களில் இவருக்கு ஜோடியாக நடித்த டி.எம்.மதுரம், கலைவாணரின் நிஜ வாழ்க்கையிலும் துணைவியாக ஆனார்.

இப்படி திரைவானில் வெற்றிக்கொடி கட்டிப் பறந்துகொண்டிருந்த இவர்களது வாழ்க்கையை, லட்சுமிகாந்தன் கொலை வழக்கு என்ற சுனாமி ஒன்று பலமாகத் தாக்கியது.

யார் இந்த லட்சுமிகாந்தன்? இன்றைய மஞ்சள் பத்திரிகைகளுக் கெல்லாம் முன்னோடியாகத் திகழ்ந்த 'சினிமா தூது' என்கிற மஞ்சள் பத்திரிகையைத் தொடங்கி வெற்றிகரமாக நடத்தி வந்தவன்.

சினிமா தூதில் சினிமாவைப் பற்றிய விமர்சனம் மட்டுமல்ல, சினிமாக்காரர்களைப்பற்றிய விமர்சனமும் இடம் பெற்றது. பரபரப்பான கிசுகிசுக்கள், எந்த நடிகருக்கும் எந்த நடிகைக்கும் தொடர்பு போன்ற சுவாரசியமான செய்திகள் சினிமா தூதில் இடம் பெற்றன. நடிகர், நடிகைகளுடைய தனிப்பட்ட வாழ்க்கை ரகசியங்கள் என்ற பெயரில் பல புனைவுகள் தயார் செய்யப்பட்டு அச்சில் ஏற்றப்பட்டன. அதனால் பல நடிகர், நடிகைகளின் சமூக அந்தஸ்திற்குப் பங்கம் ஏற்பட்டது.

இதற்கு முடிவு கட்டும் விதமாக தியாகராஜ பாகவதர் (பாகவதர்), என்.எஸ். கிருஷ்ணன் மற்றும் பிரபலத் திரைப்படத் தயாரிப்பாளர் மற்றும் இயக்குநரான ஸ்ரீராமுலு நாயுடு ஆகியோர், அன்றைய சென்னை மாகாண ஆளுநரான ஆர்தர் ஆஸ்வால்ட் ஜேம்ஸ் ஹோப்பைச் சந்தித்து லட்சுமிகாந்தனுக்கு வழங்கப்பட்ட சினிமா தூது பத்திரிகையின் உரிமத்தை ரத்துச் செய்யவேண்டும் என்று ஒரு மனுவைச் சமர்ப்பித்தனர். ஆளுநரும் அவர்களுடைய வேண்டு கோளுக்கு இசைந்து லட்சுமிகாந்தனுக்கு வழங்கப்பட்ட உரிமத்தை ரத்து செய்தார்.

இந்த நடவடிக்கையால் லட்சுமிகாந்தன் தன்னுடைய எந்த் நடவடிக்கையையும் நிறுத்திக் கொள்ளவில்லை. அவன் போலியான ஆவணங்களின் பேரில் தன்னுடைய வெளியீட்டைத் தொடர்ந்தான். அரசாங்கத்திற்கு இது தெரிய வரவே அந்த வெளியீட்டையும் முடக்கியது. லட்சுமிகாந்தன் அதற்கும் அசரவில்லை. அவன் ஹிந்து நேசன் என்ற வேறொரு பத்திரிகையைத் தொடங்கினான். முன்பைப்போல ஏகப்பட்ட கிசுகிசுக்களை எழுதினான். இம்முறை ஒரு முன்னேற்றம். சினிமாக்காரர்கள் மட்டுமல்லாமல் சமுதாயத்தில் உள்ள பெரும் புள்ளிகள், தொழில் அதிபர்கள் என்று அனைவரைப் பற்றிய ரகசியங்களையும், புனை கதைகளையும், கிசுகிசுக்களையும் எழுதித் தள்ளினான்.

லட்சுமிகாந்தன் எழுதும் கிசுகிசுக்களுக்குப் பயந்தவர்கள், அவனுடைய நட்பைச் சம்பாதிக்க அவனுக்கு நிறையப் பணத்தை வழங்கினர். இதன் காரணமாக லட்சுமிகாந்தன் சொந்தமாக ஓர் அச்சகத்தையே, விரைவில் வாங்கி விட்டான். தனக்கு எதிராக ஆளுநரிடம் மனு கொடுத்த பாகவதர், கலைவாணர் மற்றும் ஸ்ரீ ராமுலு ஆகியோர் மீது நிறைய கிசுகிசுக்களை எழுதினான். அந்தக் காலகட்டத்தில் மேற்சொன்ன மூவரைத் தவிர்த்து லட்சுமி காந்தனின் கிசுகிசுக்களால் பாதிக்கப்பட்டு அவனுக்குப் பல எதிரிகள் உருவாகினர்.

இந்நிலையில் 1944ஆம் ஆண்டு அக்டோபர் மாதம் 19ஆம் தேதி சென்னை புரசைவாக்கத்தில் உள்ள வெங்கடாசல முதலி தெருவில் லட்சுமிகாந்தன் தாக்கப்பட்டான். அவனது கழுத்தில் கத்திக் குத்து விழுந்தது. ‘தன்னைக் குத்தியது வடிவேலு’ என்று லட்சுமிகாந்தன் காவல் நிலையத்தில் புகார் அளித்தான். லட்சுமிகாந்தனுக்கு ஏற்பட்டது சிறு காயம் என்பதால், காவல் துறை அந்தப் புகாரை பிடியாணை வேண்டுங் குற்றமாக (Non-Cognizable Offence) பாவித்தது. அதனால் லட்சுமிகாந்தன் வடிவேலுவின் மீது மாஜிஸ்டிரேட்டிடம் புகார் செய்தான். இது தொடர்பாக 1944ஆம் வருடம் நவம்பர் மாதம் 8ஆம் தேதி காலை 10 மணிக்கு லட்சுமிகாந்தன் தன் வழக்கறிஞரான நற்குணத்தைச் சந்தித்து விட்டு ரிக்ஷாவில் திரும்பிக் கொண்டிருந்தான். அப்போது அவன் இரண்டாவது முறையாகத் தாக்கப்பட்டான். தாக்குதலில் காயமடைந்த லட்சுமிகாந்தன் சிகிச்சைக்காகச் சென்னை பொது மருத்துவமனையில் அனுமதிக்கப்பட்டான். ஆனால் மறுநாள் விடியற் காலை 4:15 மணிக்கு லட்சுமி காந்தன் இறந்துவிட்டான்.

காவல் துறை வழக்குப் பதிவு செய்து விசாரித்தது. காவல் துறை ஆய்வாளர் கேசவ மேனன், லட்சுமிகாந்தன் கொலை வழக்கை விசாரித்தார். விசாரணையில் கிடைத்த விவரங்கள் பின்வருமாறு.

லட்சுமிகாந்தன் வழக்கறிஞர் நற்குணத்தைச் சந்திக்க அவரது வீட்டிற்குச் சென்றான். அங்கு நற்குணத்தின் வீட்டருகே வடிவேலுவும், நாகலிங்கமும் காத்துக்கொண்டிருந்தனர். லட்சுமிகாந்தன் நற்குணத்தைப் பார்த்துவிட்டு ரிக்ஷாவில் திரும்பி வரும் வழியில், ஜெனரல் கொலின்ஸ் சாலையின் திருப்பத்தில், வடிவேலுவும், நாகலிங்கமும் லட்சுமிகாந்தன் பயணம் செய்த ரிக்ஷாவைத் தடுத்து நிறுத்தினார்கள். பின்னர் ரிக்ஷாவைக் கவிழ்த்துவிட்டார்கள். வடிவேலு தான் வைத்திருந்த பிச்சுவா கத்தியால் லட்சுமிகாந்தனை வயிற்றில் குத்தினான். நாகலிங்கம் ஒரு பேனா கத்தியால் லட்சுமிகாந்தனை தாக்கினான்.

ரிக்ஷாவை ஓட்டி வந்த கோபால் தள்ளி நின்று அனைத்தையும் வேடிக்கை பார்த்துக்கொண்டிருந்தான். லட்சுமிகாந்தன் தன் வயிற்றில் சொருகி இருந்த பிச்சுவா கத்தியை எடுத்து சாலையில் எறிந்தான். வழக்கறிஞர் நற்குணத்தின் வீட்டிற்கு நடந்து சென்றான். செல்லும் வழியிலேயே நற்குணத்தைப் பார்த்து 'அவன் என்னைக் குத்திவிட்டான்' என்று தெரிவித்தான். நற்குணம் லட்சுமி காந்தனை வேறொரு ரிக்ஷாவில் ஏற்றி பொது மருத்துவமனைக்கு அனுப்பி வைத்தார். அந்த ரிக்ஷாவை சின்னப்பையன் என்பவன் ஓட்டிச்சென்றான்.

அந்த சமயத்தில் நற்குணத்தின் கட்சிக்காரரான புரு (Brew) அந்தப் பக்கமாக வந்தார். நற்குணம், புருவிடம் லட்சுமிகாந்தனுக்குத் துணையாகச் செல்லும்படி கேட்டுக்கொண்டார். அப்பொழுது ரிக்ஷாக்காரனான கோபால் நற்குணத்தைச் சந்தித்து, பிச்சுவா கத்தியையும், லட்சுமிகாந்தன் கையில் வைத்திருந்த காகிதத்தையும் கொடுத்தான். கோபால் கொடுத்த காகிதம் ரத்தத்தில் தோய்ந்திருந்தது. நற்குணம் கோபாலிடமிருந்து காகிதத்தை வாங்கிக் கொண்டார். கோபாலிடம் பிச்சுவா கத்தியைக் காவல் நிலையத்தில் ஒப்படைக்குமாறு கேட்டுக் கொண்டார். புரு, கோபாலின் ரிக்ஷாவில், லட்சுமிகாந்தன் சென்ற ரிக்ஷாவைப் பின் தொடர்ந்தார்.

லட்சுமிகாந்தன் பொது மருத்துவமனைக்குச் செல்லாமல் வேப்பேரி காவல் நிலையத்திற்குச் சென்றான். பின்னால் வந்த புரு

வேப்பேரி காவல் நிலையத்தில், நடந்த விவரங்களைத் தெரிவித்துவிட்டு அவர் வேலையைப் பார்க்க கிளம்பி விட்டார். வேப்பேரி காவல் நிலையத்தில் அப்பொழுது பணியிலிருந்த துணை ஆய்வாளர் கிருஷ்ணன் நம்பியார் லட்சுமிகாந்தன் கொடுத்த வாக்கு மூலத்தை எழுதி கொண்டார்.

லட்சுமிகாந்தனின் வாக்கு மூலமாவது -

'இன்று (08.11.1944) விடியற்காலை கழிவறைக்குச் செல்லும் வழியில் என் வீட்டில் கீழ் குத்தகைதாரராக இருக்கும் குப்புசாமி என் முகத்தில் துப்பியபடியே 'உன்னுடைய உயிர் ஆபத்தில் இருக்கிறது, சில நபர்கள் உனக்கு எதிராக இருக்கிறார்கள்' என்று தெரிவித்தான். இன்று காலை 10 மணி அளவில் நான் என் வழக்கறிஞரான நற்குணத்திடம், ஜானகி மற்றும் வடிவேலு ஆகியோர் மீது நீதிமன்றத்தில் வழக்குத் தொடுப்பது சம்மந்தமாகச் சந்தித்துவிட்டு, ஜெனரல் காலின்ஸ் சாலை வழியாகத் திரும்பிக் கொண்டிருந்தேன். வடிவேலு ரிக்ஷாவைச் சாய்த்தான். அவனும், 30 வயது மதிக்கத்தக்க இன்னொருவனும் என்னைக் கத்திகளால் குத்தினார்கள்.'

வாக்கு மூலம் கொடுத்த பிறகு லட்சுமிகாந்தன் சென்னை பொது மருத்துவமனைக்குச் சென்றான். அவனுடன் ஒரு காவலரும் சென்றார். மருத்துவமனையில் அவசரச் சிகிச்சைப் பிரிவில் புற நோயாளியாக லட்சுமிகாந்தன் அனுமதிக்கப்பட்டான். அப்பொழுது பொறுப்பில் இருந்த மருத்துவர் ஏ.கே. ஜோசப், லட்சுமிகாந்தனுக்கு சிகிச்சை அளித்தார். லட்சுமிகாந்தன் வலியால் பாதிக்கப்படவே அவன் உள் நோயாளிப் பிரிவிற்கு மாற்றப் பட்டான். அங்கு அவனுக்கு அறுவைச் சிகிச்சை நிபுணரான பாலகிருஷ்ணன் அறுவைச் சிகிச்சை செய்தார். துணை காவல் ஆய்வாளர் கிருஷ்ணன் நம்பியார், லட்சுமிகாந்தனைப் பார்க்க மருத்துவமனைக்குச் சென்றார். அங்குக் கிருஷ்ணன் நம்பியார் மருத்துவர் பாலகிருஷ்ணனுக்குப் பிச்சுவா கத்தியைக் காண்பித்தார்.

மறுநாள் அதிகாலை சுமார் 4:15 மணிக்கு லட்சுமிகாந்தனின் சிறுநீரகம் பாதிப்பு அடைந்து, அவன் உடல் நிலை மோசமாகி இறந்துவிட்டான். மருத்துவர் ஏ. ஸ்ரீனிவாசுலு நாயுடு, லட்சுமி காந்தன் உடலை உடற்கூறு ஆய்வு செய்தார்.

காவல் துறை விசாரணையின்போது வடிவேலுவை கைது செய்தது. அத்துடன் சம்பவத்தன்று வடிவேலுவுடன், அவனது நண்பர்களான

ராமலிங்கம், ராஜரத்தினம் மற்றும் ராஜகோபால் இருந்ததால், அவர்களும் கைது செய்யப்பட்டார்கள்.

யார் இந்த வடிவேலு?

லட்சுமிகாந்தன் தன் வீட்டின் ஒரு பகுதியை ஜானகி அம்மாள் என்பவருக்கு வாடகைக்கு விட்டிருந்தான். பின்னர் ஜானகி அம்மாளை வீட்டை விட்டு காலி செய்யச் சொன்னான் லட்சுமி காந்தன். அந்த அம்மாள் முடியாது என்று சொல்லி விடவே, லட்சுமிகாந்தன் ஜானகி அம்மாளையும், அவளது கொழுந்தனாரான வடிவேலுவைப் பற்றியும் இழிவாக எழுதிப் பிரசுரித்தான். லட்சுமிகாந்தனுக்கும், ஜானகி அம்மாளுக்கும் இடையேயான வாடகை வீடு பிரச்னை நீதிமன்றத்திற்குச் சென்றது. இந்த வழக்கில் லட்சுமிகாந்தனுக்கு வெற்றி கிடைத்தாலும், ஜானகி அம்மாளை அவனால் வீட்டை விட்டுக் காலி செய்ய முடியவில்லை. மேலும் ஜானகி அம்மாள் அவருடைய வழக்கறிஞரின் துணையுடன் வீட்டின் பின்புறத்தில் உள்ள லட்சுமிகாந்தனின் அச்சகத்திற்குள் நுழைந்து அங்கிருந்த பொருள்களை எல்லாம் தூக்கி எறிந்தார். தான் பிரசுரித்த கட்டுரையால் பாதிப்படைந்த வடிவேலு, தன்னை அக்டோபர் மாதம் 19ஆம் தேதி தாக்கினான் என்பது லட்சுமிகாந்தனின் கருத்து.

லட்சுமிகாந்தன் இறந்த அன்று, நவம்பர் மாதம் 9ஆம் தேதி, ரமணா என்ற திரைக்கதை எழுத்தாளன் சேலத்தில் இருந்த தன்னுடைய நண்பரான மணி ஐயருக்கு ஒரு கடிதம் எழுதினான். அதில் அவன், 'நேற்று காலை 10:30 மணி அளவில் C. N. L (சி.என். லட்சுமிகாந்தன்) வக்கீலைப் பார்த்து விட்டு வரும் வழியில் பிச்சுவா கத்தியால் உடலில் மூன்று இடங்களில் கொடூரமாகக் குத்துப்பட்டான். அவன் இன்று காலை நான்கு மணி அளவில் இறந்து விட்டான். அவனை ஓர் ஆசாமி கொன்றுவிட்டான். தவறான சகவாசம் கடைசியில் வீரன் லட்சுமிகாந்தன் தியாகி ஆவதற்குக் காரணமாக அமைந்தது. இதிலிருந்து நாம் இருவரும் ஒரு பாடத்தைக் கற்றாக வேண்டும். நேற்று காலை 11 மணி அளவில் ---------- வீட்டிற்கு வந்து, தான்தான் C.N.L ஐ தீர்த்துக் கட்டியதாகத் தெரிவித்தான். மேலும் இந்த விஷயத்தை பிரசுரிக்கக் கூடாது என்று சொல்லிவிட்டுச் சென்றான். மற்ற விஷயங்கள் நேரில்.'

ரமணா தன் கடிதத்தில் தன்னை நேரில் சந்தித்து மேற்கூறிய விவரங்களைத் தெரிவித்த நபரின் பெயரைக் குறிப்பிடாமல் கோடிட்டிருந்தான்.

ரமணா, மணி ஐயருக்கு அனுப்பிய கடிதம் பிரிட்டிஷ் அரசாங்கத்தால் தணிக்கை செய்யப்பட்டது. அந்தக் கடிதத்தில் லட்சுமிகாந்தன் கொலை பற்றிய துப்பு இருந்ததால் நவம்பர் 11ஆம் தேதி அந்தக் கடிதம் நகல் எடுக்கப்பட்டு காவல் துறைக்கு அனுப்பப்பட்டது, பின்னர் அந்தக் கடிதம் மறுபடியும் தபால் மூலம் மணி ஐயருக்கு அனுப்பப்பட்டது. நவம்பர் 14ஆம் தேதி மணி ஐயர் கையில் அந்தக் கடிதம் கிடைத்தபோது காவல் துறை ஆய்வாளர் வெங்கடசுப்ரமணியம் அங்கு இருந்தார். அவர் மணி ஐயரிடம் யாரிடமிருந்து என்ன கடிதம் வந்தது என்று வினவ, மணி ஐயரும் ரமணாவிடமிருந்து வந்தது என்று தெரிவித்தார்.

ரமணா கஷ்டப்படும் ஒரு திரைக்கதை எழுத்தாளர் என்றும்; அவன் எப்படியாவது லட்சுமிகாந்தன் நடத்தும் ‘சினிமா தூது’ பத்திரிகையில் வேலைக்குச் சேர்ந்து விட வேண்டும் என்று பெறும் முயற்சி செய்ததாகவும்; அதன் பொருட்டு லட்சுமிகாந்தனின் மெய்காப்பாளனான ஆரிய வீர சேனனுக்கு 6 கடிதங்கள் எழுதிய தாகவும்; ஆனால் ஆரிய வீர சேனன் அந்தக் கடிதங்களைப் பெரிதாகக் கண்டு கொள்ளவில்லை என்றும் மணி ஐயர் தெரிவித்தார். மேலும் மணி ஐயர், ரமணா சென்னையில் உள்ள தன் வீட்டில் paying guest இருக்கும் தகவலையும், தன் வீட்டு விலாசத்தையும் ஆய்வாளர் வெங்கடசுப்ரமணியத்திற்குக் கொடுத்தார். ரமணாவைப் பற்றிய விவரங்களை ஆய்வாளர் வெங்கடசுப்ரமணியம் தொலைபேசியின் மூலம் சென்னைக்குத் தெரிவித்தார். அன்று இரவே காவல் துறை ரமணாவைக் கண்டுபிடித்து அவனிடம் விசாரணை செய்தது.

ரமணா, மணி ஐயருக்குக் கடிதம் எழுதியதை ஒப்புக்கொண்டான். ரமணா தன் கடிதத்தில் பெயர் குறிப்பிடாமல் வெறும் கோடிட்டிருந்த நபரின் பெயர் ஆரிய வீர சேனன் என்றும்; அவன் ஒரு பிரபலமான குத்துச் சண்டை வீரன் என்றும்; லட்சுமிகாந்தன் உயிருக்கு அச்சுறுத்தல் இருந்ததால், பாதுகாப்பு கருதி சேனனைத் தனக்கு மெய்க்காப்பாளனாக லட்சுமிகாந்தன் வைத்திருந்ததாகவும் தெரிவித்தான். இதை அடுத்துக் காவல் துறை வீர சேனனைக் கைது செய்தது.

அடுத்தது காவல் துறை விசாரித்தது கமலநாதனை. யார் இந்தக் கமலநாதன்? கமலநாதன், லட்சுமிகாந்தனின் உறவினன். லட்சுமிகாந்தன் நடத்தி வந்த ஹிந்து நேசன் என்ற பத்திரிகையின் முகவராக இருந்தவன். லட்சுமிகாந்தனின் வலது கையாகவும்

கமலநாதன் செயல்பட்டான். கமலநாதன் தனக்குத் தெரியாமல் முக்கியப் புள்ளிகளிடம் இருந்து பணம் பெறுவதாக லட்சுமி காந்தனுக்குச் சந்தேகம் எழுந்தது. எனவே லட்சுமிகாந்தன் 1944ஆம் வருடம் அக்டோபர் 7ஆம் தேதி வெளிவந்த தன்னுடைய ஹிந்து நேசன் இதழில் கமலநாதனைக் கடுமையாகச் சாடியிருந்தான். அதன் காரணமாக கமலநாதன் லட்சுமிகாந்தனை விட்டுப் பிரிந்து சென்றான்.

லட்சுமிகாந்தனை விட்டுப் பிரிந்த கமலநாதன் 'சமரசம்' என்ற பத்திரிகையில் வேலைக்குச் சேர முயற்சி செய்தான். 'சமரசம்' பத்திரிகைக்குப் பாகவதர் நிதி உதவி செய்வதாக அறிந்த கமலநாதன், அதில் சேருவதற்காகப் பாகவதரை சில தடவை சந்தித்தான். லட்சுமிகாந்தன் முதல்முறை குத்துப்பட்டதற்கு ஒருவாரம் கழிந்து, பாகவதரை அவரது தியாகராய நகரில் உள்ள இல்லத்திற்குச் சென்று சந்தித்தான் கமலநாதன். அவன் அப்படிச் சென்று சந்திக்கும்பொழுது, ராகு காலம் முடிந்த, மாலை 4 மணிக்கு மேல் சென்றதாகவும், அங்குப் பாகவதரையும், ஸ்ரீ ராமுலு நாயுடுவையும் சந்தித்ததாகவும் காவல் துறை விசாரணையில் தெரிவித்தான்.

அடுத்ததாக லட்சுமிகாந்தன் கொலை வழக்கில் கைது செய்யப் பட்ட நபர் ஜெயானந்தம். இந்த ஜெயானந்தம் பிரபலத் தமிழ்த் திரைப்பட நடிகையான மாதுரி தேவியின் அண்ணன். மாதுரி தேவியின் உண்மையான பெயர் கிளாரா. அவள் சென்னை இராயபுரத்தைச் சேர்ந்த ரோமன் கத்தோலிக்க மீனவக் குடும்பத்தைச் சேர்ந்தவள். அவளுக்குச் சந்திரா என்ற இன்னொரு பெயரும் உண்டு.

சினிமாவில் பிரபலமாக இருந்த மாதுரி தேவியைப்பற்றி அவதூறாகக் கட்டுரையை எழுதி அதைத் தன்னுடைய ஹிந்து நேசன் பத்திரிகையில் வெளியிட்டான் லட்சுமிகாந்தன். அந்தக் கட்டுரையில், மாதுரி தேவி ஒரு விலைமகள் என்று குறிப்பிட்டதோடு மட்டும் அல்லாமல்; அவள் காமத் தரகர் ஒருவனுக்கு எழுதிய கடிதம் என்று ஒரு கடிதத்தையும் வெளியிட்டான் லட்சுமிகாந்தன். மேலும் அந்தக் கட்டுரையில் லட்சுமிகாந்தன், மாதுரி தேவியின் அண்ணனான ஜெயானந்தம் பற்றியும் குறிப்பிட்டிருந்தான். இந்தக் கட்டுரைக்கும், லட்சுமி காந்தனின் கொலைக்கும் சம்பந்தம் இருப்பதாக நினைத்த காவல் துறை ஜெயானந்தம்மைக் கைது செய்தது. ஜெயானந்தம் மீது

ஏற்கெனவே 3 வழக்குகள் இருந்தன. அதன் காரணமாக அவன் ஏற்கெனவே 10 மாதங்கள் சிறையில் இருந்தான்.

ஜெயானந்தம், லட்சுமிகாந்தன் வழக்கில் தான் ஒப்புதல் வாக்குமூலம் அளிக்கவேண்டும் என்று காவல் துறையிடம் தெரிவித்தான். காவல் துறை அவனை மாஜிஸ்டிரேட்டிடம் கூட்டிச் சென்றது. ஆனால் அவன் அங்கு ஒப்புதல் வாக்கு மூலம் கொடுக்க மறுத்து விட்டான்.

பின்னர் சில நாட்கள் கழிந்து, போலீஸ் காவலிலிருந்து வெளியில் வந்த ஜெயானந்தம் காவல் துறை ஆணையருக்குக் கடிதம் எழுதினான். அதில் தான் லட்சுமிகாந்தன் கொலை வழக்குச் சம்மந்தமாக மாஜிஸ்டிரேட்டிடம் ஒப்புதல் வாக்கு மூலம் வழங்க வேண்டும் என்றும்; சென்ற முறை ஒப்புதல் வாக்குமூலம் அளிக்காததற்குக் காரணம் நாகலிங்கமும் அவனது உறவினர்களும் தன்னை மிரட்டினார்கள் என்றும்; தான் ஒப்புதல் வாக்குமூலம் தந்தால் தானும் மற்றவர்களும் தூக்கு மேடை ஏற வேண்டி இருக்கும் என்று மிரட்டியதாகவும் தெரிவித்தான்.

காவல் துறை ஜெயானந்தம்மை சைதாப்பேட்டை மாஜிஸ்டிரேட் முன் ஆஜர் படுத்தியது. அவனும் மாஜிஸ்டிரேட்டிடம் தன்னுடைய ஒப்புதல் வாக்குமூலத்தை அளித்தான்.

ஜெயானந்தம் அளித்த வாக்குமூலமாவது -

'1944 வருடம், நவம்பர் மாதம் 7ஆம் தேதி அன்று நாகலிங்கம் என்னை வந்து சந்தித்தான். லட்சுமிகாந்தனைத் தீர்த்துக் கட்ட ஏற்பாடாகி விட்டது என்று தெரிவித்தான். நான் நாகலிங்கத்திடம் 'நீ எப்படி இந்த அபாயகரமான காரியத்தைச் செய்யப் போகிறாய்?' என்று கேட்டேன். அதற்கு அவன், 'பாகவதரும், கலைவாணரும் இந்தக் காரியத்திற்காக எவ்வளவு பணம் வேண்டுமானாலும் செலவு செய்யத் தயாராக இருக்கிறார்கள். நாம் வழக்கில் மாட்டிக் கொண்டாலும் நம்மைக் காப்பாற்ற முயற்சி செய்வார்கள்' என்றான். நாகலிங்கம் என்னையும் இந்தத் திட்டத்திற்குச் சம்மதிக்க வைத்து ஏனைய கூட்டாளிகள் இருந்த People's Parkக்கு கூட்டிச் சென்றான். பின்னர் மூர் மார்க்கெட்டில் நாங்கள் ராஜா பாதர், வடிவேலு, ஆரிய வீர சேனன் (சேனன்), கமலநாதன் மற்றும் ஆறுமுகம் ஆகியோரைச் சந்தித்தோம். நாகலிங்கம் எனக்கு வடிவேலுவை அறிமுகப்படுத்தினான். 'இவன்தான் லட்சுமி காந்தனை முதலில் தாக்கியவன்' என்றும், வரும் நாளில் வடிவேலு

லட்சுமிகாந்தனைக் கொல்லத் தயாராக உள்ளான்' என்றும் நாகலிங்கம் தெரிவித்தான்.

சேனன் என்னிடம் 'நாகலிங்கம் லட்சுமிகாந்தனைக் கொல்வதற்கான திட்டம் குறித்துத் தெரிவித்தானா?' என்று கேட்டான். நானும் 'தெரிவித்தான்' என்றேன். சேனன் 'நாம் அபாயகரமான காரியத்தில் இறங்கி இருக்கிறோம், நம்மில் யார் பிடிபட்டாலும், எவ்வளவு சித்திரவதைக்கு ஆட்பட்டாலும் மற்றவர்களைக் காட்டிக் கொடுக்கக்கூடாது' என்று கூறினான். பின்னர் கமலநாதன் எனக்கு அறிமுகப்படுத்தப்பட்டான். அவன் தான் இச்சம்பவத்திற்கு முழு நிதி உதவி செய்யப்போவதாகச் சொல்லப்பட்டது. அடுத்து ஆறுமுகமும் எனக்கு அறிமுகப்படுத்தப்பட்டான். பின்னர் கமலநாதன் நாம் அனைவரும் 'பெரிய நபர்களை' பார்த்து இந்தச் சம்பவம் எப்படி நடந்தேறவேண்டும் என்று முடிவு செய்யவேண்டும் என்று தெரிவித்தான். நாங்கள் அனைவரும் வால் டாக்ஸ் சாலையில் உள்ள ஒற்றவாடை திரையரங்கிற்குச் சென்றோம். கமலநாதன் எங்களை வெளியே நிற்க வைத்துவிட்டு, தான் உள்ளே செல்வதாகவும், பின்னர் தான் செய்கை செய்த பின்னர் ஒவ்வொருவராக உள்ளே வர வேண்டும் என்றும் சொன்னான்.

பதினைந்து நிமிடங்கள் கழிந்து நான் உட்பட கமலநாதன், சேனன், நாகலிங்கம் மற்றும் ராஜா பாதர் எல்லோரும் திரையரங்கில் உள்ள மேக் அப் அறைக்குச் சென்றோம். பாகவதரும், கலைவாணரும் மேக் அப் அறைக்கு வந்தனர். பாகவதர், 'லட்சுமிகாந்தனைக் கொலை செய்வது அவ்வளவு எளிதல்ல, உங்களால் இந்தக் காரியத்தைச் செய்து முடிக்க முடியுமா?' என்று கேட்டார். நாகலிங்கமும், ராஜா பாதரும் கச்சிதமாகக் காரியத்தை முடிக்க முடியும் என்று தெரிவித்தனர்.

பின்னர் பாகவதர் இந்தக் காரியத்தில் கவனமாக இருக்க வேண்டியதின் அவசியத்தையும், இந்த விஷயத்தை மிகவும் ரகசியமாக வைத்திருப்பதின் அவசியத்தையும் உணர்த்தினார். இந்த விவகாரத்தில் தன்னுடைய பெயரும், கலைவாணரின் பெயரும் வெளியில் வந்தால் தாங்கள் ஆயுள் முழுக்க அவமானப்பட வேண்டியிருக்கும் என்று தெரிவித்தார். மேலும் பாகவதர் எங்களிடம் காரியம் முடிந்தால் ஒப்புக்கொண்டது போல் 2,500 ரூபாய் பணம் தருவதாகவும், எடுத்த முயற்சி நல்லபடியாக முடிந்தால் பலவிதப் பரிசுகளை தருவதாகவும் தெரிவித்தார்.

ஒருவேளை நாங்கள் மாட்டிக் கொண்டால் பாகவதரும் அவருடைய நண்பர்களும் எங்களைக் காப்பாற்றுவதற்கு அனைத்து வித உதவிகளையும் செய்வதாகத் தெரிவித்தார்.

பாகவதர் மற்றும் கலைவாணரின் தூண்டுதலின் பெயரில் நாங்கள் அனைவரும் ஒரு சபதம் எடுத்தோம். எங்கள் தலையே போனாலும் நாங்கள் பாகவதரையும், கலைவாணரையும் காட்டிக் கொடுக்க மாட்டோம் என்ற சபதத்தை எடுத்தோம். கலைவாணர், சேனனுக்கு 500 ரூபாய் கொடுத்தார். காரியம் முடிந்த பிறகு மீதம் 2000 ரூபாயைக் கொடுப்பதாக உறுதியளித்தார். சேனன் எனக்கு 50 ரூபாய் கொடுத்தான். என்னை மறுநாள் காலை வந்து பார்க்கச் சொன்னான்.

மறுநாள் காலை 4:45 மணிக்கு நாகலிங்கம் என் வீட்டிற்கு வந்து என்னை எழுப்பி விட்டான். நாகலிங்கமும் நானும் பெரம்பூர் பாரக்ஸ் சாலையில் உள்ள தேநீர் கடைக்குச் சென்றோம். அங்கு ராஜா பாதர், சேனன் மற்றும் ஆறுமுகத்தையும் சந்தித்தோம். 'நீங்கள் எதற்கும் பயப்பட வேண்டாம், இந்தக் காரியத்தை நாகலிங்கமும், வடிவேலுவும் செய்து முடிப்பார்கள், நீங்கள் அவர்களுக்குத் தேவைப்படும் உதவிகளைச் செய்தால் மட்டும் போதும்' என்று ராஜா பாதர் தெரிவித்தான்.

ஆறுமுகம் லட்சுமிகாந்தனின் வீட்டை வேவு பார்த்தான். நாங்கள் தேநீர் கடையில் அமர்ந்திருந்தோம். 9 மணி வாக்கில் ஆறுமுகம் ஓடி வந்தான். எங்களைத் தயாராக இருக்கச் சொன்னான். லட்சுமி காந்தன் ரிக்ஷாவில் போவதைப் பார்த்தோம். அந்த இடம் லட்சுமி காந்தனைத் தீர்த்த கட்டத் தோதாக இல்லை, லட்சுமிகாந்தன் திரும்பி வரும்வரை காத்திருக்கும்படி வடிவேலு சொன்னான். நாங்கள் ரிக்ஷாவைப் பின் தொடர்ந்து சென்றோம். லட்சுமிகாந்தன் தன்னுடைய வழக்கறிஞரான நற்குணத்தின் வீட்டிற்குச் சென்றான். நானும், ராஜா பாதர் மற்றும் நாகலிங்கமும் வழக்கறிஞர் நற்குணம் வசித்த வீடு இருந்த தெருவிற்கு அடுத்த தெருவில் நின்றோம். அங்கு மாட்டுக் கொட்டகையில் மாட்டிடம் பால் கறந்து கொண்டிருந்த சில நபர்களுடன் நான் பேசிக் கொண்டிருந்தேன். வடிவேலுவும், நாகலிங்கமும் வழக்கறிஞர் நற்குணத்தின் வீட்டின் எதிர் திசையில் நின்று கொண்டிருந்தார்கள்.

சற்று நேரத்தில் வழக்கறிஞர் வீட்டிலிருந்து ரிக்ஷா வெளியே வந்தது. நாகலிங்கமும், வடிவேலுவும் ரிக்ஷாவைப் பின் தொடர்ந்தார்கள். நானும், ராஜா பாதரும் மாட்டுக் கொட்டகைக்கு

அருகாமையில் நின்று கொண்டிருந்தோம். சிறிது நேரத்தில் நாகலிங்கம் ஓடிவந்தான், என்னையும் ஓடும்படிச் சைகை செய்தான். ராஜா பாதரும் என்னை ஓடச் சொன்னான். அவனும் அவன் வீடு நோக்கி ஓடினான். மறுநாள் காலை வடிவேலு கைது செய்யப்பட்ட செய்தியைத் தெரிந்து கொண்டேன்.'

ஜெயானந்தம் ஒப்புதல் வாக்குமூலம் அளித்ததன் காரணமாக அவனுக்கு மாகாண முதன்மை மாஜிஸ்டிரேட், லட்சுமிகாந்தன் கொலை வழக்கில் மன்னிப்பு வழங்கினார். ஜெயானந்தம், கொலை வழக்கிலிருந்து விடுபட்டான். அவன் அவ்வழக்கில் குற்றவாளியிலிருந்து முக்கிய சாட்சியாக மாறினான்.

ஜெயானந்தம் கொடுத்த வாக்குமூலத்தின் அடிப்படையில் காவல் துறை பாகவதரையும், கலைவாணரையும் கைது செய்தது. கொலை நோக்கத்திற்குச் சான்றாக, இவர்கள் இருவரும் சென்னை மாகாண கவர்னரிடம் லட்சுமிகாந்தனுக்கு எதிராக 1944ஆம் வருடம் ஜனவரி மாதத்தில் கொடுத்த புகார் முன்வைக்கப்பட்டது.

பாகவதரும், கலைவாணரும் தங்களை ஜாமீனில் விடக் கோரி மாகாணத்தின் மாஜிஸ்டிரேட் ஆக இருந்த சென்னை காவல் துறை ஆணையரிடம் வேண்டினர். ஆனால் அவர் ஜாமீன் வழங்க மறுத்து விட்டார். அடுத்து பாகவதரும், கலைவாணரும் சென்னை உயர் நீதிமன்றத்தில் ஜாமீன் கோரி மனு தாக்கல் செய்தனர். நீதிபதி பதஞ்சலி சாஸ்திரி இருவருக்கும் ஜாமீன் வழங்கினார். பாகவதரும், கலைவாணரும் வழக்கு விசாரணை தொடங்கும் வரை சென்னையில் இருக்கக்கூடாது என்ற நிபந்தனையை விதித்தார் நீதிபதி.

1945ஆம் வருடம் ஜனவரி மாதம் 5ஆம் தேதி காவல் துறை ஸ்ரீராமுலு நாயுடுவை கோயம்புத்தூரில் கைது செய்தது. காவல் துறை அவரைக் கைவிலங்கிட்டு கோயம்புத்தூரிலிருந்து சென்னைக்கு ரயிலில் அழைத்து வந்து காவலில் வைத்தது. வடிவேலு, சேனன், ராஜா பாதர், நாகலிங்கம் மற்றும் ஆறுமுகம் என அனைவரும் கைது செய்யப்பட்டுக் காவலில் வைக்கப்பட்டனர்.

1945ஆம் ஆண்டு பிப்ரவரி மாதத்தில், அரசுத் தரப்பு, பாகவதர் மற்றும் கலைவாணருக்கு வழங்கிய ஜாமீனை ரத்து செய்யக் கோரி உயர் நீதிமன்றத்தில் மனு தாக்கல் செய்தது. அதற்குக் காவல் துறை முன் வைத்த காரணமாவது - பாகவதரும், கலைவாணரும் லட்சுமிகாந்தன் கொலைக்கான கூட்டுச் சதியின் முக்கியமான

உறுப்பினர்கள்; மேலும் இந்த இருவரும் ஏனைய உறுப்பினர்களைக் கூலிக்கு அமர்த்தி லட்சுமிகாந்தனைக் கொலை செய்திருக்கிறார்கள் எனவே இவர்களுக்கு வழங்கிய ஜாமீனை ரத்து செய்ய வேண்டும் என்பதாகும். மனுவை விசாரித்த நீதிபதி பையர்ஸ், பாகவதர் மற்றும் கலைவாணருக்கு வழங்கிய ஜாமீனை ரத்து செய்தார். மேலும் ஸ்ரீராமுலு நாயுடுக்கு ஜாமீன் வேண்டித் தாக்கல் செய்த மனுவையும் தள்ளுபடி செய்தார். பாகவதரும், கலைவாணரும் கைது செய்யப்பட்டு மீண்டும் சிறையில் அடைக்கப்பட்டனர்.

கொலைக் குற்றம் பெரிய குற்றங்களில் ஒன்று. பெரிய குற்றங்களை செஷன்ஸ் நீதிமன்றம் விசாரிக்கும். காவல் துறை விசாரணைக்குப் பிறகு கொலை வழக்குகள் நேரடியாக செஷன்ஸ் நீதிமன்றத்திற்குப் போகாது. அதற்கு முன்னர் மாஜிஸ்டிரேட்டுக்கு முன்னர் அந்த வழக்கு committal proceedingக்கு வரும். மாஜிஸ்டிரேட் அரசுத் தரப்புச் சாட்சியங்களையும், குற்றம் சாட்டப்பட்டவர்களின் சாட்சியங்களையும் விசாரிப்பார், ஆவணங்களைப் பரிசீலிப்பார். மாஜிஸ்டிரேட் தன் விசாரணையின் முடிவில் கொலைக் குற்றத்திற்கான முகாந்திரம் இருந்தால் அந்த வழக்கை செஷன்ஸ் நீதிமன்றம் விசாரிப்பதற்காக அனுப்பி (commit) வைப்பார். குற்றம் நடந்ததற்கான முகாந்தரம் இல்லை என்றால் குற்றவாளிகளை விடுதலை செய்வார்.

லட்சுமிகாந்தன் கொலை வழக்கு சென்னை மாகாணத்தின் முதன்மை மாஜிஸ்டிரேட்டான ஓஸ்மான் அலி முன்னர் committal proceedingக்கு வந்தது. இந்த committal proceedingன் போது அரசுத் தரப்பிற்காக ஆஜரானவர் அன்றைய அரசு வழக்கறிஞரான பி. கோவிந்த மேனன்.

அரசுத் தரப்பில் 37 சாட்சிகள் விசாரிக்கப்பட்டனர். குற்றம் சாட்டப்பட்டவர்கள் அனைவரும் அரசுத் தரப்பு சாட்சியங்களைப் பொய் என்று மறுத்தனர். தங்களுக்கும் லட்சுமிகாந்தன் கொலைக்கும் எந்தச் சம்பந்தமும் இல்லை என்று தெரிவித்தனர். வடிவேலு தன் பக்கச் சாட்சியை செஷன்ஸ் நீதிமன்றத்தில் ஆஜர்படுத்துவதாகத் தெரிவித்தான். நாகலிங்கம், தான் லட்சுமிகாந்தன் வீட்டிற்குப் பால் ஊற்றுபவன் என்றும் தான் ஓர் அப்பாவி என்றும் தெரிவித்தான். பாகவதர் தன் மீது வைக்கப்பட்ட அனைத்துக் குற்றங்களையும் மறுத்ததோடு, தனக்கு லட்சுமி காந்தனைக் கொல்ல எந்த நோக்கம் இல்லை என்றும்; 1944ஆம்

வருடம் நவம்பர் மாதம் 7ஆம் தேதி அன்று, தான் வால் டாக்ஸ் சாலை திரையரங்கிற்குச் செல்லவில்லை என்றும் தெரிவித்தார். மேலும், லட்சுமிகாந்தனைக் கொல்ல தான் எந்தச் சதியிலும் ஈடுபடவில்லை என்றும் அதற்காக யாருக்கும் பணம் கொடுக்கவில்லை என்றும் தன் மீது உள்ள பொறாமையின் காரணமாகவும், மற்றவர்களின் தூண்டுதலின் பேரிலும், அரசுத் தரப்பு சாட்சிகள் பொய் சாட்சி சொல்வதாக பாகவதர் தெரிவித்தார். கூடவே தன் பக்கம் சாட்சி ஏதும் இல்லை என்றும் தெரிவித்தார்.

கலைவாணரும் அரசுத் தரப்பு சாட்சியங்கள் அனைத்தும் பொய் என்று மறுத்தார். தான் லட்சுமிகாந்தனைக் கொல்வதற்காக யாரிடமும் பேசவில்லை என்றும்; 1944ஆம் வருடம் நவம்பர் மாதம் 7ஆம் தேதி அன்று, தான் வால் டாக்ஸ் சாலை திரையரங்கிற்குச் செல்லவில்லை என்றும்; அவ்வருடம் நவம்பர் மாதம் 1 முதல் 13ஆம் தேதி வரை தான் சேலத்தில் இருந்ததாகவும் தெரிவித்தார். தேவைப்படும்போது தன் பக்கம் சாட்சிகளை செஷன்ஸ் நீதிமன்றத்தில் விசாரிப்பதாகத் தெரிவித்தார்.

ஸ்ரீராமுலு நாயுடும் அரசுத் தரப்பு சாட்சியங்கள் கூறியதை மறுத்தார். அரசுத் தரப்பு சாட்சியான கமலநாதன் மற்றும் ரமணா அளித்த சாட்சியங்கள் அனைத்தும் பொய் என்று தெரிவித்தார் ஸ்ரீராமுலு. பாகவதரின் தியாகராய நகர் வீட்டில் கமலநாதன் சொன்னதுபோல் எந்தச் சந்திப்பும் நடைபெறவில்லை, எந்த உரையாடலும் நடக்கவில்லை என்று ஸ்ரீராமுலு தெரிவித்தார்.

சேனன், தான் லட்சுமிகாந்தனின் மெய்க்காப்பாளன் என்பது அனைவருக்கும் தெரியும் என்றும்; மேலும் தான் ஓர் அப்பாவி என்றும் தெரிவித்தான். ராஜா பாதர் தன் மீது போடப்பட்டுள்ள வழக்கு பொய் வழக்கு என்றும், தான் லட்சுமிகாந்தனைக் கொலை செய்யவில்லை என்றும், தனக்கு லட்சுமிகாந்தனை யார் என்றே தெரியாது என்றும் தெரிவித்தான். ஆறுமுகம், தானும் லட்சுமிகாந்தனும் நண்பர்கள் என்றும், தான் ஓர் அப்பாவி என்றும் தெரிவித்தான்.

அரசுத் தரப்பு சாட்சிகளையும், குற்றவாளிகளையும் விசாரித்த பின்னர், மாஜிஸ்டிரேட் குற்றம் சாட்டப்பட்ட நபர்கள் அனைவருக்கும் எதிராக போதுமான சாட்சியம் இருப்பதாகக் கூறி வழக்கை செஷன்ஸ் நீதிமன்ற விசாரணைக்கு அனுப்பி வைத்தார். முன்பு எல்லாம் சென்னை நகருக்கான செஷன்ஸ் நீதிமன்றமாகச்

செயல்பட்டது சென்னை உயர் நீதிமன்றம். (பின்னாளில், குற்றவியல் நடைமுறைச் சட்டத்தில் திருத்தம் கொண்டு வரப்பட்ட பிறகு, செஷன்ஸ் வழக்குகளை சென்னை உயர் நீதிமன்றம் விசாரிப்பதில்லை, மாறாக அதற்கென தனி செஷன்ஸ் நீதிமன்றங்கள் உருவாக்கப்பட்டன). லட்சுமிகாந்தன் கொலை வழக்கு, விசாரணைக்காக சென்னை உயர் நீதிமன்றத்திற்குச் சென்றது.

சென்னை உயர் நீதிமன்றத்தில் லட்சுமிகாந்தன் கொலை வழக்கை நீதிபதி சர் வீயர் மாக்கெட் விசாரித்தார். அக்காலத்தில் குற்ற வழக்குகளின் விசாரணை ஜூரி முன்னிலையில் நடைபெற்றது. இன்று ஜூரி நடைமுறை இல்லை. நானாவதி வழக்கிற்குப் பிறகு, 1955ஆம் ஆண்டில் இந்த ஜூரி முறை ரத்து செய்யப்பட்டது.

ஜூரி என்பது 9 நபர்கள் கொண்ட நடுவர் மன்றம். இந்த ஜூரி, சமுதாயத்தைச் சேர்ந்த பல்வேறுபட்ட மக்களைக் கொண்டிருக்கும். ஜூரி வழக்கு விசாரணையைக் கவனித்து குற்றம் சாட்டப்பட்டவர்கள் குற்றவாளிகளா அல்லது நிரபராதிகளா என்று முடிவு சொல்ல வேண்டும்.

உயர்நீதிமன்ற குமாஸ்தா தன்னிடம் உள்ள ஜூரி குழுவிலிருந்து 9 நபர்களை ஒரு வழக்கிற்காக ஜூரியாக நியமிப்பார். ஜூரியில் இருப்பவர்கள் 'ஜூரர்கள்' என்று அழைக்கப்படுவார்கள். ஜூரர்களின் நியமனம் ஏற்புடையது இல்லை என்றால் குற்றம் சாட்டப்பட்டவர்கள் வேறு ஜூரர்களை நியமிக்கக் கோரலாம். நியமிக்கப்பட்ட ஜூரர்கள் வழக்கு முடியும்வரை எந்த சொந்தப் பணிகளிலோ, அல்லது அலுவல்களிலோ ஈடுபட முடியாது. விசாரணையின் போதும், விசாரணை முடிந்து பிறகும், நீதிபதி ஜூரிக்கு சட்டத்தை எடுத்துக் கூறி அவர்களை வழி நடத்துவார்.

விசாரணை முடிந்த பிறகு ஜூரர்கள் ஒரு பிரத்தியேக அறைக்குச் செல்வர். அங்கு தங்களுக்குள் கலந்தாலோசித்து குற்றம் சாட்டப்பட்டவர்கள் குற்றவாளியா அல்லது நிரபராதியா என்ற முடிவை எடுக்க வேண்டும். ஜூரர்கள் முடிவு எடுத்த பிறகு தங்களில் ஒருவரான ஃபோர்மேன் (foreman) மூலமாக தங்களுடைய முடிவை நீதிபதியிடம் தெரிவிப்பர். ஜூரி பெரும்பான்மையான முடிவை வழங்க வேண்டும். அதாவது 6:3 என்ற விகிதத்தில் குற்றம் சாட்டப்பட்டவர்கள் குற்றவாளியா அல்லது நிரபராதியா என்ற முடிவை வழங்க வேண்டும். இல்லை என்றால் ஜூரி முடிவு செல்லாது. ஜூரியின் முடிவை நீதிபதி

ஏற்கலாம் அல்லது ஏற்காமல் போகலாம். ஜூரியின் முடிவை ஏற்றுக்கொண்டால் நீதிபதி சட்டத்திற்கு ஏற்றவாறு குற்றவாளிகளுக்குத் தகுந்த தண்டனை வழங்குவார்.

லட்சுமிகாந்தன் கொலை வழக்கில் குற்றவாளிகள் தங்களது குற்றத்தை ஒப்புக்கொள்ளாமல் போகவே, வழக்கு விசாரணைக்காக ஜூரி நியமிக்கப்பட்டனர்.

அரசுத் தரப்பில் இவ்வழக்கை நடத்த அப்போதைய Advocate General ஆக இருந்த பி.வி. ராஜமன்னாரை பிரிட்டிஷ் அரசாங்கம் நியமித்தது (பி.வி. ராஜமன்னார் பின்னாளில் சென்னை உயர் நீதிமன்றத்தின் தலைமை நீதிபதியாக 13 ஆண்டுகள் செயல்பட்டார்). இந்த வழக்கில் பி.வி. ராஜமன்னாருக்குத் துணையாகச் செயல்பட்டவர் அன்றைய Crown Prosecutor ஆக இருந்த பி. கோவிந்த மேனன்.

குற்றம் சாட்டப்பட்டவர்களின் தரப்பில் அன்றைய பிரபல வழக்கறிஞர்கள் ஆஜரானார்கள். பாகவதருக்கு ரோலாண்ட் பிராடல் மற்றும் வி. இராஜகோபாலாச்சாரியார் ஆஜரானார். கலைவாணருக்கு என். சோமசுந்தரம் மற்றும் கோவிந் சுவாமிநாதன் ஆஜரானார். ஸ்ரீராமுலு நாயுடுவிற்கு மும்பையின் பிரபல வழக்கறிஞரான கே. எம். முன்ஷி ஆஜரானார். முன்ஷியின் ஒரு நாளைய வழக்கறிஞர் கட்டணம் 75,000 ரூபாய். வடிவேலுவிற்கு வி.டி. ரெங்கசாமி ஐயங்காரும், எம். ஸ்ரீனிவாச கோபாலனும் ஆஜரானார்கள். நாகலிங்கத்திற்கு ஏ.எஸ். வீரராகவனும், பி. ராமநாதனும் ஆஜரானார்கள். சேனனுக்கு ஆஜரான வழக்கறிஞர்கள் வி.என். ஷாமா ராவ் மற்றும் வி.என். நாகராஜ ராவ். ராஜா பாதர் மற்றும் ஆறுமுகத்திற்கு பி.டி. சுந்தரராஜன், எஸ். கிருஷ்ணமூர்த்தி மற்றும் வேப்பா சாரதி ஆஜரானார்கள்.

நீதிபதி மாக்கெட் முன்பாக வழக்கு விசாரணை 24 நாட்களுக்கு நடந்தது. முதலில் அரசுத் தரப்பு தன் சாட்சிகளை விசாரித்தது. இதுதான் முதல் விசாரணை. முதல் விசாரணை செய்யப்பட்ட சாட்சிகளைக் குற்றம் சாட்டப்பட்டவர்களது வழக்கறிஞர்கள் குறுக்கு விசாரணை செய்வர். பின்னர், தேவைப்பட்டால் அரசுத் தரப்பு தன் சாட்சிகளை மறு விசாரணை செய்யும். அதன் பிறகு, குற்றம் சாட்டப்பட்டவர்களின் தரப்பில் சாட்சிகள் விசாரிக்கப் படுவர். அந்த சாட்சிகளை அரசுத் தரப்பு குறுக்கு விசாரணை

செய்யும். லட்சுமிகாந்தன் கொலை வழக்கில் வெளியான சாட்சியங்களைப் பிரபல நாளிதழ்கள் மறுநாள் வெளியிட்டது. பொது மக்கள் அவற்றை ஆவலாகப் படித்தனர்.

அரசுத் தரப்பில் விசாரிக்கப்பட்ட முக்கிய சாட்சிகள் - லட்சுமி காந்தனின் வழக்கறிஞரான நற்குணம், ரிக்ஷாக்காரன் கோபால், மற்றொரு ரிக்ஷாக்காரன் சின்னப்பையன், டி.எம். புரு, துணை ஆய்வாளர் கிருஷ்ணன் நம்பியார், உடற்கூராய்வு நடத்திய மருத்துவர் ஏ. ஸ்ரீனிவாசுலு நாயுடு, லட்சுமிகாந்தனுக்குச் சிகிச்சை அளித்த மருத்துவர் பி.ஆர். பாலகிருஷ்ணன், மருத்துவர் ஏ.கே. ஜோசப், அரசுத் தரப்பு சாட்சியாக மாறிய (approver) ஜெயானந்தம், முத்துசாமி நாயுடு, பால்காரர்களான மதனகோபால் நாயுடு மற்றும் சிட்டிபாபு, லட்சுமிகாந்தனின் உறவினனான கமலநாதன், ரமணா, ஆய்வாளர் கேசவ மேனன்.

முக்கிய சாட்சிகளின் விசாரணையில் வெளிவந்த விவரங்கள் பின்வருமாறு.

ரிக்ஷாக்காரன் கோபால் மாஜிஸ்டிரேட்டிடம் அளித்த சாட்சியத்தில், சம்பவத்தன்று, லட்சுமிகாந்தன் தன் வண்டியில் பயணம் செய்தபோது, பின்னால் இருந்து இருவர் வண்டியைப் பின்பக்கமாகச் சாய்த்ததாகத் தெரிவித்திருந்தான். ஆனால் உயர் நீதிமன்ற விசாரணையில் கோபால், தன் ரிக்ஷாவின் பின்னால் இருந்து இருவர் வந்தாலும், அவர்கள் ரிக்ஷாவைக் கடந்து முன்னால் வந்தார்கள் என்றும், அதில் ஒருவன் ரிக்ஷாவின் இரண்டு கைப்பிடிகளையும் பிடித்து ரிக்ஷாவைக் கவிழ்த்ததாகத் தெரிவித்தான். அதேபோல் மாஜிஸ்டிரேட் விசாரணையில், லட்சுமிகாந்தன் கத்தியால் குத்தப்பட்ட பிறகு அவனுடைய உடல் தரையிலும், தலை ரிக்ஷாவிலும் சாய்ந்திருந்ததாகத் தெரிவித்திருந்த கோபால் உயர் நீதிமன்ற விசாரணையில் லட்சுமிகாந்தனின் உடல் தரையில் இல்லை என்று தெரிவித்தான். மேலும் கோபால் மாஜிஸ்டிரேட் விசாரணையில், குத்துப்பட்டுக் கிடந்த லட்சுமிகாந்தனைத் தூக்கி நிறுத்தி அவனது உடலில் சொருகி இருந்த கத்தியை எடுத்ததாகத் தெரிவித்திருந்தான். ஆனால் உயர் நீதிமன்ற விசாரணையில் லட்சுமிகாந்தனே அவனது உடலில் சொருகி இருந்த கத்தியை எடுத்ததாகத் தெரிவித்தான். கோபாலின் இந்த முரண்பாடான பதில்களிலிருந்து அவன் சம்பவம் நடந்த இடத்தில் இல்லை என்று குற்றம் சாட்டப்பட்டவர்களின் தரப்பில் வாதிடப்பட்டது.

துணை ஆய்வாளரான கிருஷ்ணன் நம்பியார் பிச்சுவா கத்தியைப்பற்றி ஏன் property register-ல் குறிப்பிடாமல், General Station Diary-ல் ஏன் குறிப்பிட்டார் என்ற கேள்விக்கு, அவர் குற்றப் பிரிவு மேற்கொள்ளும் விசாரணையில் வழக்கு சம்பந்தப்பட்ட பொருள்களை property register-ல் குறிப்பிடுவதில்லை என்று தெரிவித்தார். மேலும் property register-ஐ காவல் நிலைய எழுத்தர்தான் வைத்திருப்பார் என்றும் தன்னிடம் General Station Diary மட்டும்தான் இருக்கும் என்றும் தெரிவித்தார். தனக்கு property register-ல் பிச்சுவா கத்தியைப்பற்றிக் குறிப்பிட அவகாசம் இல்லை என்றும் கிருஷ்ணன் நம்பியார் சாட்சியம் அளித்தார்.

லட்சுமிகாந்தனின் சடலத்தை உடற்கூறு ஆய்வு செய்த மருத்துவர் ஸ்ரீனிவாசுலு நாயுடு, லட்சுமிகாந்தன் தன் உடலில் ஏற்பட்ட காயங்களினாலும், சிறுநீரகத்தில் ஏற்பட்ட காயத்தின் அதிர்ச்சியின் காரணமாக இறந்திருக்கக் கூடும் என்று தெரிவித்தார். இடது சிறுநீரகத்தில் ஏற்பட்ட காயம் அந்தச் சிறுநீரகத்தை இரண்டு துண்டாக்கி இருந்தது என்று தெரிவித்தார். காயம் சிறுநீரகம் வரை சென்று இருக்கிறது என்றும் தெரிவித்தார். லட்சுமிகாந்தனுக்கு அறுவைச் சிகிச்சை செய்தபோது அதனால் ஏற்பட்ட கீறல் சிறுநீரகம் வரைச் சென்று இருப்பதையும் ஸ்ரீனிவாசுலு நாயுடு ஒப்புக்கொண்டார். அதனைத் தொடர்ந்து, மேற்கொண்டு நடந்த குறுக்கு விசாரணை சாராம்சம் பின்வருமாறு.

முன்ஷி - அடிவாகில் கத்தி சொருகப்பட்டால் சிறுநீரகம் இரு துண்டாகுமா?

ஸ்ரீனிவாசுலு நாயுடு - அது தாக்குண்டவர் அசைவதைப் பொருத்து

முன்ஷி - ஏதேனும் ஓர் அசைவில் சிறுநீரகம் பக்கவாட்டில் வெட்டுப்படாமல் இருக்க வாய்ப்பு உண்டா?

ஸ்ரீனிவாசுலு நாயுடு - பக்கவாட்டில் வெட்டுப் படும்

முன்ஷி - எந்தக் கத்தி சிறுநீரகத்தைப் பக்கவாட்டில் இரண்டாக வெட்டி இருக்க முடியும்? அறுவை சிகிச்சைக்குப் பயன்படுத்திய கத்தியும் சிறுநீரகத்தைப் பக்கவாட்டில் இரண்டு துண்டாக வெட்டியிருக்க முடியும் அல்லவா?

ஸ்ரீனிவாசுலு நாயுடு - பிச்சுவா கத்தியும் சிறுநீரகத்தைப் பக்கவாட்டில் இரண்டு துண்டாக வெட்டியிருக்க வாய்ப்பு உள்ளது என்றார்.

அடுத்ததாக மருத்துவர் பி.ஆர். பாலகிருஷ்ணன் தனது குறுக்கு விசாரணையில் தெரிவித்ததாவது - மருத்துவமனையில் லட்சுமி காந்தனின் உடல் நிலை மோசமாக இருந்ததாகவும், இருப்பினும் தான் மாஜிஸ்டிரேட்டை அழைத்து மரண வாக்குமூலத்தைப் பெற ஏற்பாடு செய்யவில்லை என்றும், காரணம் லட்சுமிகாந்தனுக்கு, தான் என்ன பேசுகிறோம் என்று தெளிவில்லை என்றார். துணை ஆய்வாளர் கிருஷ்ணன் நம்பியார் மருத்துவமனைக்கு இருமுறை வந்து லட்சுமிகாந்தனைப் பார்த்தபோது அவரிடம் லட்சுமி காந்தனின் உடல் நிலையைப்பற்றி ஏன் சொல்லவில்லை என்று கேட்டதற்கு, கிருஷ்ணன் நம்பியார் லட்சுமிகாந்தனின் உடல் நிலை பற்றி ஏதும் கேட்கவில்லை; அதனால் சொல்லவில்லை. மாறாக அவர் தாக்குதலுக்குப் பயன்படுத்தப்பட்ட பிச்சுவா கத்தியை மட்டும் தன்னிடம் காட்டிவிட்டுச் சென்றதாக பாலகிருஷ்ணன் தெரிவித்தார்.

அடுத்ததாக முன்ஷி பாலகிருஷ்ணனிடம் case sheetஐ காண்பித்து அதில் திருத்தம் செய்யப்பட்டிருப்பதைச் சுட்டிக்காட்டினார். case sheetல், 'நோயாளி சுய நினைவோடு இருக்கிறார் - கேள்வி களுக்குப் பதிலளிக்கிறார்' என்று ஆங்கிலத்தில் இடம் பெற்றிருந்த வாசகத்தை 'கேள்விகளுக்குச் சரியாகப் பதிலளிக்கவில்லை' என்று மாற்றியதை பாலகிருஷ்ணன் ஒப்புக்கொண்டார்.

அறுவை சிகிச்சைக்கு முன்னர் லட்சுமிகாந்தனின் சிறுநீர் சோதனை செய்யப்பட்டதா என்ற வடிவேலுவின் வழக்கறிஞரான ரெங்கசாமி ஐயங்கார் கேட்ட கேள்விக்கு, பாலகிருஷ்ணன் இல்லை என்று பதிலளித்தார். குற்றம் சாட்டப்பட்டவர்களின் வாதம் என்னவெனில் கத்திக் குத்தினால் லட்சுமிகாந்தனின் சிறுநீரகம் துண்டாகி இறக்கவில்லை மாறாக மருத்துவர் அறுவைச் சிகிச்சை செய்யும்போது கத்தியால் ஏற்பட்ட கீறலினால் லட்சுமிகாந்தனின் சிறுநீரகம் துண்டாகி இறந்துவிட்டான் என்பதாகும். ஆனால் அரசுத் தரப்பு பாலகிருஷ்ணனை மறு விசாரணை செய்தபோது, பாலகிருஷ்ணன், அறுவைச் சிகிச்சை செய்யும்போது சிறுநீரகம் வெட்டுப்படவில்லை என்றும், உடலில் சிறுநீரகத்திற்கு முன்னர் பெருங்குடல் இருப்பதாகவும், பெருங்குடல் வெட்டுப்படாமல் சிறுநீரகம் வெட்டுப்படாது என்றும் தெரிவித்தார்.

அப்ரூவரான ஜெயானந்தம்மை முதல் விசாரணை செய்த Advocate Generalக்கு அதிர்ச்சி காத்திருந்தது. ஜெயானந்தம்மின் சாட்சியத்தைக் கேட்டு நீதிமன்றத்தில் இருந்த அனைவரும்

ஆச்சர்யம் அடைந்தனர். ஜெயானந்தம், குற்றவாளிக் கூண்டில் இருப்பவர்களில் நாகலிங்கம் மற்றும் ராஜா பாதரை மட்டும்தான் தெரியும், மற்றவர்களைத் தெரியாது என்றவன், தனக்கும் லட்சுமிகாந்தன் கொலை வழக்கிற்கும் எந்தச் சம்பந்தமும் இல்லை என்றான். மேலும் ஜெயானந்தம் உயர் நீதிமன்றத்தில் அளித்த சாட்சியத்தில் தன்னைக் காவல் துறை சித்திரவதை செய்து மிரட்டியதால் மாஜிஸ்டிரேட் முன்னர் பொய் சாட்சி சொன்னதாகத் தெரிவித்தான்.

ஜெயானந்தம்மை முதல் விசாரணை செய்த Advocate General ஜெயானந்தம்மை பிறழ் சான்றுரைஞராக (hostile witness) கருதக் கோரி மனு தாக்கல் செய்யப் போவதாக நீதிபதியிடம் தெரிவித்தார். மேலும் ஜெயானந்தம் மாஜிஸ்டிரேட்டிடம் அளித்த சாட்சியத்தை உயர் நீதிமன்றத்தில் சாட்சியமாக எடுத்துக் கொள்ள வேண்டும் என்ற வேண்டுதலையும் வைத்தார். நீதிபதி மாக்கெட் ஜூரியிடம் ஜெயானந்தம் மாஜிஸ்டிரேட் முன் சொன்ன சாட்சியம் உண்மை என்று நினைத்தால் அதை நீங்கள் ஏற்றுக்கொள்ளலாம், அல்லது இங்கு உயர் நீதிமன்றத்தில் சொல்லும் சாட்சியம் உண்மை என்று நினைத்தால் அதை ஏற்றுக்கொள்ளலாம் என்று தெரிவித்தார்.

பால்காரன் முனுசாமி நாயுடு தன்னுடைய சாட்சியத்தில் தான் மாடாக்ஸ் தெரு - கந்தப்ப முதலி தெரு முனையில், மாட்டுக் கொட்டகை வைத்திருப்பதாகவும்; ஐந்து மாதத்திற்கு முன்னர் கொட்டகையின் எல்லையை ஒட்டிய சுவரில் மூன்று நபர்கள் நின்று கொண்டிருந்ததாகவும், அவர்கள் யார் என்று தனக்கு தெரியாது என்றும் தெரிவித்தான். அவர்கள் தன்னிடம் சில கேள்விகள் கேட்டதற்கு, தான் பதிலளித்ததாகவும்; அந்த மூவரும் தங்கள் கைகளை ஏதோ ஒரு திசையில் காட்டி கேள்வி கேட்டதாகவும்; அவர்கள் எதைக் கை காட்டிக் கேட்கிறார்கள் என்று தனக்குத் தெரியாது எனவும்; தான் பால் கறந்து கொண்டு திரும்பிப் பார்த்த போது அந்த மூவரும் அந்த இடத்தில் இல்லை என்றும்; சிறிது நேரத்திற்கெல்லாம் அந்த மூவரும் ‘குத்திட்டான், குத்திட்டான்’ என்று கத்தியபடியே ஓடி வந்தார்கள், அதன் பின்னர் ரத்தம் வழிந்த நிலையில் ரிக்ஷாவில் ஒருவர் அமர்ந்திருந்தார் என்றும்; அங்குக் கூடிய கூட்டத்தில் ஒருவர் ரிக்ஷாவில் இருப்பது லட்சுமிகாந்தன் என்று தெரிவித்ததாக முனுசாமி நாயுடு முதல் விசாரணையில் சாட்சியம் அளித்தான். பின்னர் நடந்த அடையாள அணிவகுப்பில் முனுசாமி நாயுடு, ஜெயானந்தம்மையும், நாகலிங்கத்தையும் இவர்கள்தான் சம்பவத்தன்று தன்னுடைய

மாட்டு கொட்டகையின் முன்னர் நின்று கொண்டிருந்ததாக அடையாளம் காட்டினான்.

முன்ஷி, முனுசாமி நாயுடுவைக் குறுக்கு விசாரணை செய்தபோது, அவன் குடித்துவிட்டுக் கலாட்டா செய்ததற்காக நீதிமன்றத்தால் தண்டிக்கப்பட்டதை சுட்டிக்காட்டினார். முனுசாமி பால் கறக்கும்போது தன்னுடைய முதுகு சுவரின் பக்கமாக இருந்ததாகத் தெரிவித்தான். முன்ஷியின் வாதம், முனுசாமி சுவரின் எதிர்த் திசையில் திரும்பி பால் கறக்கும்போது எப்படி மூன்று குற்றவாளிகளைப் பார்த்திருக்கமுடியும். முனுசாமி காவல் துறையின் விசாரணையின்போது தான் ஒருவரிடம் உரையாடிக் கொண்டிருந்ததாகத் தெரிவித்திருந்தான். ஆனால் நீதிமன்ற விசாரணையில் இருவரிடம் உரையாடிக் கொண்டிருந்தாக தெரிவித்தான். முனுசாமி தன்னுடைய நண்பனும், மற்றொரு பால்காரனுமான மதனகோபால் நாயுடுவிடம் சம்பவத்தன்று தன்னிடம் பேசிய மூன்று நபர்களும் ஆதி திராவிடர்கள்போல் இருந்ததாகக் கூறியிருக்கிறான். ஆனால் நீதிமன்ற விசாரணையின் போது கூண்டில் இருந்த நாகலிங்கத்தைக் காட்டி இவர் ஆதி திராவிடர் போல் இருக்கிறாரா என்று கேட்டதற்கு முனுசாமி இல்லை என்று பதிலளித்தான். இதை அடுத்து நீதிபதி கேட்ட கேள்விக்கு, முனுசாமி, தான் பார்த்த மூவரும் ஆதி திராவிடர்கள் என்று மதனகோபாலிடம் சொல்லவில்லை என்று தெரிவித்தான்.

அரசுத் தரப்பு சாட்சியான கமலநாதனை குறுக்கு விசாரணை செய்து முன்ஷி முக்கிய விஷயங்களை நீதிமன்றத்தில் நிரூபித்தார்.

திரை நட்சத்திரங்களைத் தவிர, அரசியல்வாதிகள், தொழில் அதிபர்கள், வழக்கறிஞர்கள், பத்திரிகையாளர்கள் எனப் பலரைப்பற்றியும் தன்னுடைய பத்திரிகையில் லட்சுமிகாந்தன் எழுதி வந்ததாக கமலநாதன் சாட்சியம் அளித்தான். சில நாட்களுக்கு முன்னர் போட் மெயில் ரயிலில் (Boat Mail Express) நடந்த கொலை பற்றிய விவரங்கள் லட்சுமிகாந்தனுக்குத் தெரியும் என கமலநாதன் தெரிவித்தான்.

கமலநாதன் பாகவதரைச் செப்டெம்பர் மற்றும் அக்டோபர் மாதங்களில் (சம்பவம் நடந்தது நவம்பர் மாதத்தில்) பார்த்ததாகத் தெரிவித்தான். பாகவதரை இரண்டாவது முறை சந்தித்த தேதி நினைவில் இல்லாததால், மாஜிஸ்டிரேட்டிடம் சாட்சியம் அளிக்கும்போது, லட்சுமிகாந்தன் முதன் முறையாகக் குத்துப்பட்ட

செய்தி வெளியான தேதியிலிருந்து ஒரு வாரத்திற்குள் சந்தித்தாகத் தெரிவித்தான். பாகவதரைச் சந்திக்க ராகு காலம் முடிந்து மாலை 4 மணிக்கு மேல் செல்ல அறிவுறுத்தப்பட்டதால், 4 மணிக்கு மேல் சென்றதாகத் தெரிவித்தான். தான் குறிப்பிட்ட அந்த வாரத்தில் 2:30 மணி முதல் 4 மணி வரை ராகு காலம் நீடித்தது வியாழக்கிழமை என்பதை கமலநாதன் ஒப்புக்கொண்டான். 19ஆம் தேதிக்குப் பிறகு 4 மணியோடு ராகு காலம் முடிந்த முதல் வியாழக்கிழமை 26ஆம் தேதி என்றால் சரியா என்று முன்ஷி கேட்டதற்கு, கமலநாதன் சரிதான் என்று ஒப்புக்கொண்டான். முன்ஷி, கமலநாதனிடம் அவன் ஸ்ரீராமுலு நாயுடுவையும், பாகவதரையும் பார்த்தது 26ஆம் தேதி வியாழக்கிழமை என்பதை உறுதிப்படுத்திக்கொண்டார். பின்னர் முன்ஷி நீதிமன்றத்தில் சமர்ப்பிக்கப்பட்ட ஆதாரங்களைக் காண்பித்து, அக்டோபர் மாதம் 26ஆம் தேதி வியாழக்கிழமை அன்று ஸ்ரீராமுலு நாயுடு மும்பையில் தாஜ் ஹோட்டலில் தங்கியிருந்ததை நிரூபித்தார்.

சம்பவத்திற்கு முதல் நாள் 'சமரசம்' பத்திரிகையில் சேர்வதற்காக, தான் பாகவதரைப் பார்க்க வால் டாக்ஸ் சாலையில் உள்ள திரையரங்கிற்குச் சென்றபோது அங்குப் பாகவதர், கலைவாணர், ஜெயானந்தம், நாகலிங்கம், சகஸ்ரநாமம், சேனன் மற்றும் ராஜா பாதர் இருந்ததாக கமலநாதன் முதல் விசாரணையில் சாட்சியம் அளித்திருந்தான். இது தொடர்பாக முன்ஷி அவனைக் குறுக்கு விசாரணை செய்தார். வால் டாக்ஸ் சாலையில் உள்ள திரையரங்கில், சம்பவத்திற்கு முதல் நாள், பாகவதர், கலைவாணர் மற்றும் ஏனைய குற்றவாளிகளின் சந்திப்பு நடக்கவில்லை என்று முன்ஷி குறிப்பிட்டபோது அதை கமலநாதன் மறுத்தான். ஆனால் ஜெயானந்தம் மாஜிஸ்டிரேட்டிடம், வால் டாக்ஸ் சாலையில் உள்ள திரையரங்கில் நடந்த சந்திப்பில் தன்னை சம்பந்தப்படுத்திப் பேசியது பொய் என்று தெரிவித்தான்.

ரமணாவைக் குறுக்கு விசாரணை செய்த முன்ஷி எழுப்பிய பிரதான கேள்வி என்னவெனில் - சேனன் லட்சுமிகாந்தனைத் தீர்த்துக் கட்டிவிட்டேன் என்ற செய்தியை ஏன் ரமணாவிடம் வந்து சொல்ல வேண்டும்?

அடுத்து, லட்சுமிகாந்தனுக்கு உடலில் இரண்டு இடத்தில் கத்திக் குத்துக் காயங்கள் ஏற்பட்டிருந்தது. மருத்துவர் அறுவைச் சிகிச்சை செய்தபோது மூன்றாவது காயம் ஏற்பட்டது, அப்படி இருக்கையில் ரமணா, மணி ஐயருக்குத் தான் எழுதிய கடிதத்தில்

லட்சுமிகாந்தனுக்குப் பிச்சுவா கத்தியால் மூன்று காயங்கள் ஏற்பட்டது என்று எப்படிக் குறிப்பிட முடிந்தது? பிணக் கிடங்கிற்குச் சென்று லட்சுமிகாந்தன் உடலை பார்த்தவர் களுக்குத்தான் மூன்று காயங்கள் தெரிந்திருக்கும், எனவே சேனன் இந்தத் தகவலை ரமணாவிடம் சொல்லியிருக்க முடியாது, மாறாக வேறு யாரேனும் இந்தத் தகவலைக் கொடுத்திருக்க வேண்டும் என்றார் முன்ஷி. ரமணா, முன்ஷியின் கூற்றை மறுத்தான்.

மணி ஐயருக்கு எழுதிய கடிதத்தில் 'நேற்று காலை மு.ப. 11 மணிக்கு என்னிடம் தெரிவித்தான்' என்று குறிப்பிட்டிருந்த ரமணா, உயர் நீதிமன்ற விசாரணையில் 'சேனன் தன்னை 4:30 அல்லது 5 மணிக்குச் சந்தித்ததாகத் தெரிவித்திருக்கிறான். மாலையில் தன்னைச் சந்தித்த சேனனைக் காலையில் வந்ததாக ஏன் கடிதத்தில் குறிப்பிட வேண்டும் என்ற கேள்வியை முன்ஷி எழுப்பினார். அதற்கு ரமணா, சேனன் செய்தியைத் தெரிவிக்கத் தன்னைக் காலையில் காண வந்ததாகவும், அப்போது தான் வீட்டில் இல்லாத காரணத்தினால் சேனன் மறுபடியும் தன்னை மாலை வந்து சந்தித்துச் செய்தியைத் தெரிவித்ததாகவும் பதிலளித்தான். ஆனால் அதற்கு முன்ஷி கடிதத்தில் இடம்பெற்றிருந்த வாசகத்திற்கும், ரமணா தற்பொழுது நீதிமன்றத்தில் சொல்லும் பதிலுக்கும் முரண்பாடு இருப்பதாகச் சாடினார்.

ரமணா தன்னிச்சையாக மணி ஐயருக்கு அந்தக் கடிதத்தை எழுத வில்லை, மாறாக யாரோ ஒருவரின் தூண்டுதலின் பெயரில் அந்தக் கடிதம் எழுதப்பட்டிருக்கிறது என்று முன்ஷி ஐயப்பாடு எழுப்பினார். அதற்கு, ரமணா, சேனன்தான் தனக்கு உரிய தகவலை வழங்கியதாகத் தெரிவித்தான். Advocate General ரமணாவிடம் மறு விசாரணை செய்தார். அப்பொழுது அவர் ரமணாவிடம் மணி ஐயருக்கு எழுதிய கடிதத்தில் ஏன் சேனனின் பெயரைக் குறிப்பிடாமல் அதைக் கோடிட்டுக் காண்பித்திருக்கிறாய் என்று கேட்டதற்கு, ரமணா, தான் சேனன் மீது பயம் கொண்டிருந்த தாகவும், லட்சுமிகாந்தன் கொலையைப்பற்றி வெளியில் யாரிடமும் சொல்லக் கூடாது என்று சேனன் தெரிவித்ததாகவும், அப்படியான சூழ்நிலையில் தன்னுடைய கடிதம் சேனன் கையில் கிடைத்தால், அன்றே என் தலை தரையில் உருண்டிருக்கும் என்று பதிலளித்தான்.

அரசுத் தரப்பு சாட்சியம் முடிந்த பிறகு, குற்றம் சாட்டப் பட்டவர்கள் தங்களது அறிக்கையை நீதிமன்றத்தில் தாக்கல் செய்தனர்.

பாகவதர் தன்னுடைய அறிக்கையில், தெரிவித்ததாவது - தனக்கும் லட்சுமிகாந்தன் கொலைக்கும் எந்தச் சம்மந்தமும் இல்லை. தனக்கு லட்சுமிகாந்தனைக் கொல்ல வேண்டும் என்ற எண்ணம் இல்லை. தான் வால் டாக்ஸ் சாலையில் உள்ள திரையரங்கிற்குச் செல்ல வில்லை. தான் லட்சுமிகாந்தன் கொலை குறித்து யாரிடமும் பேசவும் இல்லை, அதற்காக எந்தப் பணமும் செலவழிக்கவில்லை. தன் மீது உள்ள பொறாமையின் காரணமாகவும், யாருடைய தூண்டுதலின் பெயரிலும் தனக்கு எதிராகப் பொய் சாட்சிகள் சொல்லப்பட்டிருக்கின்றன. கலைவாணரையும், ஸ்ரீராமுலு நாயுடுவையும் தவிர தனக்கு மற்ற குற்றவாளிகளைத் தெரியாது.

கலைவாணர் தன்னுடைய அறிக்கையில், தான் எந்தக் குற்றமும் இழைக்கவில்லை; லட்சுமிகாந்தனைக் கொல்ல நினைத்தவர் களுடன் தான் கூட்டு சேரவில்லை; லட்சுமிகாந்தனைக் கொலை செய்ய, தான் எந்த விதத்திலும் உதவி செய்யவில்லை; 1944ஆம் வருடம் நவம்பர் மாதம் 7ஆம் தேதி, வால் டாக்ஸ் சாலையில் உள்ள திரையரங்கில் எந்தச் சந்திப்பும் நிகழவில்லை; நவம்பர் 1ஆம் தேதி முதல் 13ஆம் தேதி வரை தான் சென்னையிலேயே இல்லை. நவம்பர் 7ஆம் தேதி, தான் சேலத்தில் இருந்தேன் என்று குறிப்பிட்டிருந்தார்.

இதற்கிடையில், Advocate General நீதிபதியிடம், ஸ்ரீராமுலு நாயுடுவிற்கு எதிராக வலுவான ஆதாரங்கள் இல்லை. கமலநாதன் அளித்த சாட்சியத்தை வைத்து மட்டும் ஸ்ரீராமுலு நாயுடுவைத் தண்டிக்க முடியாது. எனவே ஸ்ரீராமுலு நாயுடுவைக் குற்றப் பத்திரிகையிலிருந்து நீக்கி விடுவதாகத் தெரிவித்தார். மேலும் ஸ்ரீராமுலு நாயுடுவை லட்சுமிகாந்தன் கொலை வழக்கிலிருந்து விடுவிக்கக் கோரினார். நீதிபதி, ஸ்ரீராமுலு நாயுடுவிற்கு எதிரான சாட்சியங்களைப் பரிசீலித்தார். பின்னர் ஜூரியைப் பார்த்து இந்த வழக்கின் முக்கிய அம்சம் கூட்டுச் சதி; அந்தக் கூட்டுச் சதியைப்பற்றி சாட்சியம் அளித்தது ஜெயானந்தம்; ஜெயானந்தமும் தன்னுடைய சாட்சியத்தில், ஸ்ரீராமுலு நாயுடுவைப்பற்றி ஏதும் சொல்லவில்லை; ஸ்ரீராமுலு நாயுடு கூட்டுச் சதியில் ஈடுபட்டதாக எந்தச் சாட்சியமும் இல்லை; எனவே Advocate General ஸ்ரீராமுலு நாயுடுவை வழக்கிலிருந்து விடுவிக்கக் கோரியது சரியே என்று தெரிவித்தார்.

நீதிபதி குற்றவாளிக் கூண்டில் இருந்த ஸ்ரீராமுலு நாயுடுவைப் பார்த்து 'உன்னை இந்த வழக்கிலிருந்து விடுதலை செய்கிறோம்.

நீ செல்லலாம்' என்று அறிவித்தார். ஸ்ரீராமுலு நாயுடு மிக்க மகிழ்ச்சியுடன் நீதிமன்றத்தை விட்டு வெளியேறினார். முன்ஷி அவரது கட்சிக்காரரான ஸ்ரீராமுலு நாயுடுவிற்கு விடுதலை வாங்கிக் கொடுத்து விட்டதால் அவரும் நீதிமன்றத்தை விட்டு வெளியேறினார். பின்னர் கலைவாணர் முன்ஷியைத் தனது வழக்கறிஞராக நியமித்ததால், முன்ஷி மறுபடியும் உயர் நீதிமன்றத்தில் நுழைந்தார்.

அடுத்ததாகக் குற்றம் சாட்டப்பட்டவர்களின் தரப்பில் சாட்சியம் அளிக்கப்பட்டது. குற்றம் சாட்டப்பட்டவர்களில், கலைவாணரும், வடிவேலுவும் அலிபை (வேற்றிட வாதத்தை) முன் வைத்தனர்.

கலைவாணர், தான் சம்பவத்தன்றும், அதற்கு முதல் நாளும் சென்னையில் இல்லை என்பதை நிரூபிப்பதற்காகப் பலரைச் சாட்சியாக விசாரித்தார். அதில் குறிப்பிடும்படியானவர்கள்:

வேணுகோபால் - சேலத்தில் உள்ள தபால் நிலையத்தில் வேலை செய்யும் தபால்காரர். நவம்பர் 7ஆம் தேதி கலைவாணரது வீட்டிற்குச் சென்று நேரடியாக அவர் கையில் ஒரு பதிவுத் தபாலைக் கொடுத்து, அதற்கான ஒப்புதலையும் பெற்றதாகச் சாட்சியம் அளித்தார்.

திருவேங்கடம் - கலைவாணரின் குமாஸ்தா. திருவேங்கடம் தன்னுடைய நாட்குறிப்பில் கலைவாணர் குறித்து முக்கிய தினசரி நிகழ்வுகளை எழுதி வைத்திருந்தார். திருவேங்கடம் தன் நாட்குறிப்பில், நவம்பர் 2ஆம் தேதி முதல் நவம்பர் 11ஆம் தேதிவரை கலைவாணர் தன் மனைவி மதுரத்துடன் (இவரும் பிரபலத் திரைப்பட நடிகை) சேலத்தில் இருந்ததாகவும், அதன் பிறகு இருவரும் திருச்சிக்குச் சென்றதாகவும் குறிப்பிட்டிருந்தார். கலைவாணரும், மதுரமும் 'பர்மா ராணி' என்ற படத்திற்கு நகைச் சுவைக் காட்சிகளை எடுப்பதற்காக சேலத்தில் தங்கியிருந்தாக திருவேங்கடம் தெரிவித்தார். கலைவாணர், குறிப்பிட்ட தேதியில் சேலத்தில் இருந்ததை நிரூபிக்கும்வகையில் திருவேங்கடம் தன்னுடைய நாட்குறிப்பில் குறித்து வைத்திருந்த விவரங்களை நீதிமன்றத்தில் சாட்சியமாக அளித்தார். அந்த சாட்சியத்தில் குறிப்பிடும்படியான விஷயம், நவம்பர் 8ஆம் தேதி காலையில் கலைவாணருக்கு சென்னையிலிருந்து வந்த டிரங் கால்.

நாராயணசாமி - மாடர்ன் தியேட்டர்ஸ் நிறுவனத்தின் ஒலிப்பதிவுப் பொறுப்பாளர். நாராயணசாமி மாடர்ன் தியேட்டர்ஸ் நிறுவனத்தில்

நடைபெற்ற ஒலிப்பதிவுகள் குறித்து ஒரு பதிவேடு வைத்திருந்தார். நீதிமன்றத்தில் அந்தப் பதிவேட்டைப் பார்த்து, நவம்பர் 8ஆம் தேதி அன்று 'பர்மா ராணி' என்ற படத்திற்காகக் கலைவாணர் தனியாக ஒரு பாடலைப் பாடியும், அதே படத்திற்காக. கலைவாணர், மதுரம் இருவரும் டூயட் பாடலைப் பாடியும் மாடர்ன் தியேட்டர்ஸ் ஸ்டுடியோவில் ஒலிப் பதிவு செய்ததாகச் சாட்சியம் அளித்தார்.

டி. ஏ. கல்யாணராம ஐயர் - இவர் மாடர்ன் தியேட்டர்ஸ் நிறுவனத்தின் இசை அமைப்பாளர். இவர் தனது சாட்சியத்தில், நவம்பர் 7ஆம் தேதி அன்று மாடர்ன் தியேட்டர்ஸ் ஸ்டுடியோவில் 'பர்மா ராணி' என்ற படத்திற்கான பாடல்கள் குறித்துக் கலைவாணரும், மதுரமும் ஒத்திகை பார்த்ததாகவும், நவம்பர் 8ஆம் தேதி அன்று இருவரும் பாடல்களைப் பாடி, அவை பதிவு செய்யப்பட்டதாகவும் தெரிவித்தார்.

சி. வி. ராமன் - இவர் ஒரு திரைப்படத் தயாரிப்பாளர். இவர் 1944ஆம் ஆண்டு 'பக்த ஹனுமான்' என்ற படத்தைத் தயார் செய்து கொண்டிருந்தார். அந்தப் படத்தின் படப்பிடிப்பு மாடர்ன் தியேட்டர்ஸ் ஸ்டுடியோவில் நடந்து கொண்டிருந்தது. நவம்பர் 7ஆம் தேதி அன்று 'பக்த ஹனுமான்' படத்தின் படப்பிடிப்பு நடந்து கொண்டிருக்கும் போது கலைவாணர் அங்கு வந்ததாக சி. வி. ராமன் சாட்சியம் அளித்தார்.

ஃப். ஜெ. ஹெச் பேஸ் - இவர் ஆஸ்திரியா நாட்டு ஒளிப்பதிவாளர் மற்றும் கேமராமேன். இவர் நவம்பர் 7ஆம் தேதி அன்று 'பக்த ஹனுமான்' படத்தை ஒளிப்பதிவு செய்து கொண்டிருக்கும்போது கலைவாணர் அங்கு வந்து தனக்கு வணக்கம் தெரிவித்துவிட்டுச் சென்றதாகச் சாட்சியம் அளித்தார்.

ஆர். ஜி. பிள்ளை - இவர் மாடர்ன் தியேட்டர்ஸ் நிறுவனத்தின் ஒலிப் பொறியாளர். இவர் 'பக்த ஹனுமான்' திரைப்படத்திற்காக ஒலிப்பதிவு செய்து கொண்டிருந்தபோது கலைவாணர் தன்னுடைய அறைக்கு வந்து தன்னுடன் தேநீர் அருந்தியதாகச் சாட்சியம் அளித்தார்.

கலைவாணரைப்போல் வடிவேலுவும் அலிபையை முன் வைத்தான். தான் நவம்பர் 7ஆம் தேதி இரவுப் பணி முடித்து விட்டுத் தூங்கச் சென்றதாகவும்; மறுநாள் காலை 5:45 மணிக்கு அவனுடைய அண்ணி அவனை எழுப்பி விட்டதாகவும்; காலை உணவு அருந்திய பிறகு தன் நண்பர்களான ராமலிங்கம்,

ராஜகோபால் மற்றும் ராஜரத்தினம் ஆகியோருடன் எழும்பூரில் உள்ள தன் வழக்கறிஞரைச் சந்திக்கச் சென்றதாகவும்; செல்லும் வழியில் தாமோதர நாயுடுவையும், நாகேஸ்வர ஐயரையும் பார்த்ததாகவும்; கொலை நடந்த இடத்தில் தான் இல்லை என்ற கூற்றை முன் வைத்தான் வடிவேலு.

தன்னுடைய கூற்றை நிரூபிக்க வடிவேலு சார்பில் அவனது நண்பர்களான ராமலிங்கம், ராஜரத்தினம், அவன் சந்தித்த வழக்கறிஞர் தாமோதர நாயுடு மற்றும் நாகேஸ்வர ஐயரை நீதிமன்றத்தில் சாட்சிகளாக விசாரித்தான்.

Advocate General எதிர்த் தரப்பு சாட்சிகளைக் குறுக்கு விசாரணை செய்தார். அதன் மூலம் அரசுத் தரப்புக் கூற்றை நிரூபிக்க முயன்றார்.

இறுதியாக இருதரப்பு சாட்சி விசாரணைகளும் முடிந்தது. அதன் பிறகு இருதரப்பு வழக்கறிஞர்களும் தத்தம் வாதங்களை ஜுரி மற்றும் நீதிபதியின் முன் வைத்தனர். வழக்கறிஞர்களின் வாதப் பிரதிவாதங்கள் முடிந்த பிறகு நீதிபதி மாக்கெட் வழக்கு விசாரணையின் சுருக்கத்தைத் தொகுப்பாக ஜுரியிடம் எடுத்துரைத்து சரியான முடிவெடுக்கும்படிக் கேட்டுக்கொண்டார்.

ஜுரர்கள் தங்களுக்குள் ஆலோசனை செய்தனர். ஜுரி என்ன முடிவு செய்யப் போகிறது என்று பதைபதைப்புடன் குற்றம் சாட்டப் பட்டவர்கள் காத்திருந்தார்கள். குற்றம் சாட்டப்பட்டவர்கள் மட்டுமல்ல பொது மக்கள், பத்திரிகையாளர்கள் என அனைவரும் ஜுரியின் முடிவிற்காக ஆவலுடன் காத்திருந்தனர். பாகவதர் மற்றும் கலைவாணரது விசிறிகள் தங்களுடைய நட்சத்திரங்களின் விடுதலைக்காகக் காத்திருந்தார்கள். பாகவதர் மற்றும் கலைவாணரது ஆதரவாளர்கள் கையில் மாலையுடனும், இனிப்புடனும் நல்ல செய்தியை வரவேற்க உற்சாகமாக நீதிமன்ற வளாகத்தில் காத்திருந்தனர். நீதிமன்றம் கூட்டத்தால் நிரம்பி வழிந்தது. நீதிமன்ற வளாகத்தில் பெரிய அளவில் போலீஸ் பாதுகாப்பிற்காகக் குவிக்கப்பட்டிருந்தது.

சுமார் 3:30 மணி நேர ஆலோசனைக்குப் பிறகு ஜுரர்கள் முடிவிற்கு வந்தனர். நீதிமன்ற குமாஸ்தாவிடம் ஜுரியின் ஃபோர்மேனைப் பார்த்து முடிவு எட்டப்பட்டதா என்று கேட்டார். ஆம் என்று பதில் வந்தது. ஜுரி என்ன முடிவு சொல்லப் போகிறது என்று நீதிமன்றத்தில் பெரிய எதிர்பார்ப்பு நிலவியது. ஃபோர்மேன் முடிவை வாசித்தார்.

லட்சுமிகாந்தனைக் கொலை செய்யக் கூட்டுச் சதியில் ஈடுபட்ட குற்றத்தில் வடிவேலு, நாகலிங்கம், சேனன், ராஜா பாதர் ஆகியோர் குற்றவாளிகள் என ஜுரி ஏகமனதாக முடிவு செய்தது. அதே குற்றத்திற்குப் பாகவதர் மற்றும் கலைவாணர் இருவரும் கூடக் குற்றவாளிகள் என ஜுரி 6:3 என்ற விகிதத்தில் முடிவு செய்தது. கூட்டுச் சதி குற்றத்தில் ஆறுமுகம் நிரபராதி என்று ஜுரி ஏகமனதாக முடிவெடுத்தது.

கொலை மற்றும் கொலையைத் தூண்டியதற்கான குற்றத்திற்கு வடிவேலு, நாகலிங்கம், சேனன், ராஜா பாதர் ஆகியோர் குற்றவாளிகள் என்று ஜுரி ஏகமனதாக முடிவெடுத்தது. கொலைக்குத் தூண்டிய குற்றத்திற்குப் பாகவதரும், கலைவாணரும் குற்றவாளிகள் என ஜுரி 6:3 என்ற விகிதத்தில் முடிவெடுத்தது. ஆறுமுகம் கொலைக் குற்றவாளி அல்ல என்று ஜுரி ஏகமனதாக முடிவெடுத்தது.

ஜுரியின் முடிவை நீதிபதி மாக்கெட் ஏற்றுக்கொண்டார். அடுத்து அவர் குற்றவாளிகளுக்குச் சட்டப்படி தண்டனை வழங்கினார். அவர் தண்டனை வழங்கும்போது நீதிமன்றத்தில் பெரும் அமைதி நிலவியது. குற்றவாளிகள் அனைவருக்கும், அவர்கள் இழைத்த ஒவ்வொரு குற்றத்திற்கும், ஆயுள் முழுக்க நாடு கடத்தப்பட வேண்டும் என்ற தண்டனையை நீதிபதி வழங்கினார். இந்த இரட்டை தண்டனையை குற்றவாளிகள் ஒரு சேர அனுபவிக்க வேண்டும் என்ற உத்தரவையும் வழங்கினார்.

கொலை வழக்கின் தீர்ப்பும், அதைத் தொடர்ந்து வழங்கப்பட்ட தண்டனையின் செய்தியும் காட்டுத் தீ போல் பரவியது. தண்டனை பெற்ற குற்றவாளிகள் அனைவரையும் காவல் துறை நீதிமன்றத்திலிருந்து அழைத்துச் சென்று சிறையில் அடைத்தது. நீதிமன்றத்தில் இருந்த பாகவதர் மற்றும் கலைவாணரின் உறவினர்கள் அழுகையுடனும், வருத்தத்துடனும் காணப் பட்டார்கள்.

பாகவதர், கலைவாணர் மற்றும் ஏனைய குற்றவாளிகளுக்கு நாடு கடத்தப்பட வேண்டும் என்று தண்டனை வழங்கப்பட்டாலும், அவர்கள் இந்தியச் சிறையில்தான் வைக்கப்பட்டார்கள். நீதிமன்றம் தனது தண்டனையில், குற்றவாளிகள் நாடு கடத்தப்பட வேண்டும் என்று குறிப்பிட்டிருந்தாலும் அரசாங்கம் குற்றவாளிகளை நாடு கடத்தவில்லை, காரணம் குற்றவியல் நடைமுறைச் சட்டம் மற்றும்

கைதிகள் சட்டம் ஆகியவற்றில் ஏற்பட்ட சட்டத் திருத்தங்கள்தான். இந்தச் சட்டத் திருத்தத்தின் காரணமாக, இந்திய தண்டனைச் சட்டத்தின் கீழ் குற்றவாளிகள் நாடு கடத்தப்பட வேண்டும் என்று தண்டனை வழங்கப்பட்டாலும், அது கட்டாயமாகப் பின்பற்றப்படவில்லை. உரிய வழக்குகளில், குற்றவாளிகளுக்குத் தண்டனை, தாக்கத்தை ஏற்படுத்த வேண்டும் என்ற பட்சத்தில் மட்டும் அவர்கள் நாடு கடத்தப்பட்டார்கள். ஏனைய குற்றவாளிகள் தத்தம் மாகாணங்களில் உள்ள சிறைச் சாலைகளில் அடைக்கப்பட்டார்கள்.

அப்ரூவராக மாறி பின்பு உயர் நீதிமன்றத்தில் நடந்த விசாரணையின்போது தன் வாக்குமூலத்திலிருந்து பின் வாங்கிய ஜெயானந்தம் மீது நீதிமன்றத்தில் பொய் சாட்சி சொல்லியதற்கான வழக்கு தாக்கல் செய்யப்பட்டது. அந்த வழக்கு தனியே நடந்தது.

பாகவதர், கலைவாணர் மற்றும் ஏனைய குற்றவாளிகள் தங்களுக்கு வழங்கப்பட்ட தீர்ப்பை எதிர்த்து மேல் முறையீடு செய்தனர். இந்த மேல் முறையீடும் சென்னை உயர் நீதிமன்றத்தில் தாக்கல் செய்யப்பட்டு விசாரணைக்கு வந்தது. மேல் முறையீட்டை இரண்டு உயர் நீதிமன்ற நீதிபதிகள் கொண்ட அமர்வு விசாரித்தது.

மேல் முறையீட்டு விசாரணையில் குற்றவாளிகளின் தரப்பில் முன்ஷி ஆஜராகவில்லை. ஆனால், நீதிபதி மாக்கெட் முன் ஆஜரான ஏனைய வழக்கறிஞர்கள் அமர்வு நீதிபதிகள் முன் ஆஜரானர். அரசுத் தரப்பில் ஒரு மாற்றம் இருந்தது. Advocate General ஆக இருந்த பி. வி. ராஜமன்னார் நீதிபதியாகிவிட்டதால், அவருக்கு அடுத்து Advocate General ஆக நியமிக்கப்பட்ட ராஜா ஐயர் ஆஜரானார். அவருக்குத் துணையாக Crown Prosecutor கோவிந்த மேனனும் ஆஜரானார். மேல் முறையீட்டு வழக்கின் கோப்புகளைப் படிப்பதற்கு ராஜா ஐயர் 5,000 ரூபாய் கட்டணத்தையும், தான் நீதிமன்றத்தில் வாதாட ஒரு நாள் கட்டணமாக 500 ரூபாய் கட்டணத்தையும் அரசிடம் கோரினார். அரசாங்கம் ராஜா ஐயர் கேட்ட கட்டணத்தைத் தர ஒப்புக்கொண்டது.

மேல் முறையீடு தலைமை நீதிபதி லீச் மற்றும் நீதிபதி லஷ்மண ராவ் அமர்வில் விசாரணைக்கு வந்தது. மேல் முறையீட்டில், நீதிபதி மாக்கெட் வழங்கிய தீர்ப்பு ஏன் செல்லாது என்று 72 காரணங்கள் முன் வைக்கப்பட்டன. அதில் முக்கியமான காரணங்கள் - நீதிபதி மாக்கெட் முன்னிலையில் வழக்கு விசாரணை

நியாயமாக நடக்கவில்லை; நீதிபதி மாக்கெட் ஜூரிக்கு சரியாக வழி காட்டவில்லை; ஜூரியின் முடிவு நியாயத்திற்கு எதிரானது; ஒரு குற்றவாளியின் வாக்குமூலத்தை மற்றொரு குற்றவாளிக்கு எதிராக பயன்படுத்தியது ஏற்புடையதாகாது.

மேல் முறையீட்டாளர்கள் தரப்பு வாதங்களையும், அரசுத் தரப்பு வாதங்களையும் கேட்ட உயர் நீதிமன்ற அமர்வு, நியாயமான முறையில்தான் வழக்கு விசாரணை நடந்திருக்கிறது என்று கூறி 1945ஆம் வருடம் அக்டோபர் மாதம் 29ஆம் தேதி மேல் முறையீடுகளைத் தள்ளுபடி செய்தது.

மேல் முறையீட்டின் தீர்ப்பு குற்றவாளிகளுக்கு எதிராகப் போனாலும், அவர்களுக்கு இன்னும் ஒரு வாய்ப்பு இருந்தது. அது, பிரிவி கவுன்சில் முறையீடு செய்வது. இந்தியா, ஆங்கிலேயரின் ஆட்சியில் இருந்தபோது உயர் நீதிமன்றம் வழங்கிய தீர்ப்பை எதிர்த்து இங்கிலாந்து தலைநகர் லண்டனில் உள்ள பிரிவி கவுன்சிலில் மேல் முறையீடு செய்வதற்கு சட்டத்தில் வழிவகை இருந்தது. ஆனால் பிரிவி கவுன்சிலில் மேல் முறையீடு செய்வதற்கு பெரும் பொருட் செலவாகும். எனவே பாகவதரும், கலைவாணரும் பிரிவி கவுன்சிலில் மேல் முறையீடு செய்தார்கள். ஏனைய குற்றவாளிகள் பிரிவி கவுன்சிலில் மேல் முறையீடு செய்யவில்லை.

பாகவதர் மற்றும் கலைவாணரது பிரிவி கவுன்சில் மேல் முறையீட்டு விசாரணை 1947ஆம் வருடம் பிப்ரவரி மாதத்தில் தொடங்கியது. பிரிவி கவுன்சிலில் நான்கு நீதிபதிகள் மேல் முறையீட்டை விசாரித்தார்கள். அங்கு மேல் முறையீட்டாளர் களுக்காக வாதாடியவர்கள் டி. என். பிரிட் மற்றும் சுப்பா ராவ். அரசாங்கத் தரப்பில் வாதாடியவர்கள் ஜி. ஓ. ஸ்லேட் மற்றும் டி. ஏ. கிராண்ட்.

பிரிவி கவுன்சிலில் விவாதிக்கப்பட்ட முக்கிய விவகாரங்கள், 1) மேல் முறையீட்டை விசாரிக்கும் உயர் நீதிமன்றம் எதைக் கருத்தில் கொள்ளவேண்டும், 2) ஒரு குற்றவாளியின் வாக்குமூலத்தை மற்றொரு குற்றவாளிக்கு எதிராகப் பயன்படுத்தியது ஏற்புடையதா, 3) அப்ரூவராக மாறிய குற்றவாளியின் சாட்சியத்தின் விளைவு என்ன?

வாதப் பிரதிவாதங்களைக் கேட்ட பிரிவி கவுன்சில் சென்னை உயர் நீதிமன்ற அமர்வு வழங்கிய தீர்ப்பு செல்லாது என்ற முடிவை

அறிவித்தது. பிரிவி கவுன்சில் வழங்கிய தீர்ப்பின் முக்கிய சாராம்சம், ஜூரி எடுத்த முடிவு நியாயமானதா என்று பார்த்ததோடு மட்டுமல்லாமல் அந்த முடிவு சரியானதா என்று உயர் நீதிமன்றம் நன்கு பரிசீலித்து முடிவெடுத்திருக்க வேண்டும்.

பிரிவி கவுன்சிலின் முடிவை அடுத்து சென்னை உயர் நீதிமன்றத்தின் அமர்வு, தான் ஏற்கெனவே விசாரித்த மேல் முறையீட்டு வழக்கை மறு விசாரணை செய்தது. இம்முறை உயர் நீதிமன்ற அமர்வில் இடம் பெற்ற நீதிபதிகள் ஹேப்பல் மற்றும் ஷஹாபுதின். இந்த இரு நீதிபதிகளும் ஜூரியின் முடிவு சரியா அல்லது தவறா என்று ஆராய்ந்தார்கள்.

இம்முறை மேல் முறையீட்டாளர்களுக்கு ஆஜரான வழக்கறிஞர்கள், வி. எல். எதிராஜ் மற்றும் வி. டி. ரங்காசாரி. அவர்களுக்குத் துணையாக இருந்தவர்கள், வழக்கறிஞர்கள் கே. கல்யாண சுந்தரம், பி. சந்தானம், என். சோமசுந்தரம் மற்றும் ஏ. கிருஷ்ணசாமி.

அரசுத் தரப்பிற்கு ஆஜரானவர்கள் Advocate General ராஜா ஐயர் மற்றும் Crown Prosecutor பி. கோவிந்த மேனன்.

நீதிபதிகள் வழக்கறிஞர்களின் வாதப் பிரதிவாதங்களை இரண்டு நாட்களுக்குக் கேட்டனர்.

நீதிபதிகள் இந்த வழக்கில் குற்றவாளிகளுக்கு எதிராக இருந்த மூன்று முக்கிய விவகாரங்களைப் பரிசீலித்தனர். முதலில் கமலநாதனின் சாட்சியம், அடுத்து சேனன், ரமணாவிடம் கொடுத்த ஒப்புதல் வாக்குமூலம், மூன்றாவது ஜெயானந்தம்மின் வாக்கு மூலம்.

கமலநாதன் தன் சாட்சியத்தில் வால் டாக்ஸ் சாலையில் உள்ள திரையரங்கின் ஒப்பனை அறைக்கு ஜெயானந்தம்மையும், மற்ற குற்றவாளிகளையும் அழைத்துச் சென்றதாகச் சொன்னாலும், ஒப்பனை அறையில் குற்றவாளிகள், பாகவதர் மற்றும் கலைவாணரைச் சந்தித்து என்ன பேசினார்கள் என்று அவனுக்குத் தெரியாது. ஏனென்றால் அவன் அப்பொழுது ஒப்பனை அறையில் இல்லை. எனவே அந்தச் சந்திப்பின்போது என்ன நடந்தது என்று தெரிவித்த ஜெயானந்தம்மின் சாட்சியத்தை கமலநாதனின் சாட்சியம் உறுதிப்படுத்த முடியாது. மேலும் அடிப்படை சட்ட விதியின் படி ஒரு குற்றவாளியின் சாட்சியம் மற்ற குற்றவாளியின்

சாட்சியத்தை உறுதிப்படுத்த முடியாது. எனவே குற்றவாளிகளுக்கு எதிரான கமலநாதனின் சாட்சியத்தை நீதிபதிகள் ஒதுக்கி விட்டார்கள்.

அடுத்ததாக நீதிபதிகள் சேனன், ரமணாவிடம் கொடுத்த ஒப்புதல் வாக்குமூலத்தை எடுத்துக் கொண்டனர். ஒரு குற்றவாளியின் ஒப்புதல் வாக்குமூலம் மற்ற குற்றவாளிகளுக்கு எதிராக எடுத்துக் கொள்ள முடியாது. அதை உறுதிப்படுத்த வேறொரு சாட்சியம் வேண்டும். அந்தச் சாட்சியமும் குற்றத்தில் ஈடுபட்ட கூட்டாளியின் சாட்சியாக இருக்கக்கூடாது. அதாவது குற்றத்தில் ஈடுபட்ட ஒரு கூட்டாளியின் சாட்சியம் இன்னொரு கூட்டாளியின் சாட்சியத்தை உறுதிப்படுத்த முடியாது. சேனனின் ஒப்புதல் வாக்குமூலத்தை வைத்து ஜெயானந்தம்மின் சாட்சியத்தையும் உறுதிப்படுத்த முடியாது. மேலும் சேனன், ரமணாவிற்குக் கொடுத்த ஒப்புதல் வாக்குமூலத்தில், தான் லட்சுமிகாந்தனைத் தீர்த்துக் கட்டி விட்டதாகத் தெரிவித்தான். ஆனால் பாகவதர், கலைவாணர் மற்றும் ஸ்ரீராமுலு நாயுடு ஆகியோருடன் கூட்டுச் சேர்ந்து லட்சுமிகாந்தனைத் தீர்த்துக் கட்டியதாக சேனன் ரமணாவிடம் தெரிவிக்கவில்லை. அப்படித் தெரிவித்ததாக ரமணா, மணி ஐயருக்கு எழுதிய கடிதத்திலும் இல்லை. எனவே சேனன், ரமணாவிடம் அளித்த ஒப்புதல் வாக்குமூலத்தின் விளைவாக ரமணா மணி ஐயருக்கு எழுதிய கடிதத்தின் சாட்சியத்தையும் நீதிபதிகள் ஒதுக்கிவிட்டார்கள்.

இறுதியாக, பாக்கி இருந்தது அப்ரூவரான ஜெயானந்தம்மின் சாட்சியம். ஜெயனாந்தம்மின் சாட்சியம் மற்ற சாட்சியத்தால் உறுதிப்படுத்தப்படாத ஒன்று. பொதுவாகக் குற்றத்திற்கு உடந்தையாக இருந்து அப்ரூவராக மாறியவனின் சாட்சியத்தை உண்மை என்று அப்படியே ஏற்றுக் கொள்வது சரியாக இருக்காது. காரணம், ஒரு குற்றவாளி தன்னைத் தண்டனையிலிருந்து காப்பாற்றிக்கொள்ள அப்ரூவராக மாறி நீதிமன்றத்தில் தன்னுடைய கூட்டாளிகளுக்கு எதிராகச் சாட்சியம் அளிக்கிறான். அப்படி அவன் அளிக்கும் சாட்சியத்தில் அவன் புனைவான விவரங்கள் அல்லது மிகைப்படுத்திய விவரங்களைத் தெரிவிக்கலாம். தனக்கு நீதிமன்றத்தில் மன்னிப்பு கிடைக்கிறது என்பதற்காக அவன், தான் காதால் கேட்ட செய்திகளைக் கூட நேரில் பார்த்ததாகச் சாட்சியம் அளிக்கலாம். எனவே அப்ரூவரின் சாட்சியத்தை வழக்கின் தன்மையைப் பொறுத்து, விதிவிலக்காகப் பயன்படுத்தலாமே தவிர சாதாரணமாகப் பயன்படுத்தக் கூடாது.

இந்திய சாட்சிய சட்டத்தில் இடம்பெற்றுள்ள 'an accomplice is unworthy of credit unless corroborated' என்ற கோட்பாட்டிற்கு மாறான ஒரு முடிவை எடுப்பதற்கு இது ஒரு விதிவிலக்கான வழக்கு அல்ல என்ற முடிவிற்கு நீதிபதிகள் வந்தார்கள். மேலும் அமர்வு நீதிபதிகள், நீதிபதி மாக்கெட் 'ஜெயானந்தம் ஒரு பொய்யர்' என்று குறிப்பிட்டிருந்ததையும் சுட்டிக் காட்டினார்கள். தவிர ஜெயானந்தம் விசாரணை ஆரம்பம்முதல் முடிவுவரை சீராக சாட்சியம் அளிக்கவில்லை. அவன் மாறி மாறி சாட்சியம் அளித்திருக்கிறான். மாஜிஸ்டிரேட்டிடம் ஒப்புதல் வாக்குமூலம் அளித்த ஜெயானந்தம் பின்னர் உயர் நீதிமன்றத்தில் சாட்சியம் அளிக்கும்போது மாற்றி சாட்சியம் சொல்லியிருக்கிறான். எனவே உறுதிப்படுத்தப்படாத ஜெயானந்தம்மின் சாட்சியத்தை வைத்துக் குற்றம் சாட்டப்பட்டவர்களைக் குற்றவாளிகள் என்று அறிவித்தது செல்லாது என்று நீதிபதிகள் முடிவுக்கு வந்தனர்.

நீதிபதிகள், 1947 வருடம் ஏப்ரல் மாதம் 25ஆம் தேதி தங்களுடைய தீர்ப்பை வெளியிட்டனர். மேல் முறையீட்டை அனுமதித்து பாகவதரையும், கலைவாணரையும் விடுதலை செய்தனர்.

இந்தத் தீர்ப்பைக் கேட்க நீதிமன்றத்தில் பெரும் திரளான கூட்டம் கூடியிருந்தது. 'பாகவதரும், கலைவாணரும் விடுதலை செய்யப் படவேண்டும்' என்று நீதிபதிகள் தீர்ப்பை வாசித்தவுடன் நீதிமன்றத்தில் இருந்த சில பார்வையாளர்கள் அதைக் கைதட்டி வரவேற்றனர். இறுதியில் பாகவதரும், கலைவாணரும் விடுதலை ஆனார்கள். இரண்டே கால் ஆண்டுகள் சிறையில் இருந்த பாகவதரும், கலைவாணரும் சிறையிலிருந்து வெளியே வந்தனர். லட்சுமிகாந்தன் கொலை வழக்கிலிருந்து விடுபடுவதற்காகப் பாகவதரும், கலைவாணரும் தாங்கள் சம்பாதித்த அனைத்துச் சொத்துகளையும் செலவு செய்திருந்தனர்.

இந்த வழக்கில் பாகவதர் கைது செய்யப்படுவதற்கு முன்னர் 12 திரைப்படங்களில் நடிப்பதற்கு ஒப்பந்தம் செய்திருந்தார். அவை அனைத்தும் கை நழுவிப் போனது. அவர் திரைப்படத்தில் நடிப்பது குறைந்தது. அவர் மேடைக் கச்சேரிகளில் பாடினார். அந்தக் கால கட்டத்தில் திராவிட இயக்கம் வளர்ச்சியடையத் தொடங்கியது. அப்பொழுது திராவிட இயக்கத்தின் தலைவராக இருந்த அண்ணாதுரை, பாகவதரைத் திராவிட இயக்கத்தில் சேருமாறு கேட்டுக் கொண்டார். ஆனால் அதற்கு பாகவதர் இணங்கவில்லை. பாகவதரால் தன்னுடைய பழைய உச்ச நிலையை மறுபடியும்

அடைய முடியவில்லை. அவர் தன்னுடைய 49 வது வயதில் நீரிழிவு நோயினால் பாதிக்கப்பட்டு 1959 ஆண்டு உயிர் துறந்தார்.

இந்திய சுதந்திரத்திற்குப் பிறகு, தமிழ் திரைப்படங்கள் வேறொரு தடத்தில் பயணத்தைத் தொடர்ந்தது. நாத்திகக் கொள்கையையும், கடவுள் மறுப்புப் பிரசாரத்தையும் மக்களிடையே சேர்ப்பதற்குத் திரைப்படங்கள் பயன்படுத்தப்பட்டது.

கலைவாணர் விடுதலையான பிறகு பல படங்களில் நடித்தார். புதிய நாடகக் கலைஞர்களை உருவாக்கினார். பல கலைஞர்களைத் திரைப்படத்துறைக்கு அறிமுகம் செய்து வைத்தார். கலைவாணர் தன்னைத் திராவிட இயக்கத்தில் ஈடுபடுத்திக் கொண்டார். 1957ஆம் ஆண்டு தன்னுடைய 48 வது வயதில் கலைவாணர் காலமானார்.

வழக்கு விசாரணையின்போதே விடுதலையான ஸ்ரீராமுலு நாயுடு கோயம்புத்தூரில் பக்ஷிராஜா ஸ்டுடியோஸ் என்ற நிறுவனத்தை ஆரம்பித்தார். ஸ்ரீராமுலு நாயுடு திரைப்படங்களை இயக்கவும் செய்தார். அவர் இயக்கி, எம்.ஜி.ஆர். நடித்து 1954ஆம் ஆண்டு வெளிவந்த மலைக்கள்ளன் படம் பெறும் வெற்றியைப் பெற்றது. மலைக்கள்ளன் படத்தை ஹிந்தி, தெலுங்கு, கன்னடம் மற்றும் மலையாள மொழிகளில் வெவ்வேறு நடிகர், நடிகைகளை வைத்து எடுத்துத் திரையிட்டார். அனைத்து மொழிகளிலும் அந்தப் படம் சூப்பர் ஹிட்டானது.

ஹிந்தி மொழியில் திலீப் குமார், மீனா குமாரி நடித்து ‘ஆசாத்’ என்று பெயரில் வெளிவந்த மலைக்கள்ளனின் மறு ஆக்கப் படம் அனைத்துச் சாதனைகளையும் முறியடித்து பெரும் வெற்றியையும், வசூலையும் குவித்தது. ஸ்ரீராமுலு நாயுடு பெங்களூரில் சாமுண்டீஸ்வரி ஸ்டுடியோஸ் என்ற நிறுவனத்தைத் தோற்று வித்தார். வயதான காரணத்தினால் ஸ்ரீராமுலு நாயுடு தன்னுடைய ஸ்டுடியோக்களை தன்னுடைய உறவினரிடம் ஒப்படைத்தார். இறுதி நாட்களில் அவருடைய வாழ்க்கை சந்தோஷமானதாக இல்லை என்று சொல்லப்படுகிறது. ஸ்ரீராமுலு நாயுடு 1976ஆம் ஆண்டு காலமானார்.

முக்கிய குற்றவாளிகளான பாகவதரும், கலைவாணரும் விடுதலை செய்யப்பட்ட பிறகு அரசாங்கம் ஏனைய குற்றவாளிகளின் தண்டனையையும் குறைப்பு செய்து அவர்களையும் விடுவித்தது. சிறையிலிருந்து வெளியான வடிவேலு ஏழ்மையில் வாழ்ந்தான். நாகலிங்கம் பல ஆண்டுகள் கழித்து தற்கொலை

செய்துகொண்டான். நாகலிங்கத்தின் மனைவி அவனை விட்டுச் சென்றாள். சேனன் சில திரைப்படங்களில் ஸ்டண்ட் மாஸ்டராகப் பணியாற்றினான். ராஜா பாதர் இறந்த மாடுகளை இறைச்சி கடைகளுக்கு விற்று வந்தான். ஜூரியின் முடிவின்படி விடுதலை செய்யப்பட்ட ஆறுமுகத்தின் நிலைமை என்னவாயிற்று என்று தெரியவில்லை.

ஜெயானந்தம்மின் மீது நீதிமன்றத்தில் பொய் சாட்சி சொன்னதற்கான வழக்கு சென்னை உயர் நீதிமன்றத்தில் தனியே நடைபெற்றது. அந்த வழக்கில் ஜூரி 7:2 என்ற விகிதத்தில் ஜெயானந்தம்மை நிரபராதி என்ற அறிவித்தது. ஆனால் நீதிபதி ஜூரியின் முடிவை ஏற்றுக்கொள்ளவில்லை. எனவே வழக்கு மறுபடியும் விசாரிக்கப்பட்டது. இம்முறை ஜெயானந்தம் குற்றவாளி என அறிவிக்கப்பட்டு அவனுக்குத் தண்டனை வழங்கப் பட்டது. தண்டனையை எதிர்த்து ஜெயானந்தம் மேல் முறையீடு செய்தான். பலனில்லை. சிறைத் தண்டனையை அனுபவித்து விட்டு வெளியே வந்த ஜெயானந்தம் சில ஆண்டுகளுக்குப் பிறகு தற்கொலை செய்துகொண்டான்.

இந்திய நாட்டிற்குச் சுதந்திரம் கிடைத்த பிறகு, பெரும் பான்மையான ஆங்கிலேய நீதிபதிகள் தங்களுடைய சொந்த நாடான பிரிட்டனுக்குச் சென்றுவிட்டார்கள். சுதந்திரத்தின்போது இந்தியா பிளவுபட்டு பாகிஸ்தான் என்ற நாடு உருவானது. லட்சுமிகாந்தன் கொலை வழக்கை விசாரித்த நீதிபதிகளில் ஒருவரான நீதிபதி ஷஹாபுதின் பிரிவினைக்குப் பின் பாகிஸ்தானுக்குச் சென்றார். அங்கே அவர் பதவி உயர்வு பெற்று பாகிஸ்தான் உச்ச நீதிமன்றத்தின் தலைமை நீதிபதியாகப் பொறுப்பு வகித்தார்.

எது எப்படி இருப்பினும் லட்சுமிகாந்தனை யார் கொலை செய்தார்கள் என்ற விவரம் இன்றளவும் மர்மமாகவே உள்ளது.

✦

5

RMO கொலைவழக்கு

RMO என்பவர் Resident Medical Officer - பொது மருத்துவமனையின் உறைவிட மருத்துவர். டாக்டர் ஹபிபுல்லா, சென்னை பொது மருத்துவமனையில் உறைவிட மருத்துவ அதிகாரியாகப் பணியாற்றி வந்தார். RMO தான் மருத்துவ மனையின் நிர்வாக அதிகாரி. அவரின் பொறுப்புகள் அதிகம்.

சென்னை பொது மருத்துவமனையில் உணவு வழங்கும் (கேட்டரிங்) இலாகாவில் நிறைய முறைகேடுகள் நடைபெற்றன. களவும், லஞ்சமும் மலிந்திருந்தன. இது பொதுமக்களிடையே பெரிய கொந்தளிப்பை ஏற்படுத்தியது. விஷயம் மேலதிகாரிகளுக்கு எடுத்துச் செல்லப்பட்டது.

உயர் அதிகாரிகளான சர்ஜன் ஜெனரலும், கண்காணிப்பாளரும் டாக்டர் ஹபிபுல்லாவிடம் கேட்டரிங் இலாகாவில் நடைபெறும் முறைகேடுகளைப்பற்றி முழு அளவில் விசாரணை நடத்தி மேல்நடவடிக்கையை எடுக்கச் சொன்னார்கள்.

ஹபிபுல்லா கேட்டரிங் இலாகாவின் கீழ் செயல்பட்ட உணவுக் கூடம், சமையலறை, கேன்டீன் ஆகியவற்றைப் பார்வையிட்டார். பால் வாங்கி விற்பனை செய்வதில் நிறைய முறைகேடுகள் நடந்திருந்தன. ஹவுஸ் சர்ஜன்களுக்கு சாப்பாடு வினியோகிக்கப் பட்டு, அதற்கான பணத்தை ஹவுஸ் சர்ஜன்களிடம் பெற்ற கேன்டீன் நிர்வாகம் அதற்கான சரியான கணக்குகளைப் பராமரிக்கவில்லை.

அருகாமையில் இருந்த ஹோட்டல்களிடமிருந்து பெற்ற உணவுப் பொருள்களுக்கு கேன்டீன் நிர்வாகம் சரியாக பணம் பட்டுவாடா செய்யவில்லை. எனவே முதல் வேலையாக, ஹவுஸ் சர்ஜன்களுக்கு விநியோகிக்கப்படும் சாப்பாட்டை நிறுத்தினார் ஹபிபுல்லா.

ஹபிபுல்லா, மருத்துவமனையின் சமையலறையில் நடைபெறும் முறைகேடுகளைத் தவிர்க்க இரண்டு கன்னியாஸ்திரிகளை மேற்பார்வைக்கு நியமித்தார். கன்னியாஸ்திரிகளின் வேலை, உணவு நல்ல முறையில் தயார் செய்யப்படுகிறதா என்று பார்க்க வேண்டும்;

அளவு குறையாமல் விற்கப்படுகிறதா என்று கவனிக்கவேண்டும்; மேலும், விற்கப்பட்ட உணவுக்குச் சரியான கணக்கு வழக்கு பராமரிக்கப்படுகிறதா என்று பார்க்க வேண்டும்.

அடுத்ததாக, ஹபிபுல்லா, கேட்டரிங் இலாகாவில் தவறு செய்யும் ஊழியர்கள் மீது நடவடிக்கை எடுத்தார். தவறு செய்தவர்களின் பெயர்களை ஒரு லெட்ஜரில் பதிவு செய்தார். சிறிது நாட்களிலேயே அந்த லெட்ஜர் புத்தகத்தில் நிறைய ஊழியர்களின் பெயர்கள் இடம்பெற்றன.

எல்லாவற்றுக்கும் மேலாக, இறந்த மருத்துவமனை ஊழியர் கைலாசத்தின் குடும்பத்திற்கு உதவுவதற்காக நிதி வசூலிக்கப் பட்டது. அந்த நிதி கைலாசத்தின் குடும்பத்தாரிடம் சேரவில்லை. வசூலிக்கப்பட்ட நிதியைத் தலைமை மேற்பார்வையாளர் தனதாக்கிக் கொண்டார்.

தலைமை மேற்பார்வையாளர் மற்றும் சமையலறை மேற்பார்வையாளர்கள் மீது குற்றச்சாட்டுகள் எழுந்தன. இது குறித்து கண்காணிப்பாளர், மருத்துவமனை ஒப்பந்ததாரர்களை விசாரித்தார். விசாரிக்கப்பட்டவர்களில் முக்கியமானவன் காதர் ஹுசைன். RMOவான ஹபிபுல்லா, ஒப்பந்ததாரர்களின் சாட்சியங்களைப் பெற்றுக்கொண்டு ஒரு முழு விசாரணையை நடத்தும்படி நிர்வாகத்தால் வலியுறுத்தப்பட்டார்.

ஹபிபுல்லா, 15.10.1947அன்று தேதி விசாரணை தொடங்கும் என்று அறிவித்தார். அதற்கு முந்தைய தினமான 14ஆம் தேதி, அவரைத் தேடி இரு விருந்தினர்கள் அவருடைய பங்களாவிற்கு வந்தனர். மருத்துவமனை வளாகத்திலேயே பங்களா இருந்தது. அவர்கள்

ஹபிபுல்லா கேட்டுக்கொண்டதன் பேரில் அவருடைய பங்களாவிலேயே தங்கினர். அன்று இரவு சுமார் 8:30 மணியளவில் ஹபிபுல்லா தன்னுடன் வேலை பார்க்கும் ஒரு சகாவுடன் மருத்துவமனையில் உணவு அருந்திவிட்டு, 9:40 மணிக்குப் பங்களாவிற்குத் திரும்பினார்.

RMO பங்களாவின் தடுப்பு வேலியை ஒட்டி ரயில் இருப்புப் பாதை இருந்தது. அதனையடுத்து கூவம் நதி ஓடியது. 2 மாடிகள் கொண்ட அந்த பங்களாவின் முதல் மாடியில் உள்ளே நுழைந்ததும் ஒரு பெரிய ஹால், அதனையடுத்து ஒரு படுக்கையறை மற்றும் குளியலறை என்று ஒரு பக்கத்திலும், இன்னொரு பக்கத்தில் வராண்டாவும் அதைச் சுற்றி இரு திரைகளும் இருந்தன. அதில் ஒரு திரை சிதிலமடைந்து நடுவில் பெரிய ஓட்டையுடன் இருந்தது.

இரவு பங்களாவிற்குத் திரும்பிய டாக்டர் ஹபிபுல்லா, தன் பங்களாவின் மாடியில் இருந்த படுக்கையறைக்குச் சென்று உறங்கினார். அவருடைய இரு விருந்தாளிகளும் கீழே உள்ள அறையில் தங்கினர். பங்களாவிற்கு அருகாமையிலிருந்த குடியிருப்பில் இருந்தவர்கள் விடுமுறை நிமித்தம் சென்று விட்டதால் அது காலியாக இருந்தது.

15ஆம் தேதி ஹபிபுல்லா எழுந்திருக்கவில்லை. விருந்தினர்கள் இருவரும் சிப்பந்திகளுடன் மாடிக்குச் சென்று பார்வையிட்டனர். அறையின் கதவுகள் தாழிடப்பட்டிருந்தன. உள்ளிருந்து மின் காத்தாடி ஓடும் சத்தம் கேட்டது. இதை வைத்து மருத்துவர் தூங்கிக் கொண்டிருப்பதாக நினைத்தனர். வெகு நேரமாகியும் மருத்துவர் எழுந்திருக்காது போகவே, அறையிலிருந்த கண்ணாடியை உடைத்து, உள்பக்கமாகத் தாழிட்டிருந்த அறையின் கதவைத் திறந்தனர். அறையின் உள்ளே சென்று பார்த்தால் அதிர்ச்சி காத்திருந்தது. டாக்டரின் தலை அடையாளம் தெரியாத அளவிற்குச் சிதைக்கப்பட்டிருந்தது. அவரின் உடல் மெத்தையில் ரத்த வெள்ளத்தில் கிடந்தது. டாக்டர் தூக்கத்திலேயே கொல்லப்பட்டிருக்கிறார். டாக்டரின் சமையல்காரர், அவரது மனைவி மற்றும் இரு விருந்தாளிகள் யாருக்கும் அன்று இரவு எந்தச் சத்தமும் கேட்டிருக்கவில்லை.

டாக்டரின் அறையின் கதவு உள்ளிருந்து தாழ்ப்பாள் போடப் பட்டிருந்ததால் குற்றவாளி நேரடியாக வரவில்லை என்பது புலனானது. குற்றவாளி வேறு வழியில் வந்து இந்தப் பாதகச்

செயலைச் செய்துவிட்டு பின்பு அதே வழியில் திரும்பிச் சென்றிருக்கிறான். பங்களாவிற்கு வெளியில் உள்ள வடிகால் குழாயின் அருகாமையில் காலடித் தடம் கண்டறியப்பட்டது. எனவே கொலைகாரன் வடிகால் குழாயின் வாயிலாக மேலே ஏறி மருத்துவரின் அறைக்குச் சென்றிருக்கிறான் என்று தெரியவந்தது.

ஆனால் மாடியில் படுக்கையறைக்கு அருகாமையில் இருந்த குளியல் அறையிலும், கீழே வராண்டாவிலும், திரைகளிலும் ரத்தக்கறை படிந்திருந்தது. முதல் மாடியிலிருந்து வெளியே நேரடியாக கீழே இறங்க 14 அடி உயரம் கொண்ட முறுக்குப் படிக்கட்டுகள் இருந்தன. அந்தப் படுக்கையறையிலிருந்து முறுக்குப் படிக்கட்டுகள் செல்வதற்கான கதவுகளும் உள்ளேயிருந்து தாழிடப்பட்டிருந்ததிலிருந்து, மேலும் ஒரு விஷயம் புலனானது. அதாவது கொலையாளி ஒருவர் அல்ல. கொலை நடந்தபிறகு கொலையாளி/கள் படுக்கையறைக்கும் முறுக்குப் படிக்கட்டுகளுக்கும் இடையேயான கதவைத் திறந்து முறுக்குப் படிக்கட்டின் வழியே வெளியே வந்திருக்கின்றனர். மற்றுமொருவன் தன் கூட்டாளி/கள் முறுக்குப் படிக்கட்டின் வழியாக இறங்கிச் சென்றவுடன் அறையின் கதவை உள்பக்கமாக தாழிட்டுக்கொண்டு வந்த வழியாக மாடியிலிருந்து தரையில் குதித்துத் தப்பிச் சென்றிருக்கிறான். காரணம், வடிகால் குழாயில் ரத்தக் கறை காணப்படவில்லை.

மாறாக, குற்றவாளிகள் வேறு வழியிலும் தப்பியிருக்கலாம். அதாவது டாக்டரைத் தீர்த்துக்கட்டிய பிறகு, குற்றவாளிகள் வராண்டாவில் நடந்து சென்று, ஓட்டை உள்ள திரையின் வாயிலாக வெளியே வந்து, அதன் பின்னர் வடிகால் குழாயின் மூலம் கீழே இறங்கியிருக்கலாம். இதற்குச் சாத்தியம் இருக்கிறது. காரணம், முறுக்குப் படிக்கட்டுகள் செல்வதற்கான கதவின் மேல் தாழ்ப்பாள் போடப்பட்டிருந்ததோடு, அதன் அருகே இருந்த முன் அறையின் தாழ்ப்பாளும் தாழிடப்பட்டிருந்தது.

இந்த விவரங்களை வைத்துப் பார்க்கும்போது மேலும் ஒரு விஷயம் புலனானது. அதாவது கொலையாளிகளுக்கு பங்களாவைப் பற்றிய விவரங்கள் நன்றாகத் தெரிந்திருக்கிறது.

போலீஸ் குற்றவாளிகளைத் தேடும் வேலையில் மும்முரமாக இறங்கியது. டாக்டருக்கு விரோதிகள் யாராவது இருக்கிறார்களா என்ற கோணத்தில் விசாரணையை முடுக்கிவிட்டது.

டாக்டருடன் அன்றாடம் பணியில் ஈடுபட்டிருந்த மருத்துவப் பணியாளர்கள் மற்றும் மருத்துவமனை சமையலறையுடன் தொடர்புடையவர்களை விசாரித்தது காவல்துறை. அவர்களிடம் கிடுக்கிப்பிடி விசாரணை நடத்தியதின் விளைவாகக் குற்றவாளிகள் யார் என்று தெரியவந்தது. அவர்கள்,

1) எஸ். எம். நாதேனியல் - தலைமை மேற்பார்வையாளர்.
2) டி.எஸ்.சி. அய்யா பிள்ளை - சமையலறை மேற்பார்வையாளர்.
3) காசி - மருத்துவமனையின் முன்னாள் பணியாளர். தவறான நடத்தையின் காரணமாக டாக்டரால் பதவி நீக்கம் செய்யப்பட்டவன்.
4) தாஸ் - மசால்சி (விளக்குகளைத் துடைத்து ஏற்றுபவன்).
5) கோவிந்த பிள்ளை - மருத்துவமனைக்குப் பால் சப்ளை செய்யும் பால்காரன்.
6) துரைசாமி - பகுதி நேர ஊழியன். தாஸுடன் சுற்றித் திரிபவன்.

இதில் துரைசாமி குற்றத்தை ஒப்புக்கொண்டு அப்ரூவர் (ஒப்புதல் வாக்குமூலம் அளிப்பவர்) ஆனான். அதனால் துரைசாமிக்கு மன்னிப்பு வழங்கப்பட்டது. அவன் அரசுத் தரப்பு சாட்சியாக மாறினான். மற்ற ஐந்து குற்றவாளிகள் மீதும் குற்றப்பத்திரிக்கை தாக்கல் செய்யப்பட்டது.

துரைசாமி தன்னுடைய வாக்குமூலத்தில் பின்வரும் விவரங்களைத் தெரிவித்தான்.

நானும், காசி, தாஸ் மற்றும் கோவிந்த பிள்ளை ஆகியோர் டாக்டரைக் கொல்லத் திட்டம் தீட்டினோம். எங்களைத் தூண்டிவிட்டது நாதேனியல் மற்றும் அய்யா பிள்ளை. டாக்டர் ஹபிபுல்லா மருத்துவமனையில் நடைபெற்ற முறைகேடுகளைச் சரிசெய்ய பல சீர்திருத்தங்களைக் கொண்டுவந்தார். இதன் பொருட்டு, நாதேனியல் மற்றும் அய்யா பிள்ளை இருவரும் தாங்கள் பாதிக்கப்படுவோம் என்று கருதினர். டாக்டர் மீது கடுங்கோபம் கொண்டனர். இருவரும் அடிக்கடி சமையலறையில் சந்தித்து ரகசியமாகப் பேசினர். நான் அங்கு இருந்தால் என்னை வெளியே அனுப்பிவிடுவார்கள். 'இந்த RMO நம்முடைய வருமானத்தைத் தடுக்கிறான். நமக்கு வேறு வருமானம் கிடையாது. இவனுக்கு ஏதாவது ஒரு வழி செய்யனும்' என்று அய்யா பிள்ளை நாதேனியலிடம் பேசியதை நான் ஒட்டுக் கேட்டேன்.

14.10.1947ஆம் தேதியன்று, இரவு 12:30 மணிக்கு தாஸ் என்னை எழுப்பி, அவனுடன் என்னை அழைத்துச் சென்றான். என்னை எங்கோ சினிமாவிற்கோ அல்லது தகாத செயலுக்காகவோ கூட்டிச் செல்வதாக நினைத்தேன். மருத்துவமனை வளாகத்தைக் கடந்து டாக்டர் ஹபிபுல்லாவின் பங்களாவிற்குச் சென்றோம். நான் வெளியே காவலுக்கு நிறுத்தி வைக்கப்பட்டேன். சிறிது நேரத்திற்குப் பிறகு கோவிந்த பிள்ளையும் என்னுடன் காவலுக்கு வெளியில் நின்றான்.

காசியும், தாஸும் பங்களாவின் வடிகால் குழாயின் மூலம் மேலே ஏறி, வராண்டாவிற்குள் இறங்கினர். மேலே செல்லும்போது காசி தன்னுடைய இடுப்பில் சிறிய உலக்கை போன்ற ஓர் ஆயுதத்தை வைத்திருந்தான். தாஸும், காசியும் பங்களாவின் மாடிக்குச் சென்ற சில நிமிடங்களில் ஓ.... என்று முனங்கும் சத்தம் கேட்டது. பின்னர் டமால் என்ற சத்தமும் கேட்டது. என்ன நடந்தது என்று என்னால் யூகிக்க முடிந்தது. நானும், கோவிந்த பிள்ளையும் பங்களாவின் மற்றொரு பக்கத்திற்குச் சென்றுவிட்டோம். பின்னர் காசியும், தாஸும் எங்களுடன் சேர்ந்துகொண்டனர். காசி கையில் வைத்திருந்த உலக்கை முழுவதும் ரத்தமாகக் காணப்பட்டது. அவன் கையும், முகமும், ஆடையும் ரத்தமாக இருந்தது.

அனைவரும் மருத்துவமனையைச் சுற்றி அமைக்கப்பட்டிருந்த இரும்புத் தடுப்புகளைத் தாண்டினோம், ரயில் இருப்புப் பாதையைத் தாண்டினோம். கூவத்தை நோக்கிச் சென்றோம். கூவத்தின் தண்ணீரில், காசி தன்னையும் தான் அணிந்திருந்த ஆடைகளையும் கழுவினான். அவ்வாறே தாஸும் செய்தான். பின்னர் அனைவரும் கலைந்து சென்றுவிட்டோம்.'

தாஸின் வீடு சோதனை செய்யப்பட்டபோது, அங்குக் கட்டிலுக்கு அடியில் கொலைக்குப் பயன்படுத்தப்பட்ட சிறு உலக்கையும், அதன் உரலும் கிடைத்தது. அந்த உலக்கைதான், டாக்டரைக் கொலை செய்யப் பயன்படுத்தப்பட்டது என்று கண்டுபிடிக்கப் பட்டது.

டாக்டர் ஹபிபுல்லாவை கொலை செய்யத் தூண்டியதாக, நாதேனியல் மற்றும் அய்யா பிள்ளை குற்றம் சாட்டப்பட்டார்கள். காசி மற்றும் தாஸ் மீது கொலைக்கான குற்றம் சாட்டப்பட்டது. கோவிந்த பிள்ளை மற்றும் மற்ற அனைவரின் மீதும் கூட்டுச் சதிக்கான குற்றம் சாட்டப்பட்டது.

வழக்கு விசாரணையின்போது, அரசு தரப்பில் அளிக்கப்பட்ட சாட்சிகள் துரைசாமி கொடுத்த வாக்குமூலத்தை நிரூபிக்கும் விதமாக இருந்தது. மருத்துவமனையில் நடைபெற்ற மோசடி களுக்கும் முறைகேடுகளுக்கும், நாதேனியல் மற்றும் அய்யா பிள்ளை இருவருக்கும் தொடர்பு இருந்தது நிரூபிக்கப்பட்டது. டாக்டர் ஹபிபுல்லா முறைகேடுகளைக் களைய எடுத்த நடவடிக்கை, குறிப்பாக கன்னியாஸ்திரிகளை மேற்பார்வையிடச் செய்தது போன்ற விவகாரங்களால், மேற்சொன்ன குற்றவாளிகள் இருவருக்கும் சங்கடம் ஏற்பட்டது நிரூபிக்கப்பட்டது.

முறைகேடுகள் குறித்து கண்காணிப்பாளர் விசாரணையின்போது, காதர் ஹுசைன் வாக்குமூலம் அளித்தான். வாக்குமூலம் அளித்து விட்டு வெளியே வந்த காதர் ஹுசைனை சந்தித்துப் பேசிய அய்யா பிள்ளை, அடுத்துப் பெரிய விசாரணை நடக்கப்போகிறது என்று தெரிந்துகொண்டான். பின்னர் அவன் 'இந்த விவகாரம் இத்தோடு நிற்கப் போவதில்லை' என்று ஆதங்கப்பட்டான். இவை அனைத்தும் நீதிமன்றத்தில் சாட்சியமாகப் பதிவானது.

செல்வரங்கன் என்ற சாட்சி, நாதேனியல் மற்றும் தாஸை, அய்யா பிள்ளையின் மருத்துவமனை சமையலறையில் பார்த்ததாகவும், அங்கு அய்யா பிள்ளை 'பரவாயில்லை, நான் பார்த்துக் கொள்கிறேன். நமக்குக் காசி இருக்கிறான்' என்று குறிப்பிட்ட தாகவும் சாட்சியம் அளித்தான்.

14ஆம் தேதி, டாக்டர் ஹபிபுல்லாவின் குமாஸ்தா, டாக்டரின் கட்டளைப்படி நாதேனியலை தேடிச் சென்றான். நாதேனியல் பணிபுரியும் சமையலறை மூடப்பட்டிருந்தது. நாதேனியல் உள்ளே இருக்கிறானா எனக் கண்டறியக் கதவை தள்ளிக்கொண்டு உள்ளே சென்றான் குமாஸ்தா. அப்பொழுது தாஸ் நாதேனியலிடம் 'கவலைப்படாதீங்க சார், காசி இருக்கிறான்ய.. நான் செய்கிறேன்' என்று கூறியதாக குமாஸ்தா சாட்சியமளித்தார்.

14.10.1947ஆம் தேதியன்று, நாதேனியல் மற்றும் தாஸ் இருவரும் இரவு 11:30 மணி வரை இஸ்லாமியா ஹோட்டலில் தங்கியிருந்தாக அந்த ஹோட்டலின் உரிமையாளர் சாட்சியம் அளித்தார்.

14ஆம் தேதி இரவு 10 மணிக்கு காசியும், கோவிந்த பிள்ளையும் கள்ளுக்கடை ஒன்றில் தீவிரமாக விவாதித்ததாகவும், பின்னர் இருவரும் கள் அருந்தியதாகவும் கள்ளுக்கடை உரிமையாளர் சாட்சியம் அளித்தார்.

அன்று இரவு தாஸ், துரைசாமியை எழுப்பியதாகவும், இருவரும் ஐஸ் பிளாண்ட் இருக்கும் திசையில் நடந்து சென்றதாகவும் மருத்துமனையின் சமையல்காரர் சாட்சியமளித்தார்.

அன்று இரவு கூவம் நதியில் மீன் பிடித்துக் கொண்டிருந்த மீனவன் ஒருவன், மருத்துவமனையின் இரும்பு வேலியைத் தாண்டி சிலர் குதித்ததைப் பார்த்ததாகவும், பின்னர் அவர்கள் கூவம் நதி நீரில் தங்களைக் கழுவிக் கொண்டதாகவும் சாட்சியமளித்தான்.

அரசுத் தரப்புச் சாட்சியங்களைத் தொடர்ந்து, குற்றம் சாட்டப்பட்டவர்கள் சாட்சியம் அளித்தனர். காசியும், தாஸும் தாங்கள் சம்பவத்தன்று இரவு மருத்துவமனையில் இல்லை என்று நிரூபிக்க முயன்றனர். தாஸ் 13.10.1947ஆம் தேதியிலிருந்து தான் விடுப்பிலிருந்ததாகத் தெரிவித்தான். ஆனால் அது நிரூபணம் ஆகவில்லை. தாஸின் தமையன், சம்பவத்தன்று இரவு, தாஸ் தன்னுடன் வீட்டில் இருந்ததாகத் தெரிவித்தான். ஆனால் இந்த விவரத்தை போலீஸ் விசாரிக்கும் போது தாஸ் தெரிவிக்கவில்லை. அதனால் சாட்சியம் எடுபடவில்லை.

காசி தன்னுடைய சாட்சியத்தில், தான் 15.10.1947ஆம் தேதி அன்று காலை 8:30 மணிக்கு பெங்களூரில் இருந்ததாகத் தெரிவித்தான். தனக்கு 16.10.1947 அன்று ஒரு நேர்காணல் இருந்ததாகவும், அதற்காக பெங்களூர் சென்றதாகவும் சாட்சியமளித்தான். காசி 15ஆம் தேதி பெங்களூரில் இருந்தது நிரூபணம் ஆயிற்று ஆனால் அவன் ஒரு நேர்காணலுக்குத்தான் சென்றான் என்று காசியால் நிரூபிக்க முடியவில்லை. அதற்கான ஆதாரங்கள் அவனிடம் இல்லை. அவன் அலிபை (வேற்றிடவாதம் - சம்பவம் நடந்த பொழுது குற்றவாளி அந்த இடத்தில் இல்லை, வேறொரு இடத்தில் இருந்தான் என்ற வாதம்) முன் வைப்பதற்காக பெங்களூரு சென்றதாக வாதிடுவதாக நீதிமன்றம் கருதியது. மேலும், கொலை நள்ளிரவுக்கு முன்பாக நடந்திருக்கிறது. எனவே குற்றவாளி பெங்களூர் செல்ல போதிய அவகாசம் இருந்ததாக நீதிமன்றம் கருதியது.

குற்றம் சாட்டப்பட்டவர்கள் தரப்பில், அனைவரும் திடுக்கிடும்படியான ஒரு வாதம் முன்வைக்கப்பட்டது. டாக்டர் தனது தோட்டத்தில் மல்லிகை பறித்திருக்கிறார். மல்லிகை மொட்டுகள் அவரது படுக்கையில் கிடந்திருக்கின்றன. இந்த விஷயத்தைக் குற்றவாளிகள் தரப்பு வேறுமாதிரித் திருப்பிவிட்டது.

அதாவது டாக்டருக்கு ஒரு பெண்ணுடன் தொடர்பு இருந்த தாகவும், அதன் பொருட்டு ஏற்பட்ட பகையால் அவர் கொல்லப்பட்டதாகவும் வாதிடப்பட்டது. ஆனால் நீதிமன்றம் அந்த வாதத்தை நிராகரித்துவிட்டது. காரணம், சம்பவத்தன்று டாக்டர் தன்னுடைய வீட்டில் இரு விருந்தாளிகளைத் தங்க வைத்திருந்தார், அப்படியிருக்கையில், எதிர்த்தரப்பின் வாதம் ஏற்றுக்கொள்ளும்படி இல்லை என்று நீதிமன்றம் கருதியது.

நீதிமன்ற விசாரணை முடிந்தது. ஜுரியின் பெரும்பான்மையான முடிவின்படி, கோவிந்த பிள்ளையைத் தவிர ஏனைய குற்றம்சாட்டப்பட்டவர்களை குற்றவாளிகள் என்று அறிவித்தனர். ஜுரியின் முடிவை ஏற்றுக்கொண்ட நீதிபதி பெல், கோவிந்த பிள்ளையை விடுதலை செய்துவிட்டு, ஏனைய குற்றவாளிகளுக்கு மரண தண்டனை விதித்தார்.

தண்டனைக்குள்ளான குற்றவாளிகள், தங்களுக்கு வழங்கப்பட்ட தண்டனையை எதிர்த்து மேல் முறையீடு செய்தனர். மேல் முறையீட்டை விசாரித்த நீதிமன்றம் பின்வருவனவற்றைப் பரிசீலனை செய்தது.

கொலை செய்தவர்கள் காசி மற்றும் தாஸ். இவர்கள் கூலிக் கொலைகாரர்கள் இல்லை. டாக்டர் ஹபிபுல்லாவைக் கொலை செய்யவேண்டும் என்ற நோக்கம் அவர்களிடம் இருந்தது. நாதேனியலுக்கும் அய்யா பிள்ளைக்கும் டாக்டர் ஹபிபுல்லாவிடம் பகை இருந்தது. ஆனால் அதற்காக மதிப்புமிக்க குடும்பத்திலிருந்து வந்த அவர்கள், தங்களது எதிர்காலத்தைக் கணக்கில் கொள்ளாமல் தங்களது உயர் அதிகாரியை கொல்ல முற்படுவார்களா என்றால் சந்தேகம்தான்.

மேலும் நாதேனியல் மற்றும் அய்யா பிள்ளை டாக்டர் கொலையில் ஈடுபட்டதாக எந்த நேரடி சாட்சியமும் இல்லை. துரைசாமி அப்ரூவராகி நாதேனியலுக்கும், அய்யா பிள்ளைக்கும் எதிராக சாட்சி சொன்னாலும் துரைசாமியின் சாட்சியத்தை உறுதிப்படுத்துகிற வகையில் எந்த சாட்சியமுமில்லை (material particulars), நீதிமன்றத்தில் அரசுத் தரப்பில் சமர்ப்பிக்கப்படவில்லை. பல சாட்சிகள் நாதேனியலும், அய்யா பிள்ளையும் ரகசியமாகப் பேசியதை ஒட்டுக்கேட்டதாகச் சாட்சியம் சொன்னாலும், அந்தச் சாட்சியங்களில் முரண்பாடு இருக்கிறது.

மேற்சொன்ன காரணங்களைக் கருத்தில் கொண்டு, நாதேனியலும் அய்யா பிள்ளையும் கொலை செய்ய கூட்டுச் சதி செய்ததாக அவர்கள் மீது சுமத்தப்படும் குற்றத்தை ஏற்கமுடியாது என்று கருதி இருவரையும் விடுதலை செய்தது. ஆனால் காசி மற்றும் தாஸின் தண்டனை உறுதி செய்யப்பட்டு, இருவருக்கும் சில நாட்களுக்குப் பிறகு மரண தண்டனை நிறைவேற்றப்பட்டது.

சென்னை பொது மருத்துவமனையில், முறைகேடுகளைச் சீர்செய்ய எடுத்த நடவடிக்கையில் எதிர்பாராத விதமாக உயிர் நீத்த டாக்டர் ஹபிபுல்லாவை நினைவு கூறும் வகையில், மருத்துவ வளாகத்தில் பளிங்கால் ஆன ஒரு நினைவுச் சின்னம் தோற்றுவிக்கப்பட்டது.

✦

6

ஆளவந்தார் கொலை வழக்கு

சென்னை எழும்பூரிலிருந்து போட் மெயில் ரயில் ராமேஸ்வரம் நோக்கிச் சென்று கொண்டிருந்தது. மானாமதுரையை ரயில் கடந்து கொண்டிருக்கும்போது ரயிலின் ஒரு கம்பார்ட்மெண்ட்டிலிருந்து துர்நாற்றம் வீசுவதாகப் பயணிகள் ரயில் அதிகாரியிடம் தெரிவித்தனர். ரயில் நிலையம் வந்த பின்னர் துர்நாற்றம் வீசிய கம்பார்ட்மென்ட்டிலிருந்து டிரங்க்குப் பெட்டி ஒன்று கைப்பற்றப் பட்டது. அந்த டிரங்க்குப் பெட்டியிலிருந்து ரத்தம் கசிந்து உறைந்திருந்தது. டிரங்க்குப் பெட்டியைத் திறந்து பார்த்தால் அதிர்ச்சி! தலையில்லாத உடல், துண்டாக்கப்பட்ட கைகள், கால்கள் பெட்டியினுள் திணித்து வைக்கப்பட்டிருந்தன. காவலர்கள் அவ்வுடலினைக் கைப்பற்றி மானாமதுரையில் பிரேதப் பரிசோதனைக்கு அனுப்பி வைத்தனர். பிரேதப் பரிசோதனையில் இறந்தவர் ஆண் என்றும், அவருக்கு 25 வயது இருக்கும் என்றும் அவரது மார்பில் காயங்கள் ஏற்பட்டிருக்கிறது என்றும் தெரியவந்தது.

அதே சமயத்தில் சென்னை உயர் நீதிமன்றத்திற்கு அருகாமையில் உள்ள எஸ்பிளனேட் காவல் நிலையத்தில் 'ஜெம் அண்ட் கோ' நிறுவனத்தின் உரிமையாளர் கண்ணன் செட்டி தன் ஊழியர் காணவில்லை என்று புகார் ஒன்றைக் கொடுத்தார். காணாமல் போனவரின் பெயர் ஆளவந்தார். வயது 42. பட்டதாரியான ஆளவந்தார், சென்னையை அடுத்த ஆவடியில் ராணுவத் துறையில், துணைக் கோட்ட அதிகாரியாகப் பணியாற்றி ஓய்வு பெற்றவன்.

ராணுவத்திலிருந்து ஓய்வு பெற்ற பிறகு, ஆளவந்தார், சென்னையில், சைனா பஜார் சாலையில், 'ஜெம் அண்ட் கோ' நிறுவனத்தின் தாழ்வாரத்தில் மலிவான fountain பேனாக்களையும், பிளாஸ்டிக் சாமான்களையும் விற்று வந்தான். அவனது கடைக்கு நிறைய இளம் பெண்கள் வருவார்கள்.

காவல் துறை ஆய்வாளர் ராமநாத ஐயர் ஆளவந்தார் காணாமல் போன வழக்கை விசாரித்தார். அவர் மானாமதுரையில் தலையில்லாத உடல், கைகள், கால்கள் கிடைத்த செய்தியை நாளிதழில் படித்தார். ஆளவந்தார் காணாமல் போவதற்கு முன் அவனை தேவகி (வயது 23) என்ற பெண்ணுடன் பார்த்ததாகத் தகவல் கிடைத்தது. தேவகியைத் தேடிச் சென்றதில், அவளும் அவளது கணவனான பிரபாகர் (வயது 24) இருவரும் திடீரென்று தங்களுடைய வீட்டைவிட்டுக் கிளம்பி விட்டதாகத் தெரியவந்தது.

ஆளவந்தார் கொலைக்கும் பிரபாகர் - தேவகி தம்பதிக்கும் ஏதோ தொடர்பு இருப்பதாக ஆய்வாளருக்குத் தோன்றியது. அவர் உடனே சென்னை ராயபுரத்தில் உள்ள பிரபாகர் வீட்டிற்குச் சென்றார். அது இரண்டடுக்கு வீடு. வீட்டின் உரிமையாளரின் உதவியுடன் பூட்டியிருந்த வீட்டைத் திறந்து பார்த்தார். வாழ்வறை மேல் தளத்தில் இருந்தது. மேல் தளத்தில் உள்ள ஹாலுக்கு செல்ல கீழ்த் தளத்திலிருந்த படிக்கட்டுகளின் மூலம் செல்லவேண்டும். சமையல் அறை, பழைய சாமான்கள் வைக்கும் அறை, படுக்கை அறை அனைத்தும் மேல் தளத்தில் இருந்தன. கீழ்த் தளத்தில் தண்ணீர் குழாய் இருந்தது. காலை 10:30 மணிக்கு மேல் மாலை 4 மணி வரை குழாயில் தண்ணீர் வராது.

ஆய்வாளர், வீட்டின் ஹாலிலும், சமையல் அறையிலும் ரத்தக்கறைகள் படிந்திருப்பதைப் பார்த்தார். விசாரணையில், ஒரு ரிக்ஷாக்காரன் 28.08.1952 தேதி அன்று மாலை 4 மணி அளவில் பிரபாகர் பூசணிக்காய் அளவில் ஒரு பொட்டலத்தைத் தன் ரிக்ஷாவில் எடுத்து வந்ததாகவும், அதை ராயபுரக் கடற்கரை ஒட்டிய உப்பங்குழியில் வீசியதாகவும் தெரிவித்தான். உப்பங்குழியில் வீசப்பட்ட பொட்டலம் மானாமதுரை ரயில் நிலையத்தில் கிடைத்த உடம்பினுடைய தலையாக இருக்குமோ என்று ஆய்வாளருக்குச் சந்தேகம் தோன்றியது. எனவே ரிக்ஷாக்காரன் குறிப்பிட்ட இடத்தில் பொட்டலத்தைத் தேடும் பணியை மேற்கொண்டார். வெகு நேரம் ஆகியும் பொட்டலம் கிடைக்கவில்லை. ஆனால் அதிர்ஷ்டம் கைகொடுத்தது. ஒரு பெரிய கடல் அலை கரையைத் தாக்கியது,

அந்தத் தாக்குதலில் ஒரு பொட்டலம் வெளியே வந்ததை ஏட்டு ஜெயராம் ஐயர் கவனித்தார். பொட்டலம் மீட்கப்பட்டது. எதிர்பார்த்ததுபோலவே அதில் தலை இருந்தது.

அந்தத் தலையில் இருந்த வலது காது மடலில் இரு பெரும் ஓட்டைகள் இருந்தன. மேலும் மேல் தாடையில் உள்ள பற்கள் ஒன்றோடு ஒன்று மேலெழுந்து காணப்பட்டது. இந்த அடையாளங்கள் அந்தத் தலை ஆளவந்தாரினுடையது என்பதை உறுதி செய்தது.

தலை, பிரேதப் பரிசோதனைக்கு அனுப்பி வைக்கப்பட்டது. முதன் முதலாக இந்த வழக்கில்தான் தடயவியல் மற்றும் உடற்கூறுவியலின் முக்கியத்துவம் பெரிய அளவில் உணரப்பட்டது. இக்கொலை வழக்கில் பிரேதப் பரிசோதனை நடத்தியவர், சென்னை மருத்துவக் கல்லூரியைச் சேர்ந்த மருத்துவர் சி. பி. கோபாலக் கிருஷ்ணன். மருத்துவர் தன்னிடம் அனுப்பப்பட்ட தலை ஒரு ஆணின் தலை என்றும், அந்தத் தலை வெட்டுக்கத்தியால் துண்டிக்கப்பட்டிருப்பதாகவும் பிரேதப் பரிசோதனை அறிக்கையில் தெரிவித்தார். ஆனால் தலை, கொலையின்போது துண்டிக்கப்பட்டதா அல்லது கொலைக்குப் பிறகு துண்டிக்கப்பட்டதா என்று அவரால் கூற முடியவில்லை.

ஏற்கெனவே மானாமதுரையிலிருந்து சென்னைக்கு வரவழைக்கப் பட்டிருந்த உடலின்மீது தலை பொறுத்தப்பட்டது. தலை உடலுடன் கச்சிதமாகப் பொருந்தியது. தலையில் இருந்த cervical vertebrae வுடன், உடம்பில் இருந்த cervical vertebrae சரியாகச் சேர்ந்தது. உடலில் கிடைத்த அரைஞாண் கயிறும், பச்சை நிற காலுறையும் அது ஆளவந்தாரினுடையது என்பதை ஊர்ஜிதம் செய்தது. உடலில் பல்வேறு அடையாளக் குறிகள் காணப்பட்டன. துண்டான கையிலிருந்த விரல்களின் ரேகைகள், ஆளவந்தாரின் பணிப் பதிவில் (service record) இருந்த கைரேகைகளுடன் ஒத்துப் போயின. ஆளவந்தாரின் மனைவியும் அந்த உடல் தன் கணவருடையது என்று அடையாளம் காட்டினார். மானாமதுரையில் நடந்த பிரேதப் பரிசோதனையில் ஆளவந்தார் வயிற்றில் அபின் இருந்தது தெரியவந்தது. ஆளவந்தார் அபின் உட்கொள்ளும் பழக்கம் உடையவன்.

கொல்லப்பட்டவர் யார் என்று தெரிந்துவிட்டது. ஆனால் கொலையாளிகள்? காவல் துறை ஆளவந்தார் கொலைக்குக் காரணமானவர்கள் தேவகியும், அவளது கணவனான பிரபாகரும்

என்று சந்தேகித்தது. காவல் துறை இருவரையும் தேடி பெங்களூருக்குச் சென்றது. பின்பு பம்பாய்க்குச் சென்றது. பம்பாயில் தேவகியும், பிரபாகரும் தெரிந்தவர் ஒருவர் வீட்டில் தங்கியிருந்தனர். காவல் துறை இருவரையும் கைது செய்தது. பிரபாகரிடமிருந்து ஆளவந்தாரின் கைக்கடிகாரமும், fountain பேனாவும் கைப்பற்றப்பட்டது. இருவரும் சென்னைக்குக் கொண்டு வரப்பட்டார்கள்.

தேவகி, ரமேஷ் மேனன் என்பவரது மகள். அவர் ராயபுரத்தில், ஆதம் சாஹிப் தெருவில் வசித்து வந்தார். தேவகி ஒரு சமூக சேவகி. ஹிந்தி டியூஷன் சொல்லிக் கொடுத்து வந்தாள். 1951ஆம் ஆண்டு ஆகஸ்ட் மாதம் தேவகி, ஆளவந்தார் கடைக்கு fountain பேனா வாங்க வந்தாள். அதன் பிறகு ஆளவந்தார் தேவகியை அடிக்கடி சந்திக்கலானான். ஆளவந்தார், தான் கல்யாணம் ஆகாதவன் என்று பொய் சொல்லி தேவகியை மயக்கி தன் வலையில் விழ வைத்தான். ஆளவந்தார் கல்யாணம் ஆனவன் என்று தேவகிக்குப் பின்னர் தெரிய வரவே அவள் அவனைப் பார்ப்பதைத் தவிர்த்து வந்தாள்

பிறகு தேவகி பிரபாகர் மேனனைச் சந்தித்தாள். பார்த்த மாத்திரத்திலேயே அவன் மீது காதல் வயப்பட்டாள்.. பின்னர் ஒரு மாதத்திற்குள் பிரபாகரும், தேவகியும் திருமணம் செய்து கொண்டனர். பிரபாகர் ஒரு இன்சூரன்ஸ் கம்பெனியில் குமாஸ்தாவாகப் பணியாற்றினான். அதன் பிறகு ஒரு பத்திரிக்கையில் மாதம் 100 ரூபாய் சம்பளத்திற்கு விளம்பர மேலாளராக வேலைக்குச் சேர்ந்தான்.

அவ்வப்போது சிறு சச்சரவுகள் ஏற்பட்டாலும், புதுமணத் தம்பதிகளின் வாழ்க்கை முதல் இரண்டு மாதங்கள் சந்தோஷமாகவே கழிந்தது. பிறகு ஒருநாள் பிரபாகர் விளம்பரம் வேண்டி ஆளவந்தாரைச் சந்தித்தான். அப்பொழுது ஆளவந்தார், பிரபாகர் தேவகியைக் கல்யாணம் செய்து கொண்டதிற்காகப் பாராட்டினான். இது பிரபாகருக்குப் பிடிக்கவில்லை.

ஒரு மாதம் கழிந்து மேனன் தம்பதிகள் ராயபுரம், சிமெட்டரி தெருவில் உள்ள மாடி வீட்டிற்குத் தனிக் குடித்தனம் சென்றார்கள். அந்த வீட்டின் மாத வாடகை ரூபாய் 50. வீட்டில் தண்ணீர் பிரச்னை இருந்ததால், நாராயணன் என்ற 14 வயதுச் சிறுவனை வீட்டின் கீழே இருந்து மாடிக்குத் தண்ணீர் எடுத்து வருவதற்காக நியமனம் செய்தார்கள். அவன் தண்ணீர் எடுத்து வருவதோடு இதர வீட்டு வேலைகளையும் பார்த்து வந்தான்.

26.08.1952 அன்று தேவகி வீட்டிற்கு வருவதற்கு இரவு மணி 7:50 ஆகிவிட்டது. பிரபாகர் அவளுக்கு முன்னரே வீட்டிற்கு வந்து விட்டான். தாமதமாக வீட்டுக்கு வந்த தேவகியை அவன் கோபித்துக் கொண்டான். தேவகியைப் பார்த்து எங்கே ஊர் சுற்றிவிட்டு வருகிறாய் என்று கேட்டான். அவள் அதற்கு, தான் ஒரு பெண்ணிற்கு டியூஷன் சொல்லிக் கொடுத்துவிட்டு வருவதாகத் தெரிவித்தாள். ஆனால் பிரபாகருக்குத் தேவகியின் பதிலில் நம்பிக்கை இல்லை. அவன் ஒவ்வொரு பெண்ணிற்கும் ஆண் நண்பன் இருப்பதாக நினைத்தான். அதனால் அவன் அவளை மிரட்டியும், ஆசை வார்த்தை பேசியும் விடாமல் கேள்விகளால் துளைத்து வந்தான்.

மறுநாள் பிரபாகர், தேவகியிடம் தான் ஒரு வசியக்காரனைப் பார்த்ததாகவும், அவன் தன்னிடம் உன் மனைவி உன்னிடம் உண்மை யானவளாக இல்லை என்று குறிப்பிட்டதாகத் தெரிவித்தான். அதன் பிறகு இருவரும் மினெர்வா தியேட்டரில் இரவு படம் பார்த்துக் கொண்டிருந்தபோது, தேவகி திடீரென்று அழத் தொடங்கினாள், அழுதபடியே பிரபாகரிடம், தான் ஆளவந்தாருடன் முறைகேடாக நடந்து கொண்டதாகத் தெரிவித்தாள். பிரபாகர் கோபத்தில் கொப்பளித்தான்.

இருவரும் படம் பார்ப்பதைப் பாதியில் விட்டுவிட்டு வீடு திரும்பினார்கள். அவர்களுக்கு இடையேயான உரையாடல் நள்ளிரவு தாண்டியும் தொடர்ந்தது. அவர்களது உரையாடல் வேலைக்காரப் பையன் நாராயணன் காதில் விழுந்தது. இறுதியாக பிரபாகர், தேவகியிடம் 'நீ அவனைக் கூட்டி வரவேண்டும்' என்று மலையாளத்தில் தெரிவித்தான். தேவகி அதற்குச் சம்மதித்தாள்.

28.8.1952 அன்று பிரபாகர் அலுவலகத்திற்குச் செல்லவில்லை. அன்று காலை 8 மணிக்கு வேலைக்காரப் பையனை ஒரு சைக்கிள் வியாபாரியிடம் 'ஒரு கத்தியை' பற்றி ஞாபகப்படுத்த அனுப்பினான். பின்னர் பிரபாகர், காதர் மொஹிதினிடம் சென்று அவர் வைத்திருந்த இரு கத்திகளில் பெரிய கத்தியை எடுத்துக் கொண்டு வந்தான். பிரபாகர், நாராயணனை பகல் பொழுதில் வேலைக்கு வர வேண்டாம், மாலையானதும் வந்தால் போதும் என்று அனுப்பி விட்டான். பின்னர் காலை 10 மணிக்குப் பிரபாகர் நன்றாக உடை உடுத்திக் கொண்டு வெளியே கிளம்பினான்.

மாலை 4:30 மணிக்கு பிரபாகர் ஒரு ரிக்ஷாவை வரவழைத்து அதில் பூசணிக்காய் அளவிலான பொட்டலத்தை ஏற்றி ராயபுரம்

கடற்கரையில் ஆள் நடமாட்டம் இல்லாத பகுதிக்குச் சென்றான். அங்குக் கடலில், தான் கொண்டுவந்த பொட்டலத்தை வீசினான். மாலை 5:30 மணிக்கு வாடகை சைக்கிளில் ஒரு பச்சை நிற டிரங்க்குப் பெட்டியை வாங்கிக் கொண்டு வீடு திரும்பினான் பிரபாகர். வேலைக்காரப் பையன் நாராயணன் பிரபாகரின் வீட்டிற்குத் திரும்பினான். வீட்டில் தேவகி ஈரமான ஆடையில் காணப்பட்டாள். மேலும் அவள் வீட்டின் கீழே இருந்த குழாயில் எதையோ துவைத்துக் கொண்டிருந்தாள். நாராயணன் அவளது உதவிக்குச் சென்றான். அவள் மறுத்துவிட்டாள். பின்னர் வீட்டின் மாடிப் பகுதியைக் கழுவ நாராயணன் உதவிக்கு அழைக்கப்பட்டான். மாடியில், ஏதோ மாமிசத் துர்நாற்றம் வீசுவது போல் நாராயணன் உணர்ந்தான்.

பின்னர் பிரபாகர் டிரங்க்குப் பெட்டியுடன் எழும்பூர் ரயில் நிலையத்திற்கு ரிக்ஷாவில் சென்றான். ரயில் நிலையத்தில் பிரபாகர் பெட்டியுடன் வருவதைப் பார்த்த ஒரு கூலி அவனை நோக்கி ஓடி வந்தான். கூலியிடம், வேண்டாம் என்று கை அசைத்து விட்டு, தான் கொண்டு வந்த பெட்டியைப் போட் மெயில் ரயிலின் மூன்றாம் வகுப்பு கம்பார்ட்மென்டை நோக்கித் தூக்கிச் சென்றான். ஆனால் பெட்டி மிகவும் கனமாக இருந்ததால் பிரபாகர் கூலியின் உதவியை நாடினான். பிரபாகரும், கூலியும் ரயிலின் மூன்றாம் வகுப்பு கம்பார்ட்மென்டில், இருப்பிடத்திற்குக் கீழே பிரபாகர் கொண்டு வந்த பெட்டியை வைத்தனர். பெட்டியைக் கீழே வைத்துவிட்டு அதன் கைப்பிடியிலிருந்து கையை எடுத்த பிரபாகரின் கரத்தில் ரத்தம் இருந்தது. அதைப் பார்த்த கூலி, பிரபாகரிடம் வினவ, பிரபாகர் தான் பெட்டியை எடுக்கும்போது கையில் கீறல் ஏற்பட்டு ரத்தம் வருவதாகத் தெரிவித்தான். ஆனால் பெட்டியை எடுத்து வந்த ரிக்ஷாவிலும் ரத்தம் இருந்தது. பிரபாகர், கூலியிடம் இந்த விஷயத்தை யாரிடமும் சொல்லவேண்டாம் என்று கூறி அவனுக்கு ஐந்து ரூபாய் கொடுத்தான்.

ரயில் நிலையத்திலிருந்து வீட்டிற்குத் திரும்பிய பிரபாகர் தன்னுடைய மீசையை மழித்தான். தான் இரவல் பெற்ற வெட்டுக் கத்தியை அதன் உரிமையாளரிடம் ஒப்படைத்தான். மறுநாள் பிரபாகரும், தேவகியும் தங்களது மூட்டை முடிச்சுகளைக் கட்டி, வீட்டைக் காலி செய்து விட்டு, தேவகியின் தகப்பனார் வீட்டிற்குச் சென்றார்கள். அன்று மதியம், நாராயணனை அழைத்துக்கொண்டு இருவரும் சென்னை செண்ட்ரல் ரயில் நிலையத்திற்குச் சென்றார்கள். அங்கு நாராயணனை விட்டுவிட்டு பம்பாய்க்கு ரயில் ஏறிக் கிளம்பினார்கள்.

பம்பாயில் கைது செய்யப்பட்டு 13.09.1952 அன்று சென்னைக்குக் கூட்டி வரப்பட்ட பிரபாகரையும், தேவகியையும் காவல் துறை ஆய்வாளர் ராமநாத ஐயர் விசாரித்தார். பிரபாகர் ராயபுரம் கடற்கரைக்குக் கூட்டிச் செல்லப்பட்டான். அங்கு ஒரு பாறையின் இடுக்கில் மறைத்து வைக்கப்பட்டிருந்த ரத்தம் தோய்ந்த துணிகள், கைக்குட்டை மற்றும் உள்ளாடை ஆகியவற்றைப் பிரபாகர் ஆய்வாளரிடம் காண்பித்தான். தேவகியின் டிரங்க்குப் பெட்டியில் இருந்து ஒரு பேனா கத்தியைக் காவல் துறை கைப்பற்றியது. தேவகிக்கு உடல் நிலை சரியில்லாத காரணத்தினால் அவள் மருத்துவமனையில் அனுமதிக்கப்பட்டாள்.

பிரபாகர் மாஜிஸ்டிரேட் முன்னர் ஒப்புதல் வாக்குமூலம் அளித்தான். ஆனால் தேவகி ஒப்புதல் வாக்கு மூலம் அளிக்க மறுத்து விட்டாள். அப்ரூவராக மாறினால் மன்னிப்பு வழங்கப்படும் என்று அவளுக்கு அறிவுறுத்தப்பட்டது. கடைசியாக மன உறுத்தலின் காரணமாக தேவகி ஒப்புதல் வாக்குமூலம் அளிக்க ஒப்புக்கொண்டாள்.

சம்பவத்தன்று, தேவகி, ஆளவந்தாரின் கடையில் காணப்பட்டாள். அங்கு அவள் ஆளவந்தாரிடம் நெருக்கமாக பேசிக் கொண்டிருந்தாள். அப்பொழுது நகராட்சித் தேர்தல் வேட்பாளர் வெங்கடரங்கன் ஆளவந்தாரின் உதவியை நாடி வந்தான். தேவகியுடன் கிளம்பிச் செல்ல ஆயத்தமாக இருந்த ஆளவந்தார், ஒன்று அல்லது இரண்டு மணி நேரத்தில் வருவதாக தேவகியிடம் தெரிவித்தான். தேவகி தன் வீட்டிற்கு மதியம் 12 மணிக்கு வந்தாள். வீட்டின் கதவைத் தட்டினாள். பிரபாகர் கதவைத் திறந்தான். சிறிது நேரத்திற்கெல்லாம் ஆளவந்தார் மிடுக்கான ஆடை உடுத்திக்கொண்டு ஓர் ஆட்டோ ரிக்ஷாவில் தேவகியின் வீட்டிற்கு வந்தான். தேவகி ஆளவந்தாரை உள்ளே வரவேற்று ஒரு நாற்காலியில் அமரச் செய்தாள். பின்னர் கதவைத் தாழிட்டாள்.

அதற்குப் பின்னர் என்ன நடந்தது எனபதை பிரபாகர் மற்றும் தேவகியின் வாக்குமூலத்தில் இருந்து தெரிந்து கொள்ளமுடிந்தது.

தேவகியின் வாக்குமூலத்தில் கண்ட விவரங்கள் –

பிரபாகர் சமையல் அறையில் ஒளிந்திருந்தான். ஆளவந்தார் தேவகியின் மீது மையல் கொண்டு அவளை நெருங்கினான். அப்பொழுது பிரபாகர் ஹாலுக்கு வந்து ஆளவந்தாரிடம் கடுமையான வாக்கு வாதத்தில் ஈடுபட்டான். திருமணம் ஆன பெண்ணிடம் நீ எப்படித் தவறாக நடந்துகொள்ளலாம் என்று பிரபாகர் கேட்டதற்கு,

ஆளவந்தார், தான் ஏற்கெனவே அப்படி நடந்து கொண்டிருக்கிறேன் என்று கூறி பிரபாகரை எட்டி உதைத்தான். கீழே விழுந்த பிரபாகர் எழுந்து வந்து தன் கையில் வைத்திருந்த வெட்டுக் கத்தியால் ஆளவந்தாரின் மண்டையில் தாக்கினான். ஆளவந்தார் கீழே விழுந்தான். பிரபாகரின் கையைக் கடித்தான். அச்சமயத்தில் தேவகி தன் வசம் வைத்திருந்த பேனா கத்தியைப் பிரபாகரிடம் கொடுத்தாள். பேனா கத்தியை வைத்து பிரபாகர் ஆளவந்தாரின் மார்பில் குத்தினான். கத்தி ஆளவந்தாரின் இடது நுரையீரலையும், கல்லீரலையும் ஊடுருவியது. ஆளவந்தார் பெரும் சப்தம் ஏற்படுத்தியவாறே சரிந்தான்.

பிரபாகர் ஆளவந்தாரின் உடலை ஹாலின் மேற்கு பக்கத்திற்கு இழுத்துச் சென்று அங்கு அதைத் தலை வேறு, கை வேறு, கால் வேறாக துண்டாக்கினான். துண்டிக்கப்பட்ட தலையை ஒரு துணியில் சுற்றினான். அதை மேலும் ஒரு பழுப்பு நிறக் காகிதத்தில் சுற்றினான். தலையில்லாத உடம்பு, கைகள், கால்களையும் பச்சை நிற டிரங்க்குப் பெட்டியில் வைத்தான். வெட்டுப்பட்டக் கழுத்துப் பகுதியிலிருந்து ரத்தம் வெளியானது. தேவகி அதைத் தன் புடவையால் அடைத்தாள்.

நீதிமன்றத்தில் தேவகி வேறு ஒரு கதையைச் சொன்னாள். ஆளவந்தார் தேவகியைத் தேடி வந்தான். தேவகியிடம் தவறாக நடக்க முயன்றான். தேவகி கூச்சல் போட்டாள். அந்தச் சமயத்தில், வீட்டின் கதவு தட்டப்பட்டது, ஆளவந்தார் கதவைத் திறந்தான். பிரபாகர் வீட்டிற்குள் வந்தான். ஆத்திரம் அடைந்து பிரபாகர் ஆளவந்தாரைக் கொல்லப் போவதாக மிரட்டினான். பிரபாகர் தேவகியை வெளியே அனுப்பினான். அதன் பின்னர் என்ன நடந்தது என்று தனக்குத் தெரியாது என்று தேவகி சொன்னாள்.

பிரபாகர் வாக்குமூலத்தில் கண்ட விவரங்கள் –

சம்பவத்தன்று மதியம் 12 மணிக்குப் பிரபாகர் வீடு திரும்பினான். வீட்டில் ஆளவந்தாரைப் பார்த்தான். பிரபாகர் ஆளவந்தாரிடம் வன்மையாகப் பேசினான். ஆளவந்தார் பிரபாகரைத் தாக்கினான். இருவருக்கும் இடையில் சண்டை மூண்டது. இருவரும் உருண்டு பிரண்டனர். ஆளவந்தார் பிரபாகர் மீது மரக் கட்டையை வீசினான். பிரபாகர் நாற்காலியை எடுத்து ஆளவந்தாரின் மீது வீசினான். ஆளவந்தார் கத்தியால் எதிர்த் தாக்குதல் புரிந்தான். எதிர்த் தாக்குதல் செய்யும்போது ஆளவந்தாரின் கத்தியாலேயே அவனுக்குக் காயம் ஏற்பட்டது. பின்னர் ஆளவந்தார் இறந்துவிட்டான். பயந்து போன

பிரபாகர் ஏற்பட்ட நிகழ்விலிருந்து தன்னைக் காப்பாற்றிக்கொள்ள ஆளவந்தாரின் உடலைத் துண்டுகளாக்கி, தலையைக் கடலில் வீசியும், உடல், கைகள், கால்களை ரயிலில் அனுப்பியும் அகற்றினான்.

காவல் துறை, பிரபாகர் மீது ஆளவந்தாரைக் கொலை செய்ததற்காக இந்திய தண்டனைச் சட்டம் (இ.த.ச) பிரிவு 302; தேவகி மீது கொலையைத் தூண்டிவிட்டது மற்றும் கொலைக் குற்றத்திற்காக இ.த.ச. பிரிவு 109/302; இருவரின் மீது சாட்சியத்தைக் கலைத்ததற்காக இ.த.ச. பிரிவு 201 கீழ் குற்றப் பத்திரிக்கையை மாஜிஸ்டிரேட்டிடம் தாக்கல் செய்தது.

மாஜிஸ்டிரேட் தன்னுடைய விசாரணையில் குற்றவாளிகள் குற்றம் புரிந்ததற்கான முகாந்தரம் இருப்பதாகக் கூறி வழக்கை செஷன்ஸ் நீதிமன்றத்திற்கு அனுப்பி (commit) வைத்தார். இந்த வழக்கு நடந்தபோது சென்னை மாநகரத்தின் செஷன்ஸ் நீதிமன்றமாக செயல்பட்டது சென்னை உயர் நீதிமன்றம். சென்னை உயர் நீதிமன்றத்தில் ஆளவந்தார் கொலை வழக்கை விசாரித்தது நீதிபதி ஏ.எஸ். பஞ்சாபகேச ஐயர் (இவர் பிரபல உச்ச நீதிமன்ற நீதிபதி வி.ஆர்.கிருஷ்ண ஐயரின், தமையன் வி.ஆர்.லஷ்மி நாராயணனின் (ஐ.பி.எஸ்) மாமனார் ஆவார்). இவ்வழக்கு நடந்த சமயத்தில் ஜூரி முறை இருந்தது. ஜூரி குற்றம் சாட்டப்பட்டவர்கள் குற்றவாளிகள் என்ற முடிவை எடுத்தால் நீதிபதி குற்றவாளிகளுக்குச் சட்டத்தின் படி தண்டனை வழங்குவார். ஜூரி குற்றம்சாட்டப்பட்டவர்கள் நிரபராதி என்ற முடிவை எடுத்தால் நீதிபதி குற்றம் சாட்டப்பட்டவர்களை விடுதலை செய்வார்.

1953ஆம் ஆண்டு சென்னை உயர் நீதிமன்றத்தில் ஆளவந்தார் கொலை வழக்கு விசாரணை நடந்தது. குற்றவாளிகளுக்கு வழக்கறிஞர் பி.டி.சுந்தர ராஜன் ஆஜரானார். நீதிமன்றத்தில் வழக்கு விசாரணையைக் காண கட்டுக்கடங்காத கூட்டம் திரண்டது. 1950களில் அமைதியாக இருந்த சென்னை நகரில், ஆளவந்தார் கொலை பரபரப்பை ஏற்படுத்தியது. துணிகரமாக நடந்த இச்சம்பவத்தைக் கேட்டு மக்கள் அதிர்ச்சி அடைந்தனர். தலை வேறு உடல் வேறாக கிடைத்த ஆளவந்தாரின் சடலம் மக்களை பெரும் பீதியில் ஆழ்த்தியது. சென்னை மாகாணம் முழுதும் மக்கள் இந்த வழக்கு விசாரணையை ஆவலுடன் கவனித்து வந்தனர். ஆளவந்தார் கொலையைப் பற்றியும், அதனைத் தொடர்ந்து நடந்த வழக்கு விசாரணையைப்பற்றியும் அதிகச் செய்திகளை அன்றைய

நாளேடுகளும், பத்திரிக்கைகளும் வெளியிட்டன. இந்த வழக்கு நடந்த சமயத்தில் தினத்தந்தி நாளிதழ் பிரதிகள் எப்போதும் விற்பனையாவதை விட அதிக எண்ணிக்கையில் விற்றது.

இந்த வழக்கில் மருத்துவ வல்லுநரின் சாட்சியத்தை வைத்து எந்த முடிவிற்கும் வரமுடியவில்லை. காரணம் ஆளவந்தாரின் உடலைப் பரிசோதித்த கதிரியக்க மருத்துவர், ஆளவந்தாரின் வயது 24 இருக்கும் என்று தெரிவித்தார். ஆனால் ஆளவந்தாரின் வயது 42. மேலும், கொலையின்போது ஆளவந்தாரின் தலை துண்டிக்கப்பட்டதா, அல்லது கொலைக்குப் பிறகு துண்டிக்கப்பட்டதா என்று மருத்துவரால் அறுதியிட்டுக் கூற முடியவில்லை.

ஆனால் பிரபாகர் ஆளவந்தாரை வீட்டிற்கு அழைத்து வரச் செய்ததற்கான சாட்சியம் இருக்கிறது. சம்பவத்தன்று ஆளவந்தார் தேவகியைத் தொடர்ந்து சென்றான் என்று வெங்கடரெங்கம் சாட்சியம் அளித்திருக்கிறான். 12:15 மணிக்கு ஆளவந்தார் பிரபாகரின் வீட்டில் நுழைந்ததைப் பார்த்த சாட்சியம் இருக்கிறது. பிரபாகர் குடியிருந்த வீட்டின் சுவரில் கண்டெடுக்கப்பட்ட கைரேகைகள் பிரபாகருடையது என்று தெள்ளத் தெளிவாக நிரூபணமாயிற்று. ரயிலில் அனுப்பப்பட்ட டிரங்க்குப் பெட்டியில் விலாசம் இல்லை. கடற்கரையில், பாறையின் இடுக்கில் பிரபாகர் காட்டிய இடத்தில் ஆளவந்தாரின் ஆடைகள் கிடைத்தது. ஆளவந்தாரின் கைக்கடிகாரமும், fountain பேனாவும் பம்பாயில் பிரபாகரிடமிருந்து மீட்கப்பட்டது.

தேவகியின் டிரங்க்குப் பெட்டியிலிருந்து பேனா கத்தி மீட்கப்பட்டது. ஆளவந்தாரின் மார்பில் ஏற்பட்டிருந்த காயம் முன்னால் இருந்து தாக்கியதன் விளைவாக ஏற்பட்டது. அந்தக் காயம் இருவருக்கும் இடையே நடந்த போராட்டத்தின் விளைவாக ஏற்படவில்லை. பகல் பொழுதில் இருவருக்கும் இடையே சண்டை நடந்திருந்தால் அதன் சத்தம் அக்கம் பக்கத்தில் இருந்தவர்களுக்குக் கேட்டிருக்கும். ஆனால் அப்படி எந்தச் சத்தமும் எழவில்லை. எனவே பிரபாகர் ஆளவந்தாரைக் கொலை செய்திருக்கிறான் என்று நிரூபணமானது.

இருப்பினும் குற்றவாளிகளின் வழக்கறிஞர் பி.டி. சுந்தர ராஜன் நடந்தது கொலை (இந்திய தண்டனைச் சட்டம் பிரிவு 302) அல்ல அது மரணத்தை விளைவித்தல் (culpable homicide not amounting to murder – இந்திய தண்டனைச் சட்டம் பிரிவு 304) என்று வாதாடினார். ஆளவந்தாரின் தொந்தரவினால் வேறு வழியின்றிப் பிரபாகரும்,

தேவகியும் அவனது உயிரைப் பறித்தனர் எனவே அது கொலை ஆகாது, மரணத்தை விளைவித்தல் என்பது பி.டி. சுந்தர ராஜனின் வாதம். சட்டப்படி கொலைக் குற்றத்தை விட மரணத்தை விளைவித்தல் குற்றம் கடுமை குறைவான குற்றமாகும்.

வழக்கு விசாரணையின் முடிவில் ஜுரி தங்கள் முடிவை அறிவித்தனர். பிரபாகர் மற்றும் தேவகி இருவரும் திட்டமிட்டுக் குற்றம் புரியவில்லை. ஆளவந்தாரின் தகாத செயல்களும், அவன் தேவகியை மானபங்கம் செய்ய முயன்றதும் பிரபாகரைக் குற்றம் செய்யத் தூண்டியிருக்கிறது. பிரபாகர் மரணத்தை விளைவித்திருக்கிறான். தேவகி அதற்குத் தூண்டுதலாக இருந்திருக்கிறாள். இருவரும் கொலைக் குற்றவாளிகள் அல்ல, ஆனால் இருவரும் மரணத்தை விளைவித்த குற்றத்தைப் புரிந்திருக் கிறார்கள். மேலும் இருவரும் சாட்சியத்தைக் கலைத்த குற்றத்தைப் புரிந்திருக்கிறார்கள் என்று ஜுரி தன்னுடைய முடிவை அறிவித்தது.

ஜுரியின் முடிவை ஏற்றுக்கொண்ட நீதிபதி ஏ.எஸ். பஞ்சாபகேசஐயர் குற்றவாளிகள் இருவரும் ஆளவந்தாரின் செய்கைகளால் பாதிக்கப் பட்டவர்கள், ஆளவந்தாரைத் தண்டிக்கும் பொருட்டு இந்தக் குற்றம் நடந்தேறியிருக்கிறது என்று கூறி குற்றவாளிகள் இருவருக்கும் குறைந்தபட்சத் தண்டனையை வழங்கினார். பிரபாகரருக்கு 7 ஆண்டுகள் கடுங்காவல் தண்டனையும், தேவகிக்கு 3 ஆண்டுகள் சிறைத் தண்டனையும் விதிக்கப்பட்டது.

தண்டனைக் காலம் முடிந்த பிறகு பிரபாகர், தேவகி தம்பதியினர் கேரளாவிற்குச் சென்றதாகவும், அங்கு அவர்கள் ஒரு தேநீர் கடை நடத்தி, அதன் மூலம் சம்பாதித்து கேரள மாநிலத்தில் ஒரு முக்கிய நகரில் ஹோட்டல் கட்டியதாக செய்தி உள்ளது.

ஆளவந்தார் கொலை வழக்கை மையமாக வைத்து 1995ஆம் ஆண்டு தொலைக்காட்சி தொடர் எடுக்கப்பட்டு அது தூர்தர்ஷனில் ஒளிபரப்பானது.

✦

7

நானாவதி கொலை வழக்கு

பொதுவாக, கொலைக்கான காரணங்களைப் பார்த்தால் அது ஒரு பெண் சம்பந்தப்பட்டதாக இருக்கும். சில்வியாவால் ஒருவர் கொலை செய்யப்பட்டார், மற்றொருவர் சிறைக்குச் சென்றார். கொலை செய்தவர், கவாஸ் மெனக்ஷா நானாவதி (சுருக்கமாக நானாவதி). கொலை செய்யப்பட்டவர், பிரேம் பகவான்தாஸ் அகுஜா (சுருக்கமாக அகுஜா). இந்தக் கொலை வழக்கு விசாரணை நடைபெற்றது 1959ம் ஆண்டு. அந்தச் சமயத்தில் நானாவதி மற்றும் அகுஜா என்ற பெயர்கள் நாடு முழுவதும் பிரபலம். அகுஜா டவல் துண்டுகளும், நானாவதி விளையாட்டுக் கைத்துப்பாக்கிகளும் சந்தையில் அமோகமாக விற்பனையாயின.

இந்தக் கொலை வழக்கு எவ்வளவு பிரபலமோ, அதற்கு ஈடான புதிய சிக்கல்களையும் புது நிகழ்வுகளையும் இவ்வழக்கு ஏற்படுத்தியது. இந்த வழக்கு விசாரணைக்குப் பிறகு, இந்திய அரசாங்கம் ஜுரி முறையை (நடுவர் குழு முறையை) ரத்து செய்தது. கொலை வழக்கு விசாரணை நடந்தபோது இருவேறு சமுதாயத்தினர் ஒருவொருக்கொருவர் மோதிக்கொள்ளாத நிலைதான். கொலையுண்ட அகுஜா, சிந்தி சமுதாயத்தைச் சேர்ந் தவர், கொலை செய்த நானாவதி, பார்சி சமுதாயத்தைச் சேர்ந்தவர். வழக்கு விசாரணையின்போதும் அதற்குப் பிறகும் உயர் மட்ட அரசியல் தலையீடுகள். அன்றைய பாரதப் பிரதமர் நேரு, பம்பாய் ஆளுநர் விஜயலட்சுமி பண்டிட் வரை (இவர் நேருவின் சகோதரி)

தலையிட வேண்டிய அவசியம் உண்டானது. போதாதக் குறைக்கு பம்பாய் உயர் நீதிமன்றத்துக்கும், பம்பாய் மாகாணச் சட்டசபைக்கும் மோதல் நடக்காத குறை.

யார் இந்த சில்வியா? அவள் ஒரு வெள்ளைக்காரப் பெண். மிகவும் அழகான பெண். நானாவதி, கப்பல் படைத் தளபதி. அவரும் பார்ப்பதற்கு மன்மதன் மாதிரிதான் இருப்பார். அதுவும் அந்த ராணுவச் சீருடையில், ரொம்பவும் கம்பீரமாக இருப்பார். கப்பல் படையில் முக்கியமான பொறுப்பில் இருந்தார். அதனால் இந்திய ராணுவ அமைச்சகத்தின் உயர் மட்டக் குழுவில் இடம் பெற்றிருந்தார். ராணுவ அமைச்சர் கிருஷ்ண மேனன் லண்டன் சென்றபோது, நானாவதியும் சென்றார். நானாவதி வகித்திருந்த உயர் பதவியின் காரணமாக நேரு குடும்பத்தாரிடம் பழக்கம் ஏற்பட்டது. பின்பு, அது நட்பாக மாறியது.

இப்படியிருந்த சூழ்நிலையில்தான் உத்தியோக நிமித்தமாக லண்டனுக்குச் சென்ற நானாவதிக்கு சில்வியாவின் அறிமுகம் கிடைத்தது. 18 வயதான சில்வியா, 24 வயதான நானாவதியைச் சந்தித்தாள். சந்திப்பு, காதலாக மாறியது. நானாவதி தன்னுடைய ராணுவப் பணியின்போது கடல் பிரயாணத்தில், தான் சந்தித்த வீரதீர சாகசங்களையெல்லாம் சொல்லக் கேட்ட சில்வியா சிலிர்ப்புற்றாள். நானாவதி இந்தியா திரும்பும் முன்னர், தம்மைத் திருமணம் செய்து கொள்வாயா என்று சில்வியாவிடம் கேட்டார். சம்மதம் தெரிவித்த சில்வியாவுக்கும் நானாவதிக்கும் இங்கிலாந்தில் எளிமையான முறையில் பதிவுத் திருமணம் நடைபெற்றது.

நானாவதி, சில்வியா திருமணம் 1949ம் ஆண்டு நடைபெற்றது. திருமணம் நடந்த கையோடு புதுமணத் தம்பதியினர் இந்தியா வுக்குத் திரும்பினர். பம்பாயில் குடி புகுந்தனர். நானாவதி, சில்வியா தம்பதிக்கு மூன்று குழந்தைகள் பிறந்தன. இரண்டு ஆண் குழந்தைகள். ஒரு பெண் குழந்தை.

நானாவதி-சில்வியா தம்பதியரின் அமைதியான வாழ்க்கையில் அகுஜா என்ற புயல் வீச ஆரம்பித்தது. அகுஜா, ஒரு பணக்காரர். யுனிவர்சல் மோட்டார் நிறுவனத்தின் மேலாளர். அந்நாளைய ரோமியோ. மிடுக்கானத் தோற்றம், பெண்களைக் கவரும் வசீகரப் பேச்சு. பெண்களுக்கு ஒன்று என்றால் அகுஜாவுக்குத் தாங்காது. பெண்களுடைய கஷ்டத்தை, பிரச்னையைக் காதுகொடுத்துக் கேட்பார். இவருடைய கரிசனத்தைப் பார்த்த பெண்கள் கரைந்து போய் உருகி விடுவர்.

அகுஜாவின் முக்கிய வேலையே பார்ட்டிக்குப் போவதுதான். அதுவும் பெரிய இடத்து பார்ட்டிகள். முக்கியமாக ராணுவத்தின ருக்காக நடக்கும் விருந்துகள். அங்குதான் அகுஜாவுக்குப் பல ராணுவ அதிகாரிகளின் மனைவிமார்களைச் சந்திக்கும் வாய்ப்பு கிடைத்தது. அதில் சிலபேரிடம் நெருங்கிய தொடர்பும் கிடைத்தாகச் சொல்லப்படுகிறது. அப்படித்தான் அகுஜா-சில்வியா சந்திப்பும் ஏற்பட்டது. அகுஜாவும் நானாவதியும் சுமார் 10 வருடங்களுக்கு மேலாக நண்பர்கள். நானாவதி, சில்வியா, அகுஜா, அகுஜாவின் சகோதரி மாமேயி அனைவரும் ஒன்றாக சுற்றித் திரிந்தனர். உல்லாசமாக காலத்தைக் கழித்தனர்.

நானாவதியின் துரதிர்ஷ்டம், வருடத்தில் பாதி மாதங்கள் ராணுவக் கப்பலில் இருந்தாக வேண்டும். விடுமுறை நாள்களில்தான் குடும்பத்தாருடன் இருக்க முடியும். சில்வியாவோ தன்னுடைய சொந்த நாட்டை விட்டுவிட்டுத் தனக்குப் பரிச்சயம் இல்லாத வேறொரு நாட்டில் குடிபுகுந்திருக்கிறார். அவளுடைய தனிமையான சூழ்நிலையை உணர்ந்துகொண்ட அகுஜா, சந்தர்ப்பத்தைத் தனக்குச் சாதமாகப் பயன்படுத்திக் கொண்டார். சில்வியாவுடன் நட்பாகப் பழகினார். நட்பு சில நாள்களில் காதலாக மாறியாது. இருவரும் நானாவதி இல்லாத சமயத்தில் கணவன் மனைவி போல் வாழ்ந்தனர். அகுஜா இல்லாமல் தன்னால் வாழவே முடியாது என்ற நிலைக்கு ஆளானாள் சில்வியா. அகுஜாவிடம், நானாவதியை விவாகரத்து செய்தபிறகு, தன்னைக் கல்யாணம் செய்து கொள்ளும்படி வேண்டிக் கொண்டாள், வற்புறுத்தினாள்.

அகுஜா இப்பொழுது பின் வாங்கினார். சில்வியாவைச் சமாதானப்படுத்தினார். நாம் ஒரு மாத காலம் சந்திக்காமல் இருக்கவேண்டும். அப்படியிருந்தால்தான் நம்முடைய உண்மை யான காதல் வெளிப்படும் என்று ஏதேதோ சாக்குப்போக்குக் கூறினார். அப்பொழுதுதான் சில்வியாவுக்கு சுரீர் என்றது. தான் ஏமாந்து விட்டோம் என்று உணர்ந்தாள்.

சிறிது நாள்களில் தன்னுடைய விடுமுறை நாள்களைக் குடும்பத் தாருடன் செலவிட வீடு திரும்பினார் நானாவதி. வீட்டுக்கு வந்த நானாவதிக்கு சில்வியாவின் செயல்பாடும், பேச்சும் ஆச்சரிய மாகவும், அதிர்ச்சியாகவும் இருந்தன. சில்வியாவிடம் பெரும் மாறுதல். அவள் பட்டும் படாமல் இருந்தாள். விஷயம் என்னவாக இருக்கும் என்று தெரிந்து கொள்ள சில்வியாவைத் தோண்டித்

துருவினார். இறுதியாக, சில்வியா நடந்த விவரங்களை நானாவதியிடம் தெரிவித்தாள்.

நானாவதி நடந்ததைக் கேட்டு கொதித்துப் போனார். தற்கொலை செய்து கொள்ளப் போவதாக சில்வியாவிடம் குமுறினார். சில்வியா சமாதானம் செய்தாள்.

சில்வியாவையும், குழந்தைகளையும் சினிமா தியேட்டருக்கு அழைத்துச் சென்றார், நானாவதி. அவர்களை அங்குப் படம் பார்க்கச் சொல்லிவிட்டு வெளியே கிளம்பினார். 'நீங்கள் படம் பார்த்து முடியுங்கள். நான் திரும்பி வந்து கூட்டிச் செல்கிறேன்' என்று சில்வியாவிடம் கூறி விட்டு, வெளியேறினார்.

நானாவதி, தன்னுடைய கப்பலுக்குச் சென்றார். ஏதோ ஒரு காரணத்தைச் சொல்லி கப்பலின் ஆயுதக் கிடங்குக்குள் சென்று, அங்கிருந்த ஒரு துப்பாக்கியை எடுத்துக் கொண்டார். தேவையான அளவு தோட்டாக்களையும். பின்னர், அகுஜாவின் அலுவலகத்துக்குச் சென்றார். மதிய வேளை என்பதால் அகுஜா அங்கு இல்லை. அவர் வீட்டுக்குச் சென்றுவிட்டதாக சிப்பந்தி தெரிவித்தார். நானாவதி, அகுஜா வீட்டுக்குச் சென்றார். அகுஜா அப்போதுதான் குளித்துவிட்டு, டவலுடன் குளியலறையிலிருந்து வெளியே வந்தார்.

'நீ சில்வியாவைத் திருமணம் செய்துகொண்டு அவளது குழந்தை களைப் பார்த்துக் கொள்வாயா?' என்று நானாவதி அகுஜாவைப் பார்த்து நேரடியாகக் கேட்டார். 'என்னுடன் படுத்திருந்த ஒவ்வொரு பெண்ணையும் நான் கல்யாணம் செய்து கொள்ள முடியுமா?' என்று அகுஜாவிடமிருந்து பதில் வந்தது. அடுத்த நொடி, அங்கு துப்பாக்கிச் சத்தம் கேட்டது.

மூன்று தோட்டாக்கள் அகுஜாவின் உடலில் பாய்ந்தன. அகுஜா கொலை சம்பவத்தின்போது நானாவதி, அகுஜாவைத் தவிர அந்த இடத்தில் வேறு யாரும் இல்லை.

நானாவதி, கப்பல் படையில் தன்னுடைய தலைமை அதிகாரியைச் சந்தித்து, தான் ஒரு கொலை செய்து விட்டதாகத் தெரிவித்தார். காவல் துறையினரிடம் சரண் அடையுமாறு அந்த அதிகாரி ஆலோசனை கூறினார்.

நானாவதி, பம்பாய் காவல் துறை துணை ஆணையரிடம் நடந்த விவரத்தைத் தெரிவித்து, சரண் அடைந்தார். காவல் துறை வழக்குப்

பதிவு செய்து, பம்பாய் அமர்வு நீதிமன்றத்தில் குற்றப் பத்திரிகையைத் தாக்கல் செய்தது.

விசாரணை ஆரம்பமானது. நானாவதி கொலை வழக்கில், 9 நபர் கொண்ட ஜுரி (நடுவர் குழு) அமைக்கப்பட்டது. ஜுரி என்பது நீதிமன்றத்தில் விசாரணையைக் கவனித்துத் தங்களது அபிப் பிராயத்தை நீதிபதிக்குத் தெரிவிக்கும் ஒரு நடுவர் குழு. நானாவதி, ஆத்திரத்தால் அறிவை இழந்து சந்தர்ப்பவசத்தால் அகுஜாவைக் கொலை செய்தாரா (Culpable homicide not amounting to murder) அல்லது அகுஜாவைக் கொலை செய்ய வேண்டும் என்ற நோக்கத்துடன் திட்டமிட்டுக் கொலை (Preplanned murder) செய்தாரா என்று ஜுரி முடிவு செய்ய வேண்டும். நானாவதி சந்தர்ப்பவசத்தால் கொலை செய்தார் என்று முடிவு செய்யப் பட்டால் அவருக்கு 10 ஆண்டுகள் சிறைத் தண்டனை கிடைக்கும் (இ.பி.கோ 304ம் பிரிவு). அதுவே, திட்டமிட்டுக் கொலை செய்திருந்தால், நானாவதிக்குத் தூக்குத் தண்டனை அல்லது ஆயுள் தண்டனை விதிக்கப்படும் (இ.பி.கோ 302ம் பிரிவு).

அரசுத் தரப்பில் நானாவதி திட்டமிட்டுதான் அகுஜாவைக் கொலை செய்தார் என்ற வாதம் முன்வைக்கப்பட்டது. நானாவதி சந்தர்ப் பவசத்தால்தான் அகுஜாவைக் கொலை செய்தார் என்று அவர் சார்பாக ஆஜரான வழக்கறிஞர்கள் வாதாடினர். கரல் கண்டல்வாலா என்ற பார்சி வழக்கறிஞர் நானாவதிக்காக ஆஜரானார். பிரபல குற்றவியல் வழக்கறிஞர் ராம் ஜெத்மலானி அரசுத் தரப்புக்கு ஆதரவாக வாதாடினார். நீதிமன்றத்தில் நீதிபதியிடம், நான் குற்றம் செய்யவில்லை என்று கூறினார் நானாவதி. விசாரணை முடிந்த பிறகு ஜுரி, 8:1 என்ற விகிதத்தில் நானாவதி குற்றமற்றவர், நிரபராதி என்ற அதிரடித் தீர்ப்பை வெளியிட்டது.

அமர்வு நீதிபதி, ஜுரியின் முடிவை ஏற்றுக்கொள்ளவில்லை. ஜுரியின் முடிவு perverse - தவறானது, மூர்க்கமானது, ஏற்புடைய தல்ல என்று வழக்கை பம்பாய் உயர் நீதிமன்றத்தின் ஆலோசனைக்கு அனுப்பி வைத்தார். பம்பாய் உயர் நீதிமன்றத்தில் அரசுத் தரப்பில் பின்வரும் வாதங்கள் முன்வைக்கப்பட்டன.

1) அமர்வு நீதிபதி, ஜுரிக்கு வழக்கு விசாரணையில் தகுந்த வழிகாட்டவில்லை. குறிப்பாக அகுஜாவைச் சுட்டது தற்செய லான விஷயம்தான், அது திட்டமிட்டுச் செய்யப்படவில்லை என்று நிரூபிக்க வேண்டியவர், நானாவதி. ஆனால், அவர் அதைச் செய்யவில்லை.

2) அகுஜாவைக் கொல்வதற்கு, நானாவதிக்குச் சந்தர்ப்பவசத் தூண்டுதல் எப்பொழுது ஏற்பட்டது. சில்வியா நானாவதியிடம் உண்மையைச் சொன்னபோதா? அல்லது நானாவதி அகுஜாவை அவருடைய இல்லத்தில் சந்தித்தபோதா?

3) ஜுரிக்கு வழக்கு விசாரணை ஆரம்பிக்கும் தருவாயில், தூண்டுதல் (Provocation) என்பது சந்தர்ப்பவசத்தால் குற்றம் செய்யத் தூண்டும் காரணி, கொலை செய்தவரிடமோ அல்லது கொலை செய்யப்பட்டவரிடமோதான் வரவேண்டிய அவசியம் இல்லை, மூன்றாவது நபரிடமிருந்துகூட வரலாம் என்று தவறாக வழிகாட்டியுள்ளார் அமர்வு நீதிபதி.

4) நானாவதி குற்றவாளி இல்லை என்று, நியாயத்துக்குட்பட்ட ஒரு சாதரண மனிதனுக்குக்கூட ஐயமில்லாமல் நிரூபிக்கப்பட வேண்டும். இவை நான்கும் ஜுரியின் விவாதத்துக்கு எடுத்துக் கொள்ளப்படவில்லை என்று வாதிடப்பட்டது.

அரசுத் தரப்பு வாதத்தில் நியாயம் இருப்பதை உணர்ந்த உயர் நீதிமன்றம், ஜுரியின் முடிவைத் தள்ளுபடி செய்ததோடு மட்டும் அல்லாமல், வழக்கை மறுவிசாரணை செய்ய, தானே முன்வந்தது.

ஊடகத்தில் வரும் செய்திகளுக்கும், பொது மக்களின் கருத்துக்கும் ஆட்பட்டு ஜுரி முடிவெடுப்பதால் வழக்குகளில் நியாயமான தீர்ப்பு கிடைப்பதில்லை என்று முடிவு செய்த இந்திய அரசு, நானாவதி வழக்குக்குப் பிறகு ஜுரி முறையை ரத்து செய்தது.

பம்பாய் உயர் நீதிமன்றத்தில் நானாவதி தரப்பிலிருந்து, சந்தர்ப்ப வசத்தால்தான் கொலை நிகழ்ந்துள்ளது என்பதற்குப் பின்வரும் வாதம் முன்வைக்கப்பட்டது. நானாவதி அகுஜாவை அவரது இல்லத்தில் சந்தித்து, சில்வியாவைத் திருமணம் செய்து கொள்ளுமாறு கேட்டபோது, தன்னுடன் படுத்திருந்த பெண்களை எல்லாம், தான் திருமணம் செய்து கொள்ள முடியாது என்று கூறியபடி, நானாவதியிடம் இருந்த துப்பாக்கியை எடுக்க முயற்சி செய்ததால், சுதாரித்துக்கொண்ட நானாவதி அந்தத் துப்பாக்கியை அகுஜா எடுக்க விடாமல் தடுத்தபோது எதிர்பாராத விதமாக துப்பாக்கிச் சூடு நிகழ்ந்து விட்டது, அதனால்தான் அகுஜா உயிரிழக்க நேரிட்டது.

அரசுத் தரப்பில் வேறு வாதம். நானாவதிக்கும் அகுஜாவுக்கும் துப்பாக்கியைப் பிடுங்குவதில் சண்டை ஏற்பட்டிருந்தால்,

அகுஜா இடுப்பில் கட்டியிருந்த துண்டு கீழே அவிழ்ந்து விழுந்திருக்கும். ஆனால், அப்படி ஒன்றும் நிகழவில்லை. சில்வியா தனக்கும் அகுஜாவுக்கும் ஏற்பட்ட உறவைப் பற்றி சொல்லிய பிறகும் எந்தவிதச் சலனமும் இல்லாமல், தன்னுடைய மனைவி மற்றும் குழந்தைகளை சினிமா தியேட்டரில் கொண்டு விட்டு, தன்னுடைய கப்பலுக்குச் சென்று ஆயுத கிடங்கில் இருந்து போலியான காரணத்தைச் சொல்லி அங்கிருந்து கைத்துப்பாக்கியையும் தேவையான தோட்டாக்களையும் எடுத்துக் கொண்டு நிதானமாக அகுஜாவின் வீட்டுக்கு நானாவதி சென்றுள்ளார்.

மேலும், அகுஜாவின் வேலைக்காரர், சம்பவம் நடந்த இடத்தில் இருந்து மூன்று தோட்டாக்கள் அடுத்தடுத்துச் சுடப்படும் சத்தம் கேட்டதாகவும் தன்னுடைய சாட்சியத்தில் தெரிவித்துள்ளார். அகுஜா சுடப்பட்ட பிறகு, நானாவதி, அகுஜா வீட்டிலிருந்து செல்லும்போதுகூட, அங்கிருந்த அகுஜாவின் சகோதரியிடம் நடந்தது விபத்து என்றுகூட தெரிவிக்காமல் சென்றிருக்கிறார். கப்பல் படைத் தலைமை அதிகாரியிடமும், காவல் துறை துணை ஆணையரிடமும் தான்தான் அகுஜாவைக் கொன்றதாக நானாவதி வாக்குமூலம் அளித்திருக்கிறார்.

இந்தச் செயல்களை வைத்துப் பார்க்கும்பொழுது நானாவதி சந்தர்ப்பவசத்தால் அகுஜாவைக் கொன்றிருக்கிறார் என்று எப்படிச் சொல்லமுடியும்? எனவே, நானாவதி திட்டமிட்டுதான் அகுஜாவைக் கொலை செய்திருக்கிறார் என்று அரசுத் தரப்பில் வாதிடப்பட்டது.

அரசுத் தரப்பு வாதத்தை ஏற்றுக்கொண்ட உயர் நீதிமன்றம், நானாவதியைக் குற்றவாளி என்று அறிவித்து, நானாவதிக்கு ஆயுள் தண்டனை அளித்தது. நானாவதி உயர் நீதிமன்றத் தீர்ப்பை எதிர்த்து உச்ச நீதிமன்றத்தில் மேல்முறையீடு செய்தார்.

இதற்கிடையில், பம்பாய் மாகாண ஆளுநரான விஜயலட்சுமி பண்டிட், உயர் நீதிமன்றத்தில் நானாவதிக்கு விதிக்கப்பட்ட தண்டனையை அடுத்து அவர் சிறையில் வைக்கப்படுவார் என்று அறிந்து உயர் நீதிமன்றத் தீர்ப்பைத் தற்காலிகமாக நிறுத்தி வைத்து, அவரைக் கப்பல் படையின் காவலில் வைக்குமாறு உத்தரவிட்டார். இச்செயல் நீதிமன்றத்துக்கும், அரசாங்கத்துக்குமிடையே ஒரு பூசலை ஏற்படுத்தியது. இறுதியில் மேல்முறையீட்டை விசாரித்த

உச்ச நீதிமன்றமும், நானாவதிக்கு உயர் நீதிமன்றம் வழங்கிய தீர்ப்பை உறுதி செய்தது. நானாவதி சிறையில் அடைக்கப்பட்டார்.

நானாவதிக்கு மக்கள் ஆதரவு இருந்தது. மக்கள், நானாவதி செய்தது சரியே என்ற கருத்தைக் கொண்டிருந்தனர். கூடவே, நானாவதிக்கு அரசியல் செல்வாக்கும் இருந்தது. இதன் காரணமாக நானாவதிக்குக் கருணை அடிப்படையில் விடுதலை அளிக்க யோசனை செய்தது இந்திய அரசு. ஆனால், அப்படி விடுதலை செய்தால் சிந்தி சமுதாயத்தைப் (அகுஜா, சிந்தி சமுதாயத்தைச் சேர்ந்தவர்) பகைத்துக் கொள்ள வேண்டியிருக்கும். முடிவாக, அரசாங்கத்துக்கு ஒரு யோசனை தோன்றியது.

பாய் பிரதாப் ஒரு சிந்திக்காரர். இவர் ஒரு வியாபாரி. முன்னாள் சுதந்தரப் போராட்ட வீரரும் கூட. இவர் தன்னுடைய வர்த்தகத் துக்காக அரசாங்கத்தில் கொடுக்கப்பட்ட ஏற்றுமதி உரிமத்தைத் துஷ்பிரயோகம் செய்திருக்கிறார். அதன் காரணமாக நீதிமன்றத்தில் விசாரிக்கப்பட்டு, தண்டனை வழங்கப்பட்டுச் சிறையில் அடைக்கப்பட்டார். இந்த பாய் பிரதாப்பைத் தண்டனைக் காலம் முடிவதற்கு முன்னரே விடுதலை செய்வதன் மூலம், நானாவதியை விடுதலை செய்வதில் ஏற்படும் சிக்கலைச் (சிந்தி சமுதாயத்தினரின் எதிர்ப்பு) சமாளித்துவிடலாம் என்று இந்திய அரசாங்கம் முடிவெடுத்தது.

நானாவதி சிறைக்குச் சென்று மூன்றாண்டுகள்தான் ஆகியிருக்கும். நானவதியும், பாய் பிரதாப்பும் ஒரு சேர 1963ம் ஆண்டு அரசாங்கத்தால் விடுதலை வழங்கப்பட்டு, சிறையிலிருந்து விடுவிக்கப்பட்டனர். விடுதலையான பிறகு, சில்வியா மற்றும் 3 குழந்தைகளையும் அழைத்துக்கொண்டு கனடாவில் குடிபுகுந்தார் நானாவதி.

நானாவதியின் கொலை வழக்கை மக்கள் மறக்காமல் இருக்க, அதை மையமாக வைத்து அவ்வப்பொழுது திரைப்படங்களும், புத்தகங்களும் வெளியிடப்பட்டு வருகின்றன.

✦

8

மண்டை ஓடு கிடைத்தது

கல்கத்தா துறைமுகத்தில் காவலாளியாகப் பணிபுரிந்த பஞ்சம் சுக்லா, தினமும் வேலை முடிந்ததும் தன்னுடைய சிறிய பழைய குடியிருப்பிற்கு மாலை 7:30 க்கு வந்துவிடுவான். ஆனால் அன்று அவன் எவ்வளவு நேரமாகியும் வரவில்லை.

இரவு மறைந்து பகல் புலர்ந்தது. சுக்லா இன்னும் வீடு திரும்பவில்லை. சுக்லா வீட்டருகே குடியிருந்த அவனது மைத்துனன் சுக்லா செல்லும் இடங்களுக்கெல்லாம் சென்று தேடிப் பார்த்தான். சுக்லா கிடைக்கவில்லை. ஒரு நாள் கடந்துவிட்டது. இனி தேடிப் பயனில்லை என்ற முடிவிற்கு வந்த சுக்லாவின் மைத்துனன் அன்று இரவு காவல் நிலையத்தில் புகார் அளித்தான்.

ஆள் காணவில்லை என்ற புகாரைப் பதிவு செய்த காவல் நிலையம், நகரில் உள்ள ஏனைய காவல் நிலையங்களுக்கும் தந்தி மூலம் செய்தி அனுப்பியது. சுக்லாவின் புகைப்படத்தைப் பொது இடங்களில் வெளியிட்டு தகவல்களைக் கோரியது. விபத்தில் இறந்த அடையாளம் தெரியாதவர்களில் ஒருவராக சுக்லா இருக்கக் கூடுமோ என்றும் விசாரித்துப் பார்த்தாகிவிட்டது. ஆனால் காவல் துறைக்கு எந்த விவரமும் கிடைக்கவில்லை.

காவல் துறை விசாரணையை வேறு கோணத்தில் மாற்றியது. சுக்லாவின் நண்பர்களும், அவருடன் வேலை பார்த்தவர்களும் விசாரிக்கப்பட்டார்கள். அந்த விசாரணையில் காவல் துறைக்கு ஒரு

தகவல் கிடைத்தது. சமீபத்தில் சுக்லா தன்னுடைய நண்பனான ராம் லோச்சனுடன் சேர்ந்து ஆடை வணிகம் தொடங்கப்போவதாகத் திட்டமிட்டிருந்தான்.

துறைமுகத்தில் காவலாளியாக பணிபுரியும் சுக்லா நண்பனுடன் சேர்ந்து ஆடை வியாபாரம் செய்வதா? ஏதோ முரணாகத் தோன்றவே, காவல் துறை விசாரணையை ராம்லோச்சனை நோக்கி நகர்த்தியது.

ராம் லோச்சன் ஒரு அடுக்கு மாடிக் குடியிருப்பில் தனியாக வசித்து வந்தான். அவனுடைய வீடு தாழிடப்பட்டிருந்தது. அக்கம் பக்கத்தினர், ராம் லோச்சனை சிறிது நாட்களாகவே பார்க்க முடியவில்லை என்றனர். காவல் துறை ராம் லோச்சனின் வீட்டைச் சீருடையில் இல்லாத காவலர்களை வைத்து இரவு பகலாக ரகசியமாகக் கண்காணித்து வந்தது. சில நாட்கள் கழிந்தது. ஒரு நாள் விடியற்காலை சால்வையைப் போர்த்திக் கொண்டு ரகசியமாக தன் குடியிருப்பினுள் நுழைய முயன்றான் ராம் லோச்சன். காவலர்கள் அவனைக் கைது செய்தனர்.

காவல் துறை ராம் லோச்சனை கிடுக்குப்பிடி விசாரணை செய்தது. ராம் லோச்சன் தான்தான் பஞ்சம் சுக்லாவைக் கொலை செய்தேன் என்று ஒப்புக் கொண்டான். பின்வரும் வாக்குமூலத்தைக் கொடுத்தான்.

ராம் லோச்சனின் வயது 30. ராம் லோச்சன் ஒரு வசதியான குடும்பத்தைச் சேர்ந்தவன். அவன் குடும்பத்தினர் பல தலைமுறைகளாகக் கல்கத்தாவில் வசித்து வந்தாலும் அவர்களின் பூர்வீகம் வங்காளம் அல்ல. அவனது தாத்தாவும், தந்தையும் ஆடை வணிகம் செய்து வந்தார்கள். ராம் லோச்சன் வாய்ப்பு கிடைத்தால் எந்த வியாபாரத்திலும் துணிச்சலாக இறங்குவான். அவனுக்குப் பொருள்களை வெளிநாடுகளுக்கு ஏற்றுமதி செய்வதில் ஆர்வம் இருந்தது. இதன் காரணமாக அவன் அடிக்கடி துறைமுகத்திற்குச் செல்வான். அப்படி ஒரு சந்தர்ப்பத்தில்தான் அவனுக்குப் பஞ்சம் சுக்லாவின் அறிமுகம் கிடைத்தது. அறிமுகம் பின்பு நட்பாக மாறியது.

சுக்லா பீஹார் மாநிலத்தைச் சேர்ந்தவன். சுக்லாவின் நோய்வாய்ப்பட்ட பெற்றோர்கள் பீஹாரில் வசித்து வந்தனர். பெற்றோர்களின் மருத்துவச் செலவிற்காகச் சுக்லாவிற்கு நிறையப் பணம் தேவைப்பட்டது. சுக்லா தன் நண்பனான ராம் லோச்சனிடம்

உதவி கேட்டு அணுகினான். ராம் லோச்சன் சுக்லாவிற்கு 500 ரூபாயைக் கடனாகக் கொடுத்தான். 1960ஆம் ஆண்டில் (வழக்கு நடந்த வருடம்) 500 ரூபாய் என்பது பெரிய தொகை.

ராம் லோச்சன் கார் உதிரிப்பாகங்கள் விற்கும் வியாபாரத்தைத் தொடங்கி இருந்தான். அந்தத் தொழில் ஏற்ற இறக்கத்துடன் காணப்பட்டது. அந்தத் தொழிலைச் சரிவர நடத்த அவனுக்கு நிறையப் பணம் தேவைப்பட்டது. ராம் லோச்சன் சுக்லாவைச் சந்தித்துத் தனக்குப் பணம் தேவைப்படுவதாகத் தெரிவித்தான். கடனாகக் கொடுத்தப் பணத்தைத் திருப்பிக் கொடுக்கும்படி வேண்டினான். சுக்லா தன்னிடம் பணமில்லை என்றான். ராம் லோச்சன் விடுவதாக இல்லை. தினமும் சுக்லாவிடம் பணத்தைத் திருப்பித் தரும்படி வலியுறுத்தினான். ஆனால் பணம் திரும்பி வரவில்லை. ராம் லோச்சன் பொறுமை இழந்து, சுக்லாவிற்கு இறுதி எச்சரிக்கை விடுத்தான்.

‘இன்னும் மூன்று நாட்களுக்குள் என்னுடைய பணம் எனக்குத் திரும்பவேண்டும், இல்லையெனில் போலீஸில் புகார் கொடுப்பேன்’ என்று கறாராகத் தெரிவித்தான் ராம் லோச்சன்.

‘முடிஞ்சா புகார் கொடுத்துக்கோ, நான் கடன் பத்திரத்தில் கையெழுத்துப் போட்டுக் கொடுத்திருக்கேனா என்ன? போலீஸ் கேட்டா நான் உன்னிடமிருந்து கடனே வாங்கவில்லை என்று சொல்லிவிடுவேன்’ என்றான் சுக்லா.

‘ஓ அப்படியா! என் பணத்தைத் திருப்பித் தராமல் என்னை ஏமாற்றி விடலாம் என்று நினைத்தாயா?’ என்றான் ராம் லோச்சன்.

‘உன்னால் முடிந்ததைப் பார்த்துக்கோ’ என்று பதிலளித்தான் சுக்லா.

இதைக் கேட்டதுமே வெறுப்பின் உச்சத்திற்குச் சென்ற ராம் லோச்சன், அந்த வினாடியே சுக்லா இந்த உலகத்தில் வாழத் தகுதியற்றவன் என்று முடிவு செய்தான்.

ராம் லோச்சனுக்கு தன்னுடைய முடிவு சரி என்று தோன்றினால் உடனே காரியத்தில் இறங்கிவிடுவான். ராம் லோச்சன் சுக்லாவைத் தீர்த்துக் கட்டத் திட்டம் தீட்டினான்.

ஒருவாரம் கழித்து ராம் லோச்சன் சுக்லாவைச் சந்தித்தான். ‘என்ன நண்பா! கோபமா இருக்கியா? அன்று நான் அப்படி பேசியிருக்கக் கூடாது. அப்படிப் பேசியதற்கு உன்னிடம் மன்னிப்பு

கேட்டுக்கிறேன். உன்னுடன் சண்டை போட்டுச் சென்றதிலிருந்தே எனக்கு மனசு சரியில்லை. நீ மனசுல எதையும் வச்சுக்காத' என்று பசப்பு வார்த்தைகளைப் பொழிந்தான் ராம் லோச்சன்.

'நான் மட்டும் என்னவாம். அன்றைக்குச் சண்டை போட்டதில் இருந்தே நானும் நிம்மதி இழந்திட்டேன். உன்னுடைய பணத்தைத் தரமாட்டேன் என்று நான் எப்போதாவது சொல்லி இருக்கேனா?' என்று நடக்கப்போவது தெரியாமல் பதில் கூறினான் சுக்லா.

'அதை விடு... பரவாயில்லை! என்னிடம் ஓர் அருமையான திட்டம் இருக்கு' என்று பீடிகையுடன் ஆரம்பித்தான் ராம் லோச்சன்.

'என்னுடைய கார் உதிரிபாகங்கள் வியாபாரம் சரியாகப் போகவில்லை. எனக்கு ஆடை வியாபாரத்தில் நல்ல அனுபவம் இருக்கிறது. அதிலேயே கவனம் செலுத்தலாம்னு இருக்கேன். எனக்குத் தெரிந்த நபர் ஒருவர் என்னுடைய ஆடை வியாபாரத்தில் முதலீடு செய்யப் போறார். அவர் நாளை என்னுடைய இடத்திற்கு வருகிறார். நீயும் அங்கு வந்தால் என்ன?' என்று கேட்டான் ராம் லோச்சன்.

'நான் அங்கு வந்து என்ன ஆகப்போகிறது' என்றான் சுக்லா.

'என்னுடைய ஆடை வியாபாரத்துல நீயும் பங்கு பெறலாம். துறைமுகத்தில் உன்னுடைய வேலை முடிந்ததும், என்னுடைய வியாபாரத்தில் உன் உழைப்பை சில மணி நேரம் தரலாம். உன்னால்தான் கடனைத் திருப்பித் தரமுடியலையே! என்னுடைய வியாபாரத்தில் நீ போடும் உழைப்பின் மூலம் காலப்போக்கில் என்னுடைய கடனையும் அடைத்துவிடலாமே' என்றான் ராம் லோச்சன்.

ராம் லோச்சனின் யோசனை சுக்லாவிற்கு ஏற்புடையதாக இருந்தது. கடனை அடைத்த மாதிரியும் இருக்கும், கூடுதல் வருவாய் கிடைக்கவும் வாய்ப்பு இருக்கும். எனவே, சுக்லா, ராம் லோச்சனின் திட்டத்திற்கு ஒப்புக்கொண்டான்.

மறுநாள் மாலை, ராம் லோச்சன் சொன்ன இடத்திற்கு, சொன்ன நேரத்திற்குச் சென்றான் சுக்லா. அங்கு இருவரும் பேசிக் கொண்டிருந்தனர். மது அருந்தினர். பல மணி நேரமாகியும், ராம் லோச்சனின் வியாபாரத்தில் முதலீடு செய்வதாகக் கூறிய நபர் வரவில்லை. இரவு மணி பத்தை தொட்டது. சுக்லாவைப் பதற்றம்

தொற்றிக் கொண்டது. 'எனக்குத் தூக்கம் வருகிறது, உன் நண்பன் எப்பொழுது வருவான்' என்று சுக்லா, ராம் லோச்சனைப் பார்த்து கேட்டான்.

'தெரியல. அவன் இந்நேரம் இங்கு வந்திருக்க வேண்டும். எங்காவது வழியில் மாட்டிக் கொண்டானோ என்னவோ? நாம் ஏரியின் ஓரமாக நடந்து விட்டு வரலாம் வா. அங்கு கொஞ்சம் காற்றோட்டமாக இருக்கும். ஏரி இங்கிருந்து சற்று தூரத்தில்தான் இருக்கிறது. நாம் அங்கு போய் அமர்ந்து, ஒரு பதினைந்து நிமிடம் காற்றோட்டமாகப் பேசலாம். அதன் பிறகு நீ திரும்பிச் செல்லலாம், நானும் திரும்பி விடுவேன்' என்றான் ராம் லோச்சன்.

'சரி, வா போகலாம்!' என்று சுக்லா கிளம்பினான்.

இருவரும் ஏரிக்கரையின் ஓரத்தில் பேசியபடி நடந்து சென்றனர். அந்த இருட்டான வேளையில் இவர்கள் இருவருடைய கிசு கிசு பேச்சுக் குரல்களைத் தவிர அந்த இடத்தில் வேறு எந்தக் குரலும் கேட்கவில்லை, ஒரே நிசப்தமாக இருந்தது. இரவு மணி 11:15 இருக்கும், சுக்லா தன்னுடைய சோர்வான குரலில், 'நான் கிளம்புகிறேன்' என்றான்.

அவன் கிளம்புவதற்கு எழுந்து நின்று ஒரு அடி முன் எடுத்து வைத்தான். ராம் லோச்சன் தன் சட்டையினுள் மறைத்து வைத்திருந்த கூர்மையான கத்தியை எடுத்து சுக்லாவின் முதுகில் குத்தினான்.

சுக்லா தாட்டியானவன், பலசாலியும் கூட. இருப்பினும் அவனால் இந்தத் தாக்குதலை எதிர்க்க முடியவில்லை. காரணம், இத்தாக்குதலை அவன் சற்றும் எதிர்பார்க்கவில்லை. தான் நம்பி வந்த ஆள் தன்னை முதுகில் குத்திவிட்டான் என்பதை உணர்ந்து, அதற்கு எதிர்வினை ஆற்றுவதற்குள் ராம் லோச்சன் கத்தியால் சுக்லாவின் உடலில் பல இடங்களில் குத்தினான். சுக்லா அந்த இடத்திலேயே தரையில் விழுந்து இறந்தான். அவனுடைய மார்பு, வயிறு, கழுத்து, தொண்டை மற்றும் பல இடங்களில் கத்தியால் குத்தப்பட்டு, ரத்தம் வடிந்தது.

அதன் பிறகு, ராம் லோச்சன் தான் திட்டமிட்டபடி சுக்லாவின் உடலை ஏரிக்குள் எடுத்துச் சென்றான். அது தண்ணீர் குறைவான ஏரி. ஏரிப் படுகையில் சுக்லாவின் உடலைப் புதைத்தான். கொலைக்குப் பயன்படுத்திய கத்தியையும் ஏரியில் வீசினான்.

அந்தக் கத்தி ராம் லோச்சனுக்கு அவனது தந்தை சில வருடங்களுக்கு முன்னர் டெல்லியில் இருந்து வாங்கி வந்தது.

காவல் துறை, ராம் லோச்சனை அவன் குறிப்பிட்ட ஏரிக்குக் கூட்டிச் சென்றது. அப்போது நள்ளிரவு. அக்கம் பக்கத்தில் அரவம் இல்லாமல் வெறிச்சோடிக் கிடந்தது. சரியான வெளிச்சமும் இல்லை. ராம் லோச்சன் ஏரியின் தண்ணீரில் இறங்கினான். காவல் துறையினரும் தண்ணீரில் இறங்கினர். ராம் லோச்சன், சுக்லாவை புதைத்த இடத்தைக் காண்பித்தான். அந்த இடத்தை ஏரி என்று சொல்வதற்குப் பதில், ஆழமற்ற சேறு நிறைந்த குட்டை என்று சொன்னால் பொருத்தமாக இருக்கும்.

ராம் லோச்சன் சுட்டிக்காட்டிய இடத்திலிருந்து காவல் துறை சுக்லாவின் சடலத்தை மீட்டனர். அதைச் சடலம் என்று சொல்ல முடியாது. வெறும் எலும்புக் கூடுதான் இருந்தது. அதில் ஆங்காங்கே சதைகள் ஒட்டிக் கொண்டிருந்தன. அந்த சடலத்துடன் கிழிந்த சட்டையும், கந்தையான வேட்டியும் கைப்பற்றப்பட்டது. கண்டெடுக்கப்பட்ட எலும்புக் கூட்டில் தாடை எலும்புகள், இடது பக்க நெஞ்சுக் கூட்டின் சில எலும்புகள், முழங்கால் சில் எலும்பு, தொண்டை எலும்பு ஆகியவை காணவில்லை. ஏரியின் சேறும் தண்ணீரும் சடலத்தை வெகுவாக அரித்துவிட்டிருந்தன. இது போதாது என நரிகளும், கழுகுகளும் சடலத்தைத் தின்று விட்டிருந்தன.

கண்டெடுக்கப்பட்ட கிழிந்த சட்டையில் நான்கு பொத்தான்கள் இருந்தன. சட்டைப் பையின் வெளியில் வெள்ளை - சிகப்புக் கொடி காணப்பட்டது. இந்தக் குறியை வைத்து, இது பாது காவலர்கள் அணியும் சீருடை என்று காவல்துறையினரால் தெரிந்துகொள்ள முடிந்தது. பிராமணர்கள் அணியும் பூணூலும் சடலத்துடன் இருந்தது. அந்த ஆழம் குறைவான ஏரியைக் காவல்துறையினர் சல்லடைபோட்டுத் தேடினர். தேடுதலில், தாடை எலும்பு கிடைத்தது. சிறிய புகையிலைப் பெட்டியொன்றும் கிடைத்தது. அப்பெட்டியில் 'ஓம் ஜெய்ஹிந்த்' என்று குறிப்பிடப்பட்டிருந்தது. இவற்றுடன் ஒரு அடி நீளக் கத்தியும் கிடைத்து.

சுக்லா கொலை வழக்கு விசாரணையை, கல்கத்தா காவல் துறையின் துப்பறியும் இலாக்காவைச் சேர்ந்த ஆய்வாளர் அனில் பானர்ஜி மேற்கொண்டார்.

குற்றம் துப்புத் துலங்கியது. குற்றவாளியே தன் குற்றத்தை ஒப்புக்கொண்டான். அப்புறம் என்ன குற்றவாளிக்கு நீதிமன்றத்தில் தண்டனை வாங்கிக் கொடுக்க வேண்டியதுதானே என்றால் அங்குதான் ஒரு சிக்கல் இருக்கிறது. சுக்லாவின் கிழிந்த சட்டை, கந்தலான வேட்டி, புகையிலை டப்பா இவையனைத்தும் சுக்லாவினுடையது என்று அவனது உறவினர்கள் அடையாளம் காட்டினர். இருப்பினும், குளத்திலிருந்து மீட்கப்பட்ட சடலத்தின் மண்டை ஓடு சுக்லாவின் மண்டை ஓடுதான் என்று எப்படி நிரூபிப்பது? இதுதான் அனில் பானர்ஜியின் முன் தோன்றிய சிக்கல்.

இந்திய சாட்சியச் சட்டம், பிரிவு 25ன் படி குற்றவாளி காவல் துறையில் கொடுத்த வாக்குமூலம் நீதிமன்றத்தில் செல்லாது. ஆனால் இந்தச் சட்ட பிரிவுக்கு ஒரு விதிவிலக்கு உண்டு. அது என்னவென்றால் இந்திய சாட்சியச் சட்டம் பிரிவு 27. இப்பிரிவின்படி, போலீஸ் காவலில் இருக்கும் நபர் கொடுத்த வாக்குமூலத்தின் அடிப்படையில் குற்றம் தொடர்பான விஷயம் ஏதேனும் கண்டுபிடிக்கப்பட்டால் அந்த விஷயம் மட்டும் சாட்சியாக ஏற்றுக்கொள்ளப்படும்.

இந்த வழக்கில் ராம் லோச்சன் சுக்லாவின் சடலம் எங்கிருக்கிறது; சுக்லாவை கொலை செய்யப் பயன்படுத்திய கத்தி எங்கிருக்கிறது போன்ற தகவல்களை காவல்துறையிடம் வாக்குமூலமாகத் தெரிவித்திருக்கிறான். அந்த விஷயங்கள் மட்டுமே நீதிமன்றத்தில் ஏற்றுக் கொள்ளப்படும். ஆனால் இந்த விவரங்களை வைத்து மட்டுமே ராம் லோச்சன்தான் குற்றவாளி என்று நீதிமன்றத்தில் நிரூபிக்க முடியாது. இதை நன்கு உணர்ந்திருந்த காவல் ஆய்வாளர் அனில் பானர்ஜி பல வழக்கறிஞர்களைக் கலந்தாலோசித்தார். அனைவரும் ஒரே கருத்தைத்தான் தெரிவித்தனர்.

ராம் லோச்சன் காவல்துறையின் விசாரணையில் குற்றத்தை ஒப்புக் கொண்டிருந்தாலும், நீதிமன்றத்தில் மறுத்து விடுவான். அப்படித்தான் 99% வழக்குகளில் நடந்திருக்கிறது. இப்படிப்பட்ட சூழ்நிலையில் கைப்பற்றப்பட்ட மண்டை ஓடு சந்தேகத்திற்கு இடமின்றி சுக்லாவினுடையது என்று காவல்துறை நீதிமன்றத்தில் நிரூபிக்க வேண்டும். இல்லையென்றால், ராம் லோச்சன் சந்தேகத்தின் அடிப்படையில் விடுதலையாகி விடுவான்.

அனில் பானர்ஜி கடுமையான உழைப்பாளி. எந்த விஷயத்தையும் எளிதாக விட்டுவிட மாட்டார். விடாமுயற்சியுடன் செயல் படுபவர். முடியாது என்று கருதப்படுவதையும் முடித்துக் காட்டும்

சாமர்த்தியம் படைத்தவர். அவர் நல்ல படிப்பாளியும் கூட. இங்கிலாந்து மற்றும் இந்தியாவில் உள்ள பல குற்ற வழக்குகளைப் படித்து, தன்னுடைய அறிவை வளப்படுத்திக் கொண்டவர்.

இணையம் இல்லாத அந்தக் காலத்தில் நூலகம்தான் ஒருவரின் தகவல் பெட்டகம். அனில் பானர்ஜி அவகாசம் கிடைக்கும் போதெல்லாம் தேசிய நூலகத்திற்குச் சென்று வாசிக்கும் பழக்கத்தைக் கொண்டிருந்தார். அனில் பானர்ஜிக்கு முன்னொரு சமயம் நூலகத்தில் ஒரு புத்தகத்தை வாசித்த ஞாபகம் வந்தது. அதில் வெளிநாட்டில் நடந்த ஒரு வழக்கு விசாரணையின்போது, சம்பந்தப்பட்ட எலும்புக்கூடு இறந்தவரினுடையது என்று எப்படிக் கண்டுபிடிக்கப்பட்டது என்ற விவரம் இருந்தது. பானர்ஜி உடனே அலிப்பூர் தேசிய நூலகத்திற்குச் சென்றார். அவர் தேடிவந்த புத்தகம் கிடைத்தது. அதில் அவர் வாசித்தது 'பக் ரக்ஸ்டன்' வழக்கு.

பக் ரக்ஸ்டன் இந்தியாவில் பிறந்தவன். அவனுடைய அசல் பெயர் பக்தியார் ருஸ்டோம்ஜி ரத்தன்ஜி ஹக்கீம். அவன் மருத்துவம் படித்துவிட்டு இங்கிலாந்திற்குச் சென்றான். அங்கு அவன் தன் பெயரை பக் ரக்ஸ்டன் என்று மாற்றிக்கொண்டான். இங்கிலாந்தில் அவன் பிரபலமான மருத்துவனாக அறியப்பட்டான். பக் ரக்ஸ்டனுக்கு இசபெல்லா என்ற மனைவி இருந்தாள். அவளுக்கு வேறு யாருடனோ கள்ளத் தொடர்பு இருந்ததாக ரக்ஸ்டன் சந்தேகித்தான். அதனால் ரக்ஸ்டனுக்கும், இசபெல்லாவிற்கும் அடிக்கடி வாக்குவாதம் ஏற்பட்டது.

இதன் காரணமாக இசபெல்லா தன் குழந்தைகளைக் கூட்டிக்கொண்டு வீட்டைவிட்டுப் பலமுறை சென்றிருக்கிறாள். ரக்ஸ்டனும் இசபெல்லாவை ஒவ்வொரு முறையும் சமாதானம் செய்து வீட்டிற்குக் கூட்டி வருவான். இருப்பினும், மனைவியின் நடத்தையின் மீதான சந்தேகம் அவனுக்குத் தீர்ந்தபாடில்லை. அதனால் ரக்ஸ்டனுக்கும் அவனது மனைவிக்குமான சண்டை தொடர்ந்தது. சண்டை கொலையில் முடிந்தது.

1938ஆம் வருடம், செப்டெம்பர் மாதம், ரக்ஸ்டன் தன்னுடைய லங்காஸ்டெர் இல்லத்தில் இசபெல்லாவைக் கொன்றுவிட்டான். இந்தக் கொலையை ரக்ஸ்டனுடைய வேலைக்காரி பார்த்து விட்டாள். எனவே அவளையும் ரக்ஸ்டன் தீர்த்துக் கட்டினான். இரண்டு கொலைகளையும் மறைக்க வேண்டுமே? எனவே மருத்துவனான ரக்ஸ்டன் கொலையுண்ட இருவரது உடல்களையும்

பல துண்டுகளாக அறுத்தான். உடம்பில் எந்த அடையாளக் குறிகளும் தெரியாதவண்ணம் அறுத்தான். பின்னர் அறுபட்ட உடல் பாகங்களைப் பார்சலாகச் செய்து, ஸ்காட்லாந்தில் ஒரு பாலத்திலிருந்து கீழேயுள்ள மலை இடுக்கில் அதை வீசினான். அவன் நோக்கம் மிகத் தெளிவானது. துண்டாக்கப்பட்ட உடல் அங்கங்கள் கிடைத்தாலும், அதை யாரும் அடையாளம் கண்டுபிடிக்கக் கூடாது.

பாலத்தைக் கடந்து சென்ற சிலர், கீழே மலை இடுக்கில் கிடந்த பார்சலைப் பார்த்தனர். காவல்துறைக்குத் தகவல் அளித்தனர். காவல் துறை பார்சலைக் கைப்பற்றியது. துண்டாடப்பட்ட உடல்கள் யாருடையது என்று துப்பு துலக்கும் விஷயத்தில் காவல் துறை இறங்கியது. துண்டாடப்பட்ட இரு உடல் அங்கங்களையும் தனித்தனியாகப் பிரித்தெடுத்து இரு சடலங்களை அடையாளம் காண்பது என்பது ஜிக்சா புதிர் போன்றது. அதனால்தான் இந்த வழக்கிற்கு 'பக் ரக்ஸ்டன் ஜிக்சா கொலைகள் வழக்கு' எனப் பெயர் வந்தது.

தடயவியல்-நோயியல் நிபுணரான பேராசிரியர் ஜான் கிலேயிஸ்டர் மற்றும் உடற்கூறியல் நிபுணரான ஜேம்ஸ் கொளப்பர் பிராஷ் இணைந்து இந்தக் கடினமான செயலைச் செய்து முடித்தனர். முதலில் அறுபட்ட உடல் பாகங்களைச் சரியான உடலில் பொருத்தினர். அடுத்து, உலகளவில் முதன் முறையாகப் புலனாய்வில் புகைப்பட மேலோட்ட நுட்பத்தை (photographic superimposition) பயன்படுத்தினர். இதன் மூலமாக கொல்லப்பட்ட பெண்கள் யார் என்ற அடையாளம் கண்டுபிடிக்கப்பட்டது. பக் ரக்ஸ்டன் மீது வழக்கு நடத்தப்பட்டு, அவன் குற்றவாளி என்று நிரூபிக்கப்பட்டு அவனுக்கு மரண தண்டனை வழங்கப்பட்டது. இந்த வழக்கு இங்கிலாந்தில் அன்றைய தேதியில் மிகவும் பரபரப்பாகப் பேசப்பட்ட வழக்கு.

அனில் பானர்ஜி பக் ரக்ஸ்டன் வழக்கின் விவரங்களைச் சேகரித்துக் கொண்டு தடயவியல் பரிசோதனைக் கூடத்திற்குச் சென்றார். தான் படித்த, சேகரித்த விவரங்களை சுக்லா கொலை வழக்கிலும் பயன்படுத்த முடியுமா என்று முயற்சி செய்தார். அதுவரை உலகளவில் சொற்ப வழக்குகளில்தான் இந்தப் புகைப்பட மேலோட்ட நுட்பம் பயன்படுத்தப்பட்டிருந்தது. சுக்லா கொலை வழக்கிலும் புகைப்பட மேலோட்ட நுட்பத்தைப் பயன்படுத்தி வெற்றி பெறலாம் என்று நம்பிக்கை கொண்டார் பானர்ஜி.

கல்கத்தா தடயவியல் அறிவியல் பரிசோதனைக் கூடத்தின் இயக்குனராக இருந்தவர் டாக்டர் நிர்மல் குமார் சென். அவர் சுக்லாவின் எலும்புக் கூட்டைச் சோதனை செய்து அது ஒரு 35 வயது ஆணுடையது என்றும், அந்த ஆணின் உயரம் 5 லீ அடி என்றும் தீர்மானித்தார். நிர்மல் குமார் சென்னிடம் புகைப்பட மேலோட்ட நுட்பத்தைப் பயன்படுத்தி சந்தேகத்திற்கு இடமின்றிச் சம்பந்தப் பட்ட எலும்பு கூடு சுக்லாவினுடையதுதான் என்று நிரூபிக்க முடியுமா என்று அனில் பானர்ஜி கேட்டார். அவரும் முடியும் என்றார்.

இந்தியாவில் புகைப்பட மேலோட்ட நுட்பம் முதன் முறையாகப் பயன்படுத்தப்பட்டது சுக்லா கொலை வழக்கில்தான்.

புகைப்பட மேலோட்ட நுட்பம் என்றால் என்ன? ஒரு நபரின் புகைப்படத்தில் முகத்தில் குறிப்பிட்ட பகுதியில் உள்ள கணுப் புள்ளியும் (nodal points), ஒரு மண்டை ஓட்டின் புகைப்படத்தின் அதே குறிப்பிட்ட பகுதியில் உள்ள கணுப்புள்ளியும் ஒன்றோடு ஒன்று ஒத்துப் போனால், அந்த மண்டை ஓடு புகைப்படத்தில் இருப்பவரது மண்டை ஓடுதான் என்ற முடிவுக்கு வரமுடியும். ஒவ்வொரு நபருக்கும் கணுப்புள்ளி மாறுபடும். எந்த இருவருக்கும் ஒரே கணுப்புள்ளிகள் இருக்காது. அதேபோல் ஒவ்வொரு நபரின் முகத்தில் இருக்கும் சமன்வரை கோடுகள் (contours) மற்ற நபர்களின் முகத்தில் உள்ள சமன்வரை கோடுகளிலிருந்து மாறுபடும். அதாவது ஒருவரின் கண், மூக்கு, நெற்றி, முகவாய்க் கட்டை ஒவ்வொன்றும் வெவ்வேறு அளவில் இருக்கும். மற்றவர்களிடம் இருந்து மாறுபடும்.

புகைப்பட மேலோட்ட நுட்பத்தைச் செயல்படுத்த ஒரே அளவிலான இரு புகைப்படங்கள் தேவைப்படும். ஒன்று இறந்தவரின் முகப் புகைப்படம், மற்றொன்று மண்டை ஓட்டின் புகைப்படம். புகைப்பட மேலோட்ட நுட்பத்தின்படி, இந்த இரண்டு புகைப்படங்களும் ஒன்றோடு ஒன்று துல்லியமாக ஒத்துப்போனால்தான், சம்பந்தப்பட்ட மண்டை ஓடு புகைப்படத்தில் இருப்பவருடையது என்று ஊர்ஜிதமாகும்.

இந்த வழக்கில் சுக்லாவின் பாஸ்போர்ட் அளவு புகைப்படம் தருவிக்கப்பட்டது. அப்புகைப்படத்தின் நெகட்டிவை வைத்து ஒரு குறிப்பிட்ட அளவிற்குப் புகைப்படம் பெரிதாக்கப்பட்டது. காவல் துறையால் ஏரியில் கைப்பற்றப்பட்ட மண்டை ஓட்டின்

புகைப்படம் ஒரு குறிப்பிட்ட அளவிற்குத் தயார் செய்யப்பட்டது. சுக்லாவின் புகைப்படம் ground glass இன் அடியில் வைக்கப்பட்டு அதன் கணுப்புள்ளிகள் குறியீடு செய்யப்பட்டது. மண்டை ஓடு ஒரு ஸ்டாண்டில் பொருத்தப்பட்டு அது அப்படியே புகைப்படத்திற்கு நேராக பின்னால் கொண்டு வரப்பட்டு சரியான நிலையில் வைக்கப்பட்டது.

பின்னர் அங்குலம் அங்குலமாக புகைப்படத்தில் இருக்கும் கணுப்புள்ளிகள் மண்டை ஓட்டுடன் பொருந்தி இருக்கிறதா என்று சரி பார்க்கப்பட்டது. சுக்லாவின் புகைப்படம் மண்டை ஓட்டுடன் பொருந்தி இருந்தது. சந்தேகமே இல்லாமல் ஏரியிலிருந்து கண்டெடுக்கப்பட்ட மண்டை ஓடு சுக்லாவினுடையது என்று உறுதியானது.

நீதிமன்றத்தில் வழக்கு விசாரணையின்போது, புகைப்பட மேலோட்ட நுட்பத்தின் நம்பகத்தன்மை கேள்விக்குள்ளாக்கப் பட்டது. ஆனால் நீதிமன்றம் புகைப்பட மேலோட்ட நுட்பத்தின் செயல் திறனில் சந்தேகம் ஏதும் கொள்ளவில்லை. வழக்கு விசாரணையின் முடிவில், ராம் லோச்சனுக்கு மரண தண்டனை விதிக்கப்பட்டது. மேல் முறையீட்டில் கல்கத்தா உயர் நீதிமன்றம், ராம் லோச்சனின் மரண தண்டனையை ஆயுள் தண்டனையாகக் குறைத்தது. உச்ச நீதிமன்றம் ராம்லோச்சனின் ஆயுள் தண்டனையை உறுதி செய்தது.

அந்தக் காலத்தில், ஐரோப்பாவை ஒப்பிடுகையில் இந்தியா வசதி குறைந்த நாடு. இருப்பினும், கொலை நடந்து 11 நாட்கள் கழித்து கண்டெடுக்கப்பட்ட மண்டை ஓட்டை, புதுமாதிரியான இந்தப் புகைப்பட மேலோட்ட நுட்பத்தைப் பயன்படுத்திக் குற்றத்தை நிரூபிப்பது என்பது செயற்கரிய காரியம். அப்படிச் செய்யப்பட்ட இக்காரியம், இந்திய அளவில் காவல் துறை வட்டாரத்தில் பெரிதாகப் பேசப்பட்டது.

அறுபது ஆண்டுகளுக்கு முன்னர் இந்தத் தொழில்நுட்பத்தைப்பற்றி பலர் கேள்விப்பட்டிருக்கக்கூட மாட்டார்கள். ஆனால் இப்பொழு தெல்லாம் புகைப்பட மேலோட்ட நுட்பத்தைச் சொடுக்கு போடும் நேரத்தில் கணினியில் செய்து விடலாம்.

✦

9

மரியாகுட்டி கொலை வழக்கு

16.06.1966. காலை வேளை. கேரள மாநிலம், பத்தனம்திட்டா மாவட்டத்தில் மன்னமாருதியிலிருந்து வனப்பகுதிக்குச் செல்லும் சாலையில் மலையோரமாகத் தேயிலைத் தோட்டத்திற்குச் செல்லும் வழியில், மடத்தருவி என்ற ஆற்றின் அருகே, ஆள் நடமாட்டம் இல்லாத ஒரு பகுதியில் பெண் சடலம் ஒன்று கண்டெடுக்கப்பட்டது. உடல் கிடந்த இடத்தைச் சுற்றி ஒரு நூறு கெஜம் தூரத்திற்கு வீடுகள் எதுவும் இல்லை.

அந்த உடல் இடுப்பிற்கு மேலே கிட்டத்தட்ட நிர்வாண நிலையில் இருந்தது. ஒரு காதிலிருந்து மற்றொரு காது நீளத்திற்குக் கழுத்து அறுபட்டிருந்தது. மார்பிலும், வயிற்றிலும் வெட்டுக் காயங்கள் இருந்தன. முகத்தின் இடப்பக்கத்தில் ஊமைக்காயங்கள் தெரிந்தன. உடலில் நகைகள் இருந்தன. இடுப்புக்குக் கீழே உடல், படுக்கை விரிப்பால் சுற்றப்பட்டிருந்தது. உடலுக்கு அருகே ஒரு குடை கிடந்தது.

உடல் கிடந்த இடத்திற்கு அருகாமையில் இருந்த நிலத்தின் சொந்தக்காரர், சம்பவத்தைப்பற்றி ராணி காவல் நிலையத்தில் புகார் அளித்தார். காவல் நிலைய துணை ஆய்வாளர், புகார் கொடுத்தவரின் வாக்குமூலத்தைப் பெற்றுக்கொண்டு கொலை வழக்கைப் பதிவு செய்தார். சம்பவ இடத்திற்கு விரைந்தார் துணை ஆய்வாளர். கொல்லப்பட்ட பெண் யார் என்று தெரியவில்லை.

பெண்ணின் உடல் புகைப்படம் எடுக்கப்பட்டது. மறுநாள், உடல் கிடந்த இடத்திலேயே மருத்துவர் பிரேதப் பரிசோதனை செய்தார். பின்னர் அந்த உடல் அடக்கம் செய்யப்பட்டது. உடலில் காணப்பட்ட பல்வேறு காயங்கள் யாவும் மரணத்திற்கு முன் விளைந்ததாகப் பிரேதப் பரிசோதனையின் அறிக்கை தெரிவித்தது.

காவல்துறைத் துணைக் கண்காணிப்பாளர் விசாரணையை மேற்கொண்டார். உடல் கிடைத்த இடத்திலிருந்து தென் பகுதியில் 150 கெஜ தூரத்தில், ஒரு மலை முகட்டில் இருந்த வீட்டில் வசித்த நபர், 15ஆம் தேதி இரவு அன்று 'கடவுளே, என்னைக் கொல்லுறாங்க, என் மண்டை உடைந்துவிட்டது' என ஒரு கூக்குரல் கேட்டதாகத் தெரிவித்தார். அந்தக் கூக்குரல் மலையின் வடக்குப் பகுதியிலிருந்து வந்ததாகவும்; அப்பொழுது மின் விளக்கைப் போட்டுப் பார்த்தபோது கடிகாரத்தில் மணி 11:45 காட்டியது என்றும்; 'யாரது' என்று அவர் இரு முறை கூச்சலிட்டதாகவும், அதற்கு எந்தப் பதிலும் வரவில்லை என்றும்; பின்னர் தன் மனைவியை எழுப்பி நடந்தவற்றைக் கூறியதாகவும்; எதிர் மலையில் வசித்து வரும் ஆச்சாரியும், அவரது மனைவியும் சண்டையிட்டுக் கொள்வதாக நினைத்துக்கொண்டு தூங்கச் சென்றுவிட்டதாகவும்; மறுநாள் காலை ஒரு பெண்ணின் உடலைக் கண்டதாகவும் தெரிவித்தார்.

இறந்த பெண்ணின் புகைப்படத்தை வைத்து விசாரித்ததில் துப்பு கிடைத்தது. ஒரு வயதான பெண்மணி, புகைப்படத்தில் இருப்பது தன் மகள் மரியா குட்டி என்று அடையாளம் காட்டினார். மேலும், மரியா குட்டியின் 16 வயதுப் பெண்ணும், புகைப்படத்தில் இருப்பது தன் தாயார்தான் என்று ஊர்ஜிதப்படுத்தினார். இருவரும் மரியா குட்டியின் இடது பக்க மார்பின் கீழே ஒரு ரூபாய் நாணயம் அளவுக்கு ஒரு தழும்பு இருந்ததாகத் தெரிவித்தனர். அவர்கள் குறிப்பிட்ட அடையாளம் பிரேதப் பரிசோதனையில் கண்ட விவரத்தோடு ஒத்துப்போயிற்று. மேலும், மரியா குட்டியின் மகள், இறந்த தன் தாயின் உடலருகே கிடைத்த நகைகள், குடை, அணிந்திருந்த உடை ஆகிய அனைத்தும் தன் தாயாருடையது என்று வாக்குமூலம் அளித்தார். இவை அனைத்தையும் வைத்து இறந்தவர் மரியா குட்டிதான் என்று காவல் துணை ஆய்வாளர் முடிவுக்கு வந்தார்.

மரியா குட்டியின் தாய் மற்றும் மகள் ஆய்வாளரிடம் வாக்குமூலம் அளித்ததாவது - மரியா குட்டி, 15.06.1966ஆம் தேதி, மதியம் ஒரு

மணிக்கு வீட்டை விட்டுக் கிளம்பினார், அதன் பின்னர் வீடு திரும்பவில்லை என்று தெரிவித்தனர். மேலும் மரியா குட்டியின் தாயார், மரியா குட்டி 04.06.1966ஆம் தேதி செங்கனஞ்சேரிக்குச் சென்றபோது, சக்கரக்கடவு தேவாலயத்தின் பாதிரியார் (செங்கனஞ்சேரிக்கு மாறுதல் பெற்ற பிறகு), தன்னை செங்கனஞ்சேரியில் பேராயர் மாளிகைக்கு எதிரே, அனாதை இல்லத்திற்கு அருகில் உள்ள தனியார் புத்தகக் கிடங்கிற்கு 15ஆம் தேதி வரச்சொன்னதாகக் கூறியதைத் தெரிவித்தார்.

துணை கண்காணிப்பாளர் மேலும் பலரை விசாரித்தார். புலன் விசாரணையின் இறுதியில் நீதிமன்றத்தில் குற்றப்பத்திரிக்கை தாக்கல் செய்யப்பட்டது.

அரசுத் தரப்பின் வழக்கு பின்வருமாறு –

'மரியா குட்டி 43 வயது விதவை. மூன்று முறை திருமணமானவள். அவளுக்கு 5 குழந்தைகள். அவளுடைய மூன்றாவது கணவன் பக்கவாதத்தால் பாதிக்கப்பட்டு படுத்த படுக்கையாகி இருந்தபோது, மரியா குட்டி அவனை விட்டுவிட்டு வந்து விட்டாள். இது நடந்தது மரியா குட்டி இறப்பதற்கு ஐந்து வருடத்திற்கு முன்னர். பின்னர் மரியா குட்டி இறப்பதற்கு இரண்டு வருடங்களுக்கு முன்னர்தான் அவளுடைய கடைசி மகன் பிறந்தான். அதே சமயத்தில் அவளது மூன்றாவது கணவனும் இறந்துவிட்டான். மரியா குட்டிக்கு கடைசியாகப் பிறந்த மகனின் பெயர் ஜாய். மரியா குட்டி ஆழப்புலாவில், அவலூகுன்னு என்ற இடத்தில் தன் தாயுடனும், ஐந்து குழந்தைகளுடனும் வசித்து வந்தாள்.

மரியா குட்டி வசித்துவந்த இடத்திலிருந்து சுமார் 3 அல்லது 4 மைல் தொலைவில் உள்ள சக்கரக்கடவு தேவாலயத்தில் பாதிரியாராக இருந்தவர் பெனடிக்ட். அதற்கு முன்னர் அவர் மரியா குட்டி உடல் கண்டெடுக்கப்பட்ட இடத்திலிருந்து சுமார் 3 அல்லது 4 மைல் தொலைவில் உள்ள கண்ணம்பள்ளி தேவாலயத்தில் பாதிரியாராக இருந்தார் (1960 - 1962 வரை). 1962ஆம் ஆண்டு, பாதிரியார் பெனடிக்ட், செங்னஞ்சேரியில் உள்ள புனித ஜோசப் அனாதை இல்லத்திற்கும் அச்சகத்திற்கும் மேலாளராக மாறுதல் பெற்றார்.

பாதிரியார் பெனடிக்ட்டுக்கும், மரியா குட்டிக்கும் கள்ளத் தொடர்பு இருந்தது. இவர்கள் இருவருக்கும் பிறந்த குழந்தைதான் மரியா குட்டியின் கடைசி மகன் ஜாய். இது தொடர்பாக மரியா குட்டியின்

மிரட்டலாலோ அல்லது தன் குட்டு வெளிப்பட்டுவிடுமே என்ற காரணத்தினாலோ, மரியா குட்டியை பாதிரியார் பெனடிக்ட் கொலை செய்ய முடிவு செய்தார்.

15.06.1966 அன்று, பாதிரியார் பெனடிக்ட் மரியா குட்டியை உல்லாசமாக இருக்கலாம் என்று கூறி யாருமில்லாத இடத்திற்கு அழைத்துச் சென்று அங்கு அவளைக் கொலை செய்திருக்கிறார்.'

அரசுத் தரப்பு, பாதிரியார் பெனடிக்ட் மீது இரண்டு குற்றங்களைச் சுமத்தியது.

1) மரியா குட்டியைக் கொலை செய்தது (இந்திய தண்டனைச் சட்டம் பிரிவு 302),

2) கொலை செய்வதற்காக மரியா குட்டியைக் கடத்திச் சென்றது (இந்திய தண்டனைச் சட்டம் பிரிவு 364)

வழக்கு, கொல்லம் செஷன்ஸ் நீதிமன்றத்தில், விசாரணைக்கு வந்தது. பாதிரியார் பெனடிக்ட் குற்றத்தை ஒப்புக்கொள்ளவில்லை. தான் நிரபராதி என்று வாதிட்டார். தனக்கும் மரியா குட்டியின் கொலைக்கும் எந்தச் சம்பந்தமும் இல்லை. மரியா குட்டியை யார் என்றே தனக்குத் தெரியாது. 15ஆம் தேதி, தான் எங்கும் செல்லவில்லை. அன்று இரவு, பேராயர் மாளிகையில் உணவருந்தி விட்டு சுமார் 10 மணியளவில், அனாதை இல்லத்தில் உள்ள தன்னுடைய அறையில் உறங்கச் சென்றுவிட்டதாகத் தெரிவித்தார்.

சாட்சிகள் விசாரிக்கப்பட்டனர். சாட்சியங்கள் பதிவு செய்யப் பட்டன. ஆதாரங்கள் (material objects) குறியீடு செய்யப்பட்டன. நீதிபதி, இரண்டு தரப்பின் வாதப் பிரதிவாதங்களைக் கேட்டார். முடிவில், பாதிரியாரைக் குற்றவாளி என்று முடிவு செய்தார். பாதிரியார் ஆள் கடத்தல் செய்த குற்றத்திற்காக அவருக்கு 5 ஆண்டுகள் கடுங்காவல் தண்டனையும், மரியா குட்டியைக் கொலை செய்ததற்காக மரண தண்டனையையும் நீதிபதி விதித்தார்.

மரண தண்டனையை உறுதி செய்ய, செஷன்ஸ் நீதிமன்றம் வழக்கை கேரள உயர் நீதிமன்றத்திற்கு அனுப்பியது. அதற்கு முன்னதாகவே, குற்றவாளி தரப்பில், தண்டனைகளை எதிர்த்து, கேரள உயர் நீதிமன்றத்தில் மேல் முறையீடு தாக்கல் செய்யப்பட்டது.

மேல் முறையீட்டை விசாரித்தவர்கள் நீதிபதிகள் பி.டி. இராமன் நாயர் மற்றும் வி.பி. கோபாலன் நம்பியார் ஆகியோர் கொண்ட

அமர்வு. குற்றவாளி தரப்பில், கம்யூனிஸ்ட் வாதியும் பிரபல வழக்கறிஞருமான ஏ.எஸ்.ஆர். சாரி ஆஜரானார். அரசுத் தரப்பில் அரசு வழக்கறிஞர் ஆஜரானார்.

வாதப் பிரதிவாதங்களை உன்னிப்பாகக் கேட்டது கேரள உயர் நீதிமன்றம். பாதிரியார் பெனடிக்ட், மரியா குட்டியைக் கொலை செய்ததை நேரில் பார்த்த சாட்சியம் இல்லை. சந்தர்ப்பச் சாட்சியங்களின் அடிப்படையில் (circumstancial evidence), பாதிரியார் பெனடிக்ட் குற்றவாளி என்று செஷன்ஸ் நீதிமன்றம் முடிவு செய்திருக்கிறது. ஆனால் அந்தச் சந்தர்ப்பச் சாட்சியங்கள் சரியான முறையில் செஷன்ஸ் நீதிமன்றத்தால் பரிசீலிக்கப்பட்டதா என்பதைக் கேரள உயர் நீதிமன்றம் பின்வருமாறு ஆராய்ந்தது.

1. பாதிரியார் பெனடிக்ட்டுக்கு மரியா குட்டியைக் கொல்லவேண்டும் என்று நோக்கம் (motive) ***இருந்ததா?***

மரியா குட்டிக்கும், பாதிரியார் பெனடிக்ட்டுக்கும் தொடர்பு இருக்கிறது, அதன் விளைவாகப் பிறந்த குழந்தைதான் ஜாய் என்ற கூற்றை மெய்ப்பிக்க அரசுத் தரப்பில் விசாரிக்கப்பட்ட சாட்சிகள், 1) மரியா குட்டியின் தாய், 2) மரியா குட்டியின் மகள் மற்றும் 3) மரியா குட்டி மளிகைப்பொருள்கள் வாங்கும் கடைக்காரர். ஆனால் இவர்கள் மூவரும் பாதிரியார் பெனடிக்ட்டைப் பார்த்ததுகூட இல்லை. மரியா குட்டியின் தாய் மற்றும் மகளுக்கு, மேற்சொன்ன விவரங்கள் குறித்து நேரடியாக எதுவும் தெரியாது.

அதேபோல் மளிகைக் கடைக்காரரின் சாட்சி - மரியா குட்டி தன்னிடம் கடனுக்கு (credit) மளிகைச் சாமான்களை வாங்கியிருக்கிறார். பின்னர் அந்தக் கடனை, செங்கனஞ்சேரியில் உள்ள புத்தகக் கிடங்கில் பாதிரியார் பெனடிக்ட்டிடமிருந்து பெற்று அடைத்திருக்கிறார்.

இந்த விவரங்கள் அனைத்தும் மரியா குட்டி அவர்களுக்குச் சொல்லி, அவர்கள் நீதிமன்றத்தில் சாட்சி அளித்திருக்கிறார்கள். இந்திய சாட்சிய சட்டம் பிரிவு 60ன் கீழ் இவர்களது சாட்சியம் hearsay - செவிவழிச் செய்தி, எனவே ஏற்புடையதல்ல.

அரசுத் தரப்பில், இந்திய தண்டனைச் சட்டம் பிரிவு 32(1)-இன் படி இறந்தவரின் சாட்சியம் செல்லும் என்று வாதிடப்பட்டது. ஆனால் நீதிமன்றம் அதனை ஏற்றுக்கொள்ளவில்லை. காரணம், அதே சட்டப் பிரிவின் படி, இறந்தவரின் சாட்சி அவர் இறப்பு பற்றி

(மரண வாக்குமூலமாக) இருந்தால் ஏற்புடையதாகும். மற்ற விஷயங்களுக்குப் பொருந்தாது. (உ.ம். - ராமு என்னைக் கத்தியால் குத்தி விட்டான் என்று சோமு மற்றவர்களிடம் சொல்லிவிட்டு இறந்தால், சோமு சொன்னது சாட்சியமாக நீதிமன்றத்தில் ஏற்றுக்கொள்ளப்படும்).

அனைத்திற்கும் மேலாக, ஒரு பெண், தனக்கு முறைகேடாகப் பிறந்த குழந்தையின் தந்தை இவன்தான் என்று, நீதிமன்றத்தில் குறுக்கு விசாரணைக்கு ஆட்பட்டு, நிரூபிக்காத வரையில், அப்பெண்ணின் கூற்றை உண்மையென்று ஏற்றுக்கொள்ள முடியாது.

இதன் காரணமாக பாதிரியார் பெனடிக்ட்டுக்கு மரியா குட்டியைக் கொல்ல நோக்கம் இருக்கிறது என்பதை ஏற்க நீதிமன்றம் மறுதலித்தது.

2. இறந்தவர் கடைசியாக குற்றவாளியுடன் பார்க்கப்பட்டாரா? அவர்கள் இருவரும் சம்பவம் நடந்த இடத்திற்கு ஒன்றாகச் சென்றார்களா?

3. சம்பவம் நடந்த இடத்தின் அருகில் குற்றவாளி பாதிரியார் பெனடிக்ட் காணப்பட்டாரா?

மேற்குறிப்பிட்ட இரண்டு விஷயங்களையும் நிரூபிக்க, அரசுத் தரப்பில் பல சாட்சிகள், சாட்சிக் கூண்டில் ஏற்றப்பட்டு அவர்களது சாட்சியங்கள் பதிவு செய்யப்பட்டன.

மரியா குட்டியின் தாய் தன்னுடைய சாட்சியத்தில், மரியா குட்டியைப் பாதிரியார் பெனடிக்ட் 15ஆம் தேதி செங்கனஞ்சேரியில் சந்திக்குமாறு கூறியதாக, தன் மகள் 4ஆம் (04.06.1966) தேதியன்று தன்னிடம் சொன்னதாகவும்; தன் மகள் 15ஆம் தேதி பாதிரியாரைச் சந்திக்கச் சென்றதாகவும் சாட்சியமளித்தார். 15ஆம் தேதி மரியா குட்டி வீட்டிலிருந்து கிளம்பும்போது அவளது தாயும், மகளும் வீட்டில் இருந்திருக்கின்றனர். மரியா குட்டியின் தாய் அவளிடம் ஏன் ஜாய்யை கூட்டிச் செல்லவில்லை என்று கேட்டிருக்கிறாள். ஆனால் அதற்கு மரியா குட்டி என்ன பதிலளித்தார் என்று சாட்சியமில்லை.

மரியா குட்டியின் மகள் தனது சாட்சியத்தில், தன் தாய், 15ஆம் தேதி செங்கனஞ்சேரிக்குப் பாதிரியாரைப் பார்க்கச் சென்றதாகவும், மேலும் பாதிரியார் சொன்னபடி ஜாய்யைக் கூட்டிச் செல்லாமல்

தனியாகச் சென்றதாகவும் தெரிவித்தார். ஆனால் மரியா குட்டியின் மகளுக்கு இந்த விவரங்கள் எப்படித் தெரிந்தது என்று சாட்சியத்தில் இல்லை. இந்த விவரங்களை ஒன்று அவள் தாய் சொல்லியிருக்க வேண்டும் அல்லது பாட்டி சொல்லியிருக்க வேண்டும். தன் தாய் மூலமாக இந்த விவரங்களைத் தெரிந்து கொண்டதாக சாட்சிய மில்லை. எனவே அவளுக்கு இந்த விவரங்கள் நேரடியாகத் தெரிந்திருக்கவில்லை. ஒருவேளை மரியா குட்டியே தன் மகளுக்கு இந்த விவரங்களைச் சொல்லியிருந்தாலும், அதில் முதல் விவரமான 15ஆம் தேதி மரியா குட்டி செங்கனஞ்சேரிக்கு பாதிரியாரை காணச் சென்றதை அவளுடைய மரணத்துடன் தொடர்புப்படுத்த முடியும். ஆனால் இரண்டாவது விவரமான மகன் ஜாய்யை கூட்டிச் செல்லாமல் இருந்ததை (இந்திய தண்டனை சட்டம் பிரிவு 32(1)ன் படி) அவள் மரணத்துடன் தொடர்புப்படுத்த முடியாது.

இந்த விவரங்களை வைத்து மரியா குட்டி செங்கனஞ்சேரியில் பாதிரியாரைப் பார்க்கச் சென்றதாக ஊர்ஜிதமாகச் சொல்ல முடியாது. காரணம், மரியா குட்டி செங்கனஞ்சேரிக்கு போகாமலும் இருந்திருக்கலாம் அல்லது பாதிரியார் அழைக்காமலும் செங்கனஞ்சேரிக்குப் போயிருக்கலாம்.

தனியார் கார் டிரைவரின் சாட்சியம் – 15ஆம் தேதி, இரவு 10 மணிக்கு, திருவல்லா பேருந்து நிலையத்திற்கு எதிரே உள்ள பெட்ரோல் பங்கில் நான் நின்று கொண்டிருந்தபோது, குற்றம் சாட்டப்பட்ட பாதிரியார் கொலை செய்யப்பட்ட மரியா குட்டியுடன் (புகைப்படத்தை வைத்து அடையாளம் கண்டு கொண்டார்), என்னை அணுகி, 'எங்களை மன்னமாருதிக்குக் கொண்டு விட முடியுமா? அங்கு என் தாயார் உடல் நலமில்லாமல் இருக்கிறார்' என்று கேட்டார். நான் டாக்ஸி டிரைவர் கிடையாது, அருகில் இருக்கும் டாக்ஸியை வேண்டுமானால் வாடகைக்கு எடுத்துக்கொள்ளுங்கள் என்றேன். அருகிலிருந்த டாக்ஸி டிரைவர் பாதிரியாரையும் அவருடன் வந்த பெண்ணையும் மன்ன மாருதிக்குக் கூட்டிச் செல்ல ஒப்புக்கொண்டு, வாடகையாக ரூபாய் 32-ஐ நிர்ணயம் செய்தார். அதன் பின்னர் பாதிரியார் காரின் முன் பக்கத்திலும், அந்தப் பெண் பின் இருக்கையிலும் அமர்ந்து கொண்டனர். டாக்ஸி கிளம்பிச் சென்றது. பாதிரியார் நீண்ட அங்கி உடுத்தியிருந்தார். கண்ணாடி அணிந்திருந்தார். அவர் நீல நிறப் பையும், குடையும், டார்ச் லைட்டும் வைத்திருந்தார். உடனிருந்த

பெண் முண்டு (இடுப்பைச் சுற்றி அணியும் உடை), சட்டா (உடம்பின் மேல் பகுதியை மறைக்கும் நீண்ட ரவிக்கை), நெரியாத்து (மேல் துணி) அணிந்திருந்தார். அவரும் ஒரு குடையையும், டார்ச் லைட்டையும் வைத்திருந்தார்.

டாக்ஸி டிரைவர் சாட்சியம் – நான் 15ஆம் தேதி, இரவு 9:30 மணிக்கு எனது டாக்ஸியில் இரண்டு எஸ்டேட் உரிமையாளர்களை ஏற்றிக்கொண்டு மன்னமாருதி சென்றேன். பின்னர் மறுநாள் மாலை 4:30 மணிக்கு திருவல்லா திரும்பினேன். எனக்குக் குற்றவாளியைத் தெரியாது. குற்றவாளி என்னுடைய டாக்ஸியில் பயணம் செய்யவில்லை. டாக்ஸி டிரைவரின் சாட்சியம் அரசுத் தரப்புக்கு எதிராகப் போனது. எனவே அரசுத் தரப்பு வழக்கறிஞர், அவரை விரோத சாட்சியாக (hostile witness) கருதி குறுக்கு விசாரணை செய்தார். ஆனால் அதில் எந்தப் பலனும் இல்லை.

கொப்பரைத் தொழிலாளியின் சாட்சி – நான் 15ஆம் தேதி இரவு மற்றொரு ஊழியரோடு (அந்த மற்றொரு ஊழியர் சாட்சியாக விசாரிக்கப்படவில்லை) கொப்பரைத் தோட்டத்தில் கொப்பரைகளை மின்சார விளக்கின் ஒளியில் பிரித்துக் கொண்டிருந்தேன். அப்பொழுது மன்னமாருதி - மடத்தருவி சாலையின் மன்னமாருதி சந்திப்பில், ராணி - மணிமாலா சாலையிலிருந்து ஒரு கார் வந்தது. அந்தக் காரிலிருந்து பாதிரியாரும், ஒரு கிருத்தவப் பெண்ணும் இறங்கினார்கள். பின்னர் அவர்கள் எங்கள் கொப்பரைக் கிடங்கைக் கடந்து குற்றம் நடந்த இடத்தை நோக்கி நடந்து சென்றார்கள். மின்சார விளக்கின் வெளிச்சத்தில் அவர்களை நான் பார்த்தேன். பாதிரியார் நீண்ட அங்கி உடுத்தியிருந்தார். கண்ணாடி அணிந்திருந்தார். வலது கையில் டார்ச் லைட் வைத்திருந்தார். இடது கக்கத்தில் நீல நிறப் பையை வைத்திருந்தார். அவரது இடது முன்னங்கையில் குடை ஒன்று தொங்கியது. உடனிருந்த பெண் முண்டு, சட்டா மற்றும் நெரியாத்து உடுத்தியிருந்தார். அப்பெண் கையில் குடையும், டார்ச் லைட்டும் வைத்திருந்தார். மறுநாள் நானும் என்னுடைய சக ஊழியரும் கொலைச் சம்பவம் நடந்த இடத்திற்குச் சென்றோம். அங்கு இறந்து கிடந்தது நேற்று நான் பாதிரியாருடன் பார்த்த அதே பெண்மணி.

தங்கா என்பவரது சாட்சியம் – 15ஆம் தேதியன்று இரவு, நான் என்னுடைய அண்டை வீட்டுக்காரரின் (அண்டை வீட்டுக்காரர் சாட்சியாக விசாரிக்கப்படவில்லை) உதவியுடன் என்னுடைய

மாமியாரை மன்னமாருதி சந்திப்பின் அருகே உள்ள மிஷன் மருத்துவமனைக்கு அழைத்துச் சென்று திரும்பினேன். என் மாமியார் மருத்துவமனையில் உயிருக்குப் போராடிக் கொண்டிருக்கும் பேரனைப் பார்க்க வேண்டும் என்று கூறியதால் அவரை அங்கு அழைத்துச் சென்றோம். நாங்கள் மன்னமாருதி சந்திப்பிற்கு வரும்பொழுது, கிழக்கு நோக்கிச் செல்லும் சாலையிலிருந்து டார்ச் லைட் வெளிச்சம் தெரிந்தது. நானும் என் டார்ச் லைட் வெளிச்சத்தைக் கொண்டு கிழக்கு திசையில் அந்த நள்ளிரவில் யார் செல்கிறார்கள் என்று பார்த்தேன். சென்றவர் பாதிரியார். அவர் நீண்ட அங்கி அணிந்திருந்தார். அவர் வலது கையில் டார்ச் லைட்டும், இடது கக்கத்தில் நீல நிறப் பையும் வைத்திருந்தார். அவரது இடது முன்கையில் குடை தொங்கியது. பாதிரியாரின் முகம் கலக்கமடைந்திருந்தது. பாதிரியார் வேகமாக நடந்து மன்னமாருதி சந்திப்பிலிருந்து தெற்கு பக்கமாக திரும்பி எங்களைக் கடந்து சென்றார்.

மெக்கானிக்கின் சாட்சியம் – நான் சந்திரிக்கா மோட்டார் சர்வீஸில் வேலை செய்கிறேன். சந்திரிக்கா மோட்டார் சர்வீஸ் மன்னமாருதி சந்திப்பிலிருந்து தெற்கில் 3 லீ மைல் தொலைவில் உள்ளது. 15ஆம் தேதி இரவு 1:30 மணியளவில் நானும் என்னுடைய சக ஊழியரான குரியகோஸும் (குரியகோஸ் சாட்சியாக விசாரிக்கப்படவில்லை) எங்கள் வேலைகளை முடித்துவிட்டு பணிமனைக்கு வெளியே நின்று கொண்டிருந்த போது பாதிரியார் எங்களை நோக்கி நடந்து வந்தார். பாதிரியார் தன்னுடைய தகப்பனார் மன்னமாருதி மருத்துவமனையில் தீவிரமாக நோய்வாய்ப்பட்டிருக்கிறார். அவருக்கு மருந்து வாங்குவதற்கும், மருத்துவர் ஒருவரை அழைத்து வருவதற்காகவும் திருவல்லா செல்லவேண்டும் அதற்கு ஒரு கார் கிடைக்குமா என்று கேட்டார். பாதிரியார் நீண்ட அங்கி அணிந்திருந்தார். இடது கக்கத்தில் நீல நிறப் பை வைத்திருந்தார். கூடவே குடை மற்றும் டார்ச் லைட் வைத்திருந்தார். நான் பாதிரியாரை அருகிலிருந்த வெல்டரிடம் கூட்டிச் சென்றேன். அவர் கார் வைத்திருந்தார். வீட்டின் கதவைத் தட்டி வெல்டரை அழைத்தோம். பாதிரியாரின் குரலும், அவருடைய சம்பாஷணைகளும் அவர் கலக்கம் அடைந்திருப்பதாகக் காட்டியது. வெல்டர் வெளியே வந்தார். அவரிடம் நடந்ததைத் தெரிவித்தோம். வெல்டர் பாதிரியாரை திருவல்லாவிற்கு அழைத்துப்போக ஒப்புக்கொண்டார். (வெல்டரும் செஷன்ஸ்

நீதிமன்றத்தில் சாட்சியம் அளித்தார். ஏனைய சாட்சிகள் (டாக்ஸி டிரைவர் நீங்கலாக) கூறியது போன்று பாதிரியாரைப் பற்றியும், அவர் வைத்திருந்த பொருள்களைப் பற்றியும் குறிப்பிட்டார். கூடவே பாதிரியார் கலக்கம் அடைந்திருந்தார் என்பதையும் கூறத் தவறவில்லை). வெல்டரின் காரில் பாதிரியார் பின்பக்கத்தில் அமர்ந்து கொண்டார். வெல்டர் காரை ஓட்ட நான் முன்பக்கத்தில் அமர்ந்து கொண்டேன். காரை முதலில் பெட்ரோல் பங்கிற்கு எடுத்துச் சென்று காருக்கு 10 லிட்டர் பெட்ரோல் போட்டோம். அதற்காகப் பாதிரியார் பங்கில் வேலை செய்யும் ஊழியரிடம் 10 ரூபாய் நோட்டை நீட்டினார். பாக்கிப் பணத்தைப் பெற்றுக் கொள்ளும்வரை பாதிரியார் காத்திருக்கவில்லை. அப்பொழுது இரவு 2 மணி. (பெட்ரோல் பங்க் ஊழியரும் சாட்சியம் அளித்தான். ஆனால் அவன் சாட்சியம் அரசுத் தரப்பை நிரூபிக்கும் வகையில் இல்லை). கார் திருவல்லாவிற்குச் சென்றது. அங்கு எஸ்.சி. சந்திப்பில் பாதிரியார் இறங்கிக் கொண்டார். பாதிரியார் வெல்டருக்கு 10 ரூபாய் நோட்டைக் கொடுத்தார்.

இரண்டாவது டாக்ஸி டிரைவரின் சாட்சியம் – 15ஆம் தேதி இரவு 3:30 மணிக்குப் பேருந்து நிலையம் அருகே டாக்ஸியை வைத்துக்கொண்டு சவாரிக்காகக் காத்திருந்தேன். பாதிரியார் என்னிடம் வந்து செங்கனஞ்சேரிக்குச் செல்லும்படிச் சொன்னார். நான் பாதிரியாரை செங்கனஞ்சேரி மாளிகையில் காலை வேளையில் இறக்கிவிட்டேன். அதற்காக அவரிடமிருந்து 6 ரூபாய் பணத்தைப் பெற்றுக்கொண்டேன். பாதிரியார் தன்னிடம் ஒரு குடை, நீல நிறப் பை மற்றும் ஒரு டார்ச் லைட் வைத்திருந்தார்.

மேற்கண்ட சாட்சிகளின் மீது நீதிபதிகளுக்கு நம்பிக்கை வரவில்லை. அரசுத் தரப்பிற்கு ஆதரவாக சாட்சியம் அளித்த அனைவரது சாட்சியத்திலும் செயற்கைத் தன்மை இருந்தது.

அனைவரும் பாதிரியார் நீண்ட அங்கி உடுத்தியிருந்தார், கண்ணாடி அணிந்திருந்தார். வலது கையில் டார்ச் லைட்டும், இடது முன்னங்கையில் குடையும், கக்கத்தில் நீல நிறப் பையும் வைத்திருந்ததாக ஒரே மாதிரி தெரிவித்தனர்.

மேலும் தனியார் கார் ஓட்டுனரும். கொப்பரைத் தொழிலாளியும் இறந்த மரியா குட்டி உடுத்தி இருந்த ஆடைகளைப் பற்றியும், அவள் வைத்திருந்த டார்ச் லைட், குடையைப் பற்றியும் ஒரே மாதிரி சீராக சாட்சியமளித்திருந்தனர்.

பாதிரியார் மரியா குட்டியைக் கொலை செய்யக் கூட்டிச்செல்லும் போது கொப்பரைத் தொழிலாளிகள் கண்ணெதிரே செல்கிறார். காரில் இருந்து இறங்கும்போது, அவர் காரை தூரத்தில் நிறுத்தி விட்டு வரவில்லை, கொப்பரைத் தொழிலாளிகளின் அருகிலேயே இறங்குகிறார். கொலை செய்ய வேண்டும் என்ற நோக்கத்துடன் செல்லும் ஒருவன் சாட்சிகள் பார்க்கும்படிச் செல்வானா என்ன? சரி, அப்படியே கொலை செய்து விட்டு வருபவன், சம்பவ இடத்திலிருந்து வரும்பொழுது சந்தடி சத்தம் இல்லாமல் செல்வானா? அல்லது அனைவரது கண்களில் படும்படியாக வருவானா?

தங்கா தன் மாமியார் மற்றும் அண்டை வீட்டாருடன் வரும்பொழுது பாதிரியாரைப் பார்த்திருக்கிறாள். தங்கா மற்றும் இருவரைப் பார்த்த பாதிரியார் மறைந்து ஒதுங்கி இருக்க மாட்டாரா? பின்னர் அவர்கள் சென்றதும், தன் வழியே சென்று இருக்கமாட்டாரா?

பாதிரியார் டாக்ஸியில் பேராயர் மாளிகையின் வாயிலில் இறங்கியதாகச் சொல்லப்படுகிறது. கொலை செய்துவிட்டுத் திரும்பி வரும் ஒருவன் தன் இருப்பிடத்தை மற்றவர் தெரிந்து கொள்ளும்படி வருவானா என்ன? விடியற்காலை அக்கம் பக்கத்தில் தனக்குத் தெரிந்தவர்களின் முன் பட்டவர்த்தனமாக காரிலிருந்து இறங்குவானா என்ன?

மேற்சொன்னவை யாவும் ஏற்புடையதாகவோ அல்லது இல்லாமலோ இருக்கலாம். இவற்றை வைத்து மட்டுமே அரசுத் தரப்பு சாட்சிகள் சொல்வது பொய் என்பதற்கில்லை. ஆனால் எந்த சாட்சிக்கும் (இரண்டாவது டாக்ஸி டிரைவரைத் தவிர) பாதிரியாரைப்பற்றி முன்னமே அறிமுகம் இருந்ததில்லை. ஆனால் அனைவரும் தங்களது சாட்சியங்களில் பாதிரியார் தங்களுக்குப் பரிச்சயமான நபர் போல் சாட்சியம் அளித்துள்ளனர். இரண்டாவது டாக்ஸி டிரைவரும் பாதிரியாரை மூன்று அல்லது நான்கு சந்தர்ப்பங்களில் பேருந்து நிறுத்தத்தில் பார்த்திருப்பதாகக் குறுக்கு விசாரணையின்போது தெரிவித்தான். மேலும் பாதிரியாரைத் தனக்கு யார் என்று தெரியாது என்றும் தெரிவித்தான்.

அனைத்துச் சாட்சிகளும் குற்றவாளியை நள்ளிரவில் பார்த்திருக் கிறார்கள். அதுவும் அமாவாசை மூன்று நாள் முன்னர் உள்ள இருட்டில், சிலர் செயற்கை வெளிச்சத்தில் பார்த்திருக்கிறார்கள். சிலர் தூரத்திலிருந்து பார்த்திருக்கிறார்கள். ஆனால் ஒருவரும்

குற்றவாளியைத் தெள்ளத்தெளிவாக விவரிக்கும் வகையில் அருகாமையில் இருந்து பார்க்கவில்லை. இருப்பினும் அனைவரும் தத்தம் சாட்சியங்களில் நல்ல வெளிச்சத்தில் குற்றவாளியான பாதிரியாரைப் பார்த்ததுபோல் தெரிவித்தனர். ஆனால் சரியாக வெளிச்சம் இல்லாத அந்த நள்ளிரவில் பாதிரியார் போல் அங்கி அணிந்த வேறொருவரைக் கூடப் பார்த்துவிட்டு தப்பாக அவர் பாதிரியார் பெனடிக்ட்தான் என்று சொல்ல வாய்ப்பிருக்கிறது.

குற்றம் சாட்டப்பட்டவருக்கும் சாட்சிகளுக்கும் பரிச்சயம் இல்லை. சாட்சிகள் தவறாக ஒருவரைக் கொலையாளி என அடையாளம் காட்ட வாய்ப்பிருக்கிறது. இந்த சிக்கலைத் தவிர்க்க அல்லது பாதிரியார் பெனடிக்ட்தான் உண்மையான கொலையாளி என்று ஊர்ஜிதம் செய்ய காவல் துறை அடையாள அணிவகுப்புச் சோதனை (Test Identification Parade) நடத்தியிருக்க வேண்டும். ஆனால் காவல்துறை அப்படி எதுவும் செய்யவில்லை.

மேற்சொன்னவற்றைக் கருத்தில் கொண்டு பார்க்கும் போது இறந்த மரியா குட்டி கடைசியாகக் குற்றவாளியுடன் காணப்பட்டார் என்பது நிரூபிக்கப்படவில்லை. அதேபோல் குற்றம் நடந்த இடத்தில் காணப்பட்டது பாதிரியார் பெனடிக்ட்தான் என்றும் நிரூபணமாகவில்லை.

4. மரியா குட்டியின் உடலில் இருந்து கண்டெடுக்கப்பட்ட படுக்கை விரிப்பு பாதிரியார் பெனடிக்டினுடையதா?

மரியா குட்டியின் உடலில் இருந்து கண்டெடுக்கப்பட்டது பாதிரியாரின் படுக்கை விரிப்பு என்பதை நிரூபிக்க, பாதிரியாரின் துணிகளைத் துவைத்த இரண்டு சலவைத் தொழிலாளிகளை அரசுத் தரப்பு சாட்சியாக விசாரித்தது. அந்த இரு சலவைத் தொழிலாளிகளும் படுக்கை விரிப்பில் உள்ள வண்ணான் குறிகளை வைத்து, இது பாதிரியார் பெனடிக்டின் படுக்கை விரிப்புதான் என்று சாட்சி சொன்னார்கள்.

நீதிமன்றத்தில் தாக்கல் செய்யப்பட்ட அந்தப் படுக்கை விரிப்பைப் பார்க்கும்பொழுது அது ரத்தம் படிந்து கந்தைத் துணியைப்போல் காட்சியளித்தது. இறப்பாய்வு அறிக்கையில் (inquest report) படுக்கை விரிப்பு, சிகப்பு மற்றும் வெள்ளை வண்ணங்களைக் கொண்ட கட்டம் போட்ட ஒன்று என்று குறிப்பிடப்பட்டிருந்தது. ஆனால் நீதிமன்றத்தில் காட்டப்பட்ட படுக்கை விரிப்பில் வண்ணங்களோ, கட்டங்களோ தெரியவில்லை.

செஷன்ஸ் நீதிமன்றத்தில் விசாரணை நடக்கும்பொழுதும் அந்தப் படுக்கை விரிப்பின் தன்மை அப்படித்தான் இருந்திருக்க வேண்டும். படுக்கை விரிப்பில் வண்ணான் குறிகள் தென்பட்டாலும், அது தெளிவாகத் தெரியவில்லை. ஒப்பீட்டுச் சாட்சியமாக ஆவணப் படுத்தப்பட்ட மற்றப் பாதிரியார்களின் படுக்கை விரிப்புகளில் உள்ள வண்ணான் குறி எண்களில் சந்தேகப்படும்படி மாற்றம் செய்யப்பட்டிருந்தது.

அதேபோல் பாதிரியார் பெனடிக்டின் ஏனையத் துணிகளில் உள்ள வண்ணான் குறி எழுத்துகளுக்கும், முக்கிய சாட்சிப் பொருளான படுக்கை விரிப்பில் உள்ள எழுத்திற்கும் வித்தியாசம் இருந்தது. மேலும், சம்பந்தப்பட்ட படுக்கை விரிப்பில் '3' என்ற குறியீடுதான் இருந்ததாக ஆரம்பத்தில் காவல்துறையால் சொல்லப்பட்டது. மற்றொரு சலவைத் தொழிலாளியின் வண்ணான் குறியீடான 'N' காணப்படவில்லை. ஆனால் மாஜிஸ்டிரேட் முன்னிலையில் (குற்றவியல் நடைமுறை சட்டம் 164 விதியின் படி) இரண்டு சலவைத் தொழிலாளிகளும் விசாரிக்கப்படும்போதுதான் முதன் முதலாக 'N' என்ற வண்ணான் குறியீடு படுக்கை விரிப்பில் இருப்பதாகச் சொல்லப்பட்டது.

எனவே 'N' என்ற குறியீடு ஆரம்பத்தில் இல்லாமல் பின்னாளில் படுக்கை விரிப்பில் புகுத்தப்பட்டிருக்கலாம் என்ற சந்தேகம் வலுத்தது. மேற்குறிப்பிட்டவற்றின் அடிப்படையில் மரியா குட்டியின் உடலில் இருந்து கண்டெடுக்கப்பட்ட படுக்கை விரிப்பு, குற்றவாளியான பாதிரியார் பெனடிக்ட் உடையது என்று தீர்மானிக்க முடியாது என்ற முடிவுக்கு உயர் நீதிமன்றம் வந்தது.

5. மரியா குட்டி இறந்து கிடந்த இடத்தில் கண்டுபிடிக்கப்பட்ட கத்திதான் கொலைக்குப் பயன்படுத்தப்பட்ட ஆயுதமா?

6. அனாதை இல்லத்தில் பாதிரியார் பெனடிக்ட் தங்கியிருந்த அறையிலிருந்து கைப்பற்றப்பட்ட நீல நிறப் பைதான், சாட்சிகள் சம்பவத்தன்று பாதிரியார் கொண்டு சென்றதாகச் சொன்ன நீல நிறப் பையா? (பையின் உள் பக்கத்தில் ரத்தக் கறை படிந்திருந்ததாக ரசாயனப் பரிசோதனையில் தெரியவந்தது.)

பாதிரியாரிடம் விசாரணை அதிகாரி ஒப்புதல் வாக்குமூலம் பெற்று, அதன் மூலம் கொலைக்குப் பயன்படுத்தப்பட்ட கத்தியையும், நீல நிறப் பையையும் கண்டுபிடிப்பதற்காக, பாதிரியார் மாஜிஸ்டிரேட் முன்னர் ஆஜர்படுத்தப்பட்டார். இது தொடர்பாக மாஜிஸ்டிரேட்

விசாரிக்கையில், போலீஸ் தன்னை சித்திரவதை செய்ததால்தான் குற்றத்தை ஒப்புக்கொண்டதாக பாதிரியார் தெரிவித்தார். இந்தச் சூழ்நிலையில் மாஜிஸ்டிரேட் குற்றவாளியைப் போலீஸ் கஸ்டடியில் கொடுத்திருக்கக்கூடாது. ஆனால் பாதிரியாரின் கஸ்டடி போலீசுக்குக் கிடைத்தது.

மரியா குட்டி உடல் கிடைத்த இடத்திற்கு பாதிரியார் அழைத்துச் செல்லப்பட்டார். பாதிரியார் ஒரு இடத்தை சுட்டிக்காட்ட, அந்த இடத்தில் கூட்டத்தில் இருந்த ஐந்து நபர்கள் தேட ஆரம்பித்தனர். அதில் ஒருவன் சற்று நேரத்தில் கத்தியொன்றைக் கண்டுபிடித்தான். அந்தக் கத்தி முக்கால்வாசி மண்ணிற்குள் புதைந்து கிடந்தது. அதன் பிடி வெளியில் தெரிந்தது. ஆற்றிற்கு அருகேயும், சாலைக்கு அருகாமையிலும் அந்தக் கத்தி கிடைத்தது. அந்தக் கத்தியை விசாரணை அதிகாரி கைப்பற்றினார். பின்னர் விசாரணை அதிகாரி பாதிரியாரை செங்கனஞ்சேரியில் அவர் தங்கியிருந்த இடத்திற்கு அழைத்துச் சென்றார். அங்கு பாதிரியார் தன் அறையில், ஒரு மேஜையிலிருந்த டிராவிலிருந்து நீல நிறப் பையை எடுத்து விசாரணை அதிகாரியிடம் கொடுத்தார்.

விசாரணை அதிகாரி தன்னுடைய சாட்சியத்தில், தன் விசாரணையின் விளைவாகத்தான் கத்தியையும், பையையும் எங்கிருக்கிறது என்று தெரிந்துகொண்டேன் என்றார். மேற்சொன்ன தகவலை வைத்துத்தான் பின்னர் கத்தியும், பையும் விசாரணை அதிகாரி கண்டுபிடித்தார். இந்திய சாட்சிய சட்டம் பிரிவு 27 யின் படி மேற்சொன்ன சாட்சியம் ஏற்புடையது. ஆனால் விசாரணை அதிகாரி, தான் அவற்றைக் கண்டுபிடித்ததைப் பற்றி எந்தச் சாட்சியமும் சொல்லவில்லை. பாதிரியார் ஒப்புதல் வாக்குமூலம் கொடுத்ததாக சொல்லப்படுவதைப் பற்றியும் விசாரணை அதிகாரி எந்தச் சாட்சியமும் அளிக்கவில்லை. கத்தி கண்டுபிடிக்கப்பட்டது பற்றி அதைக் கண்டுபிடித்த நபர் நீதிமன்றத்தில் சாட்சியம் அளித்தார். அவரது சாட்சியம் செல்லத்தக்கதல்ல. பாதிரியார் கத்தி இருந்த இடத்தை காவல்துறை அதிகாரியிடம் செய்கையால் சுட்டிக்காட்டியது குற்றவியல் நடைமுறைச் சட்டம் பிரிவு 162ன் கீழ், நீதிமன்றத்தில் சாட்சியாக ஏற்றுக்கொள்ளப்படமாட்டாது.

அதேபோல் பாதிரியார், தான் குற்றமற்றவர், தன்னைச் சித்திரவதை செய்ததின் பேரில், தான் கொலை செய்ததாக ஒப்புக்கொண்டேன் என்று சொன்னபிறகும், அவரைக் கட்டாயமாகக் கூட்டிச் சென்று அவர் அறையிலிருந்த மேஜையின் டிராவிலிருந்து நீல நிறப்

பையை எடுக்க வைத்தது, குற்றம்சாட்டப்பட்டவர் அவருக்கு எதிராக அவரையே சாட்சி சொல்ல வைப்பதற்கு ஒப்பாகும். இது இந்திய அரசியலமைப்புச் சட்டம் சரத்து 20(3) யின் படி செல்லதக்கதல்ல.

நீல நிறப் பையின் உள்ளே ரத்தக் கறை இருந்ததாக ரசாயனப் பரிசோதனையில் தெரியவந்ததை வைத்து பாதிரியார் குற்றம் புரிந்ததற்கான சாட்சியமாக எடுத்துக்கொள்ள முடியாது. கத்தியைப் பொறுத்தவரையில் அதன் பிளேடின் இரு பக்கங்களிலும் ரத்தம் ஒட்டிக்கொண்டிருந்ததாக ரசாயனப் பரிசோதனை தெரிவிக்கிறது. குற்றம் நடந்த பிறகு கொலையாளி கத்தியை அருகில் இருந்த ஆற்றில் கழுவி இருக்கலாம்; மாறாக அதைச் சாலையோரமாக ஏன் விட்டுச் செல்ல வேண்டும்?.

முக்கால்வாசி மண்ணிற்குள் புதையுண்டு கிடந்த கத்தியில்; சுமார் 6 வாரங்கள் பருவமழையில் நனைந்து கிடந்த கத்தியில் எப்படி ரத்தம் ஒட்டிக்கொண்டிருக்கும். மேலும் இந்தக் கத்தி பார்ப்பதற்குப் புதிதுபோலப் பளபளவென்று காட்சியளிக்கிறது; சுத்தமாகவும், கூர்மையாகவும் துருப்பிடிக்காமலும் இருக்கிறது. மேலும் இந்தக் கத்தியைக் கொண்டு கழுத்தையறுத்து தலையைத் துண்டிக்க முடியுமா என்றால் அது சந்தேகம்தான். காவல் துறையினர், இந்த வழக்கை வதந்திகளின் (hearsay evidence) அடிப்படையிலேயே நடத்தியிருக்கிறார்கள்.

பாதிரியார் பெனடிக்ட்தான் மரியா குட்டியைக் கொலை செய்தார் என்பதற்காக அரசுத் தரப்பு முன்வைத்த சந்தர்ப்பச் சாட்சியங்கள் எதுவும் நிரூபணமாகவில்லை என்று கூறி, பாதிரியார் பெனடிக்ட்டுக்கு எதிராக செஷன்ஸ் நீதிமன்றம் வழங்கிய தீர்ப்பையும் தண்டனையையும் தள்ளுபடி செய்து அவரை விடுதலை செய்தது கேரள உயர் நீதிமன்றம்.

மரியா குட்டி கொலை வழக்கு கேரள மாநிலத்தில் பெரிதும் பேசப்பட்டது. இந்த வழக்கை வைத்து மலையாளத் திரைப்படங்கள் எடுக்கப்பட்டன.

விடுதலையான பாதிரியார் பெனடிக்ட், கன்னியாகுமரியில் உள்ள தக்கலையில் மத போதகராகச் செயல்பட்டு வந்தார். தன்னுடைய இறுதிக் காலத்தை கேரளாவில், கோட்டயத்தில் உள்ள குருமார் இல்லத்தில் கழித்தார். பின்னர் 2001ஆம் ஆண்டு இறந்தார்.

பின் குறிப்பு:

2000ஆம் ஆண்டில், 94 வயது மூதாட்டி ஒருவரும், அவரது குடும்பத்தினரும் பாதிரியார் பெனடிக்ட்டைச் சந்தித்தனர். அந்த மூதாட்டி ஒரு மருத்துவரின் மனைவி. மரியா குட்டி இறந்ததற்கு அந்த மூதாட்டியின் கணவர்தான் காரணம். மரியா குட்டியின் கருவைக் கலைக்கும்போது அவள் இறந்துவிட்டாள். எஸ்டேட் உரிமையாளர் ஒருவர் மூலமாக அவள் கருவுற்றாள். அவள் எஸ்டேட் உரிமையாளரின் சொத்தில் பங்கு கேட்கவே, அவளுக்குக் கட்டாயக் கருக்கலைப்பு செய்யப்பட்டபோது அவள் இறந்து விட்டாள். அதைக் கொலைபோல சித்தரிப்பதற்காக அவள் உடம்பில் வெட்டுக் காயங்கள் ஏற்படுத்தப்பட்டன. மரியா குட்டியின் சடலம் மடத்தருவியின் அருகே போடப்பட்டது. பாதிரியாருக்கு எதிராகச் சாட்சிகள் தயார் செய்யப்பட்டன. பிரேதப் பரிசோதனை சரியாகச் செய்யப்படவில்லை. எஸ்டேட் உரிமையாளர் நிறையப் பணம் செலவு செய்து பாதிரியாரை இந்த வழக்கில் சிக்க வைத்தார். இப்படியாக ஒரு செய்தி சொல்லப் படுகிறது.

அந்த மூதாட்டியின் குடும்பத்தினர் பல ஆண்டுகள் கழித்து இந்த விவரங்களை ஏன் தெரிவிக்கவேண்டும் என்ற கேள்வி எழுந்ததற்கு - மூதாட்டியின் கணவர் இறந்து விட்டார். அவர் இறப்பதற்கு முன்னரும், பின்னரும் குடும்பத்தில் நிறைய பிரச்னைகள். மருத்துவர் சம்பாதித்த அனைத்துச் செல்வத்தையும் இழந்து விட்டார்கள். குடும்ப உறுப்பினர்கள் நோய்வாய்பட்டுத் துன்புற்றனர். குடும்பத்தில் பிறக்கும் குழந்தைகள் குறைபாடு களுடனும், ஊனத்துடனும் பிறந்தன. இவை அத்தனைக்கும் காரணம் பாதிரியாருக்கு இழைக்கப்பட்ட அநீதி; இந்தப் பாவத்திலிருந்து மீள்வதற்காக மூதாட்டி குடும்பத்தினர் பாதிரியாரிடம் பாவ மன்னிப்புக் கோரினார்கள். பின்னர், சில நாட்களுக்குப் பிறகு, மூதாட்டியும் அவரது குடும்பத்தினரும் மேற்சொன்ன விவரங்களை ஊடகத்தில் தெரிவித்ததாகச் செய்தி சொல்லப்படுகிறது.

✦

10

விஷ ஊசி வழக்கு

'**சார்**! நாங்க சுங்க இலாகா அதிகாரிகள். நீங்க கள்ளக் கடத்தல் செய்வதாக எங்களுக்குத் தெரிய வந்துச்சு. உங்களை விசாரிக் கணும். எங்ககூட வரீங்களா?' இப்படித்தான் கீழக்கரையைச் சேர்ந்த தைக்கத் தம்பியைக் கூட்டிச் சென்றார்கள். தைக்கத் தம்பி அப்பொழுது 10,000 ரூபாயை வைத்திருந்தார். வீட்டுக்குத் திரும்பாத மருமகனைப் பற்றி கவலைப்பட்ட தைக்கத்தின் மாமனார், ஏழுகிணறு காவல் துறையில் பிராது கொடுத்தார். போலீஸ் விசாரணையில் துப்பு ஒன்றும் துலக்கவில்லை. வழக்கு சிபிசிஐடியின் குற்றப்பிரிவுக்கு மாற்றப்பட்டது.

வைத்தீஸ்வரன், நல்ல வசதியான குடும்பத்தில் பிறந்தவர். சென்னை ஜார்ஜ் டவுனில் மருந்துக்கடை நடத்தி வந்தார். இந்தத் தொழிலோடு கூடுதலாக, சினிமாவில் நடித்துக் கொண்டிருந்த நடிகர், நடிகைகளுக்குப் போதை மருந்துகளை சப்ளை செய்து வந்தார். என்ன செய்து என்ன பலன், அவருக்குப் பண நெருக்கடி. வைத்தீஸ்வரனின் நண்பர், தாவுத். வெளிநாடுகளிலிருந்து கைக் கடிகாரங்களைக் கடத்தி விற்பதுதான் இவருடைய தொழில். தாவுத், வைத்தீஸ்வரனுக்கு ஒரு யோசனை கூறினார். பலபேர் சட்ட விரோதமாக கள்ளக் கடத்தலில் ஈடுபடுகிறார்கள், கணக்கில் வராத கருப்புப் பணத்தை வைத்திருக்கிறார்கள். நாம் அவர்களிடம் இருந்து கொள்ளை அடித்தால் என்ன?

வைத்தீஸ்வரனுக்கு இந்த யோசனை பிடித்திருந்தது. இருவரும் செயலில் இறங்கினார்கள். இது, இருவர் மட்டும் செய்து முடிக்கும் காரியம் இல்லை. நம்பத் தகுந்த கூட்டாளிகள் தேவைப்பட்டனர். பார்த்தசாரதி, வேணுகோபால், அயுப் கான், கண்ணன் ஆகிய தன் நண்பர்களுடன் வைத்தீஸ்வரன் பேசி, அவர்கள் தன்னுடன் சேர்ந்து செயல்பட்டால் நிறையப் பணம் சம்பாதிக்கலாம் என்று ஆசை காட்டி அவர்களையும் தன் கூட்டத்தில் சேர்த்தார்.

அவர்கள் அனைவரும் போலி சுங்கத் துறை அதிகாரிகளாக மாறினர். ஆனால், அவர்களுக்குக் கள்ளக் கடத்தல்காரர்களைப் பற்றியும், ஹவாலாவில் ஈடுபடுபவர்களைப் பற்றியும், கருப்புப் பணம் வைத்திருப்பவர்களைப் பற்றியும் தகவல் கொடுக்க வேண்டும் அல்லவா! இந்த வேலையைச் செய்ய பிராட்வே ஹோட்டலில் ரூம் பாயாக வேலை பார்த்த தன் நண்பர் ஜாப்பருல்லாவை நாடினார், அயுப் கான். ஜாப்பருல்லாவுக்குத் துணையாக பிராட்வே ஹோட்டலில் வேலை பார்த்த அவருடைய நண்பன் மஜீத்தும் சேர்ந்துகொண்டார்.

முதல் பட்சி சிக்கியது. வடிவுள்ளான் செட்டியார். மலேசியாவில் வியாபாரம். தன்னுடைய ஹவாலா பரிவர்த்தனையை முன்னிட்டு ஹோட்டல் பிராட்வேயில் தங்கினார். அப்போது தன்வசம் 1,50,000 ரூபாயை ரொக்கமாக வைத்திருந்தார். 1970 -களில் அது ஒரு பெரிய தொகை. மஜீத்தும், ஜாப்பருல்லாவும் சரியான சமயத்தில் தகவல் கொடுத்தனர். போலி சுங்கத் துறை அதிகாரிகள் ஹோட்டலின் உள்ளே நுழைந்தார்கள். செட்டியாரை அலுவலகத்தில் வைத்து விசாரிக்கவேண்டும் என்று கூறி அவரை ஒரு டாக்ஸியில் ஏற்றினர். டாக்ஸியை ஓட்டியவர், கோபால். இவரும் வைத்தீஸ்வரன் கூட்டத்தைச் சேர்ந்தவர்.

டாக்ஸி விர் என்று புறப்பட்டது. வைத்தீஸ்வரன் மருந்துக் கடையிலிருந்து கொண்டு வரப்பட்ட தூக்க மாத்திரைகள், செட்டியார் வாயில் வலுக்கட்டாயமாக திணிக்கப்பட்டன. ‘நான் சட்டவிரோதமாக பணம் சம்பாதித்தேன்’ என்று செட்டியாரிட மிருந்து ஒரு கடிதம் எழுதி வாங்கப்பட்டது. செட்டியார் அதிகப்படியான தூக்க மாத்திரைகளை உட்கொண்டதால் சுய நினைவை இழந்தார். செட்டியாரிடமிருந்து அவர் கொண்டுவந்த 1,50,000 ரூபாய் கொள்ளை அடிக்கப்பட்டது. அவரது கையிலிருந்த கைக்கடிகாரம் கழற்றி எடுக்கப்பட்டது. செங்கல்பட்டுக்கு அருகில்

வேகமாக சென்று கொண்டிருந்த காரிலிருந்து செட்டியார் தள்ளிவிடப்பட்டார். புதருக்கடியில் செட்டியார் பரிதாபமாக விழுந்தார்.

கிராமவாசிகள் அவரை செங்கல்பட்டுப் பொது மருத்துவ மனையில் சேர்த்தனர். ஆனால், செட்டியாருக்கு நினைவு திரும்பவில்லை. இரண்டு நாள்களுக்குப் பிறகு இறந்துவிட்டார். செங்கல்பட்டுக் காவல் நிலையம் வழக்கைப் பதிவு செய்தது. செட்டியாரின் சட்டை காலரிலிருந்த லேபிளின் அடையாளத்தை வைத்து அவருடைய வசிப்பிடத்தைக் கண்டுபிடித்தனர். ஆனால், போலீசாரால் குற்றவாளிகளைக் கண்டுபிடிக்க முடியவில்லை.

கொள்ளை அடித்த பணத்தில் வைத்தீஸ்வரன், பார்த்தசாரதி, வேணுகோபால், அயுப் கான் ஆகியோர் ஆளாளுக்கு 30,000 ரூபாயை எடுத்துக் கொண்டனர். மீதித் தொகையை தாவுத், மஜீத் மற்றும் கோபால் ஆகிய மூவரும் பங்கு போட்டுக் கொண்டனர்.

முதல் முயற்சியிலேயே வெற்றியையும், அதிகப் பணத்தையும் ருசி பார்த்த வைத்தீஸ்வரன் கும்பல், அடுத்தச் சந்தர்பத்துக்காகக் காத்திருந்தனர். இவர்களிடம் இரண்டாவதாக சிக்கியவர், ஷாஹுல் ஹமிது. மலேசியாவில் தொழில் செய்து கொண்டிருந் தார். 1971ம் ஆண்டு தன்னுடைய சுற்றத்தார்களைப் பார்ப்பதற்காக சென்னை வந்திருந்தார். அவர் வசம் 55,000 ரூபாய் வைத்திருந்தார். ஷாஹுல் ஹமீதின் போதாத வேளை, அவரும் செட்டியார் தங்கிய அதே ஹோட்டலில் தங்கினார்.

ஷாஹுல் ஹமீதைப் பற்றி வைத்தீஸ்வரன் கும்பலுக்குத் தகவல் அனுப்பப் பட்டது. போலி சுங்கத் துறை அதிகாரிகள் ஷாஹுல் ஹமீதை வழிமறித்தார்கள். அவரை காரில் ஏற்றிக்கொண்டு, ஒரு நட்சத்திர ஹோட்டலில் ஏசி அறையில் தங்க வைத்தனர். பின்னர், உண்மையை வெளிப்படுத்துவதற்காக ஹாஹுல் ஹமீத்துக்கு பெத்தடின் ஊசியை அதிக அளவில் செலுத்தினார்கள். சுய நினைவை இழந்தார் ஷாஹுல் ஹமீத். அவரை ஒரு காரில் ஏற்றி ஆந்திர மாநிலத்தில் உள்ள நகரிப்பட்டு என்ற இடத்துக்கு அழைத்துச் சென்றனர். பின்னர் அவருடைய கழுத்தை நெரித்துக் கொன்றனர். காரை ஓட்டிச் சென்றவர், லஷ்மணன். இவரும் வைத்தீஸ்வரன் கும்பலைச் சேர்ந்தவர்தான். வைத்தீஸ்வரனுக்கு எப்படித்தான் இவ்வளவு நம்பிக்கையான நண்பர்கள் கிடைத்தார்களோ? ஷாஹுல் ஹமீதிடம் இருந்த பணத்தையும்

பொருள்களையும் கொள்ளை அடித்துவிட்டு, அவருடைய இறந்த உடலை, தற்கொலை செய்து கொண்டது போல் ஒரு மரத்தில் தொங்கவிட்டனர்.

தாங்கள் கொள்ளையடித்தப் பணத்தை வைத்து நன்கு செலவு செய்து குதூகலமாக இருந்தனர். பிரச்னை, இங்குதான் ஆரம்பித்தது. கொள்ளைக் கும்பலைச் சேர்ந்த வேணுகோபால் திடீர் பணக்காரர் ஆனதைக் கவனித்த அவருடைய நண்பர் தக்ஷிணாமூர்த்தி சுங்கத் துறைக்கு, வேணுகோபால் கள்ளக் கடத்தலில் ஈடுபடுவதாகத் தகவல் கொடுத்தார். தக்ஷிணாமூர்த்தி, சுங்க இலாகாவுக்குத் தகவல் கொடுப்பவர்.

தகவலின் பேரில், சுங்க இலாகாவினர் வேணுகோபாலின் வீட்டில் சோதனை செய்தனர். அங்கு அவர்களால் கள்ளக் கடத்தல் பொருள்கள் எதனையும் கண்டுபிடிக்க முடியவில்லை. ஆனால், சுங்கத்துறை அதிகாரிகளிடம், வடிவுள்ளான் செட்டியார், வைத்தீஸ்வரன் கும்பலுக்காக எழுதிக் கொடுத்த கடிதம் சிக்கியது. அப்போது, அதனுடைய முக்கிய ஆதாரத் தன்மையைப் பற்றி சுங்கத் துறை அதிகாரிகளால் அறிய முடியவில்லை. பின்னாளில் இந்தக் கடிதம்தான் குற்றவாளிகளைத் தண்டிப்பதற்குக் காவல் துறைக்கு மிகவும் உதவியாக இருந்தது.

வேணுகோபால், தக்ஷிணாமூர்த்தியால் தனக்கு ஏற்பட்ட தொல்லைகளைத் தன் கும்பலிடம் தெரிவித்தார். விஷ ஊசிக் கும்பல் திட்டம் தீட்டியது. திட்டத்தின்படி, பெங்களூருக்கு ஓர் உல்லாசப் பயணம் போய்வரலாம் என்று தக்ஷிணாமூர்த்தீயை நயவஞ்சகமாக அழைத்தார், வேணுகோபால். தக்ஷிணாமூர்த்தியும் தனக்கு வர இருக்கும் ஆபத்தை உணராமல் வேணுகோபாலுடன் வர சம்மதித்தார். கார் பெங்களூருக்குப் புறப்பட்டது. காரை ஓட்டியவர், பார்த்தசாரதி. அந்த காரைத் தொடர்ந்து மற்றொரு காரும் பின் தொடர்ந்தது. அதில் லஷ்மணன், அயுப் கான் மற்றும் கோபால் பயணம் செய்தார்கள்.

முன் சென்ற காரில் தக்ஷிணாமூர்த்தி, வேணுகோபால் மற்றும் பார்த்தசாரதியால் காட்டுத்தனமாகத் தாக்கப்பட்டுக் கொல்லப் பட்டார். தக்ஷிணாமூர்த்தியின் உயிரற்ற உடல் காரிலிருந்து இறக்கப்பட்டு, சித்தூருக்குச் செல்லும் வழியில் ஒரு பாலத்தின் அடியில் கொண்டுசெல்லப்பட்டு பெட்ரோல் ஊற்றி எரியூட்டப் பட்டது.

தக்ஷிணாமூர்த்தியின் உறவினர்கள் அவரைக் காணவில்லை என்று காவல் நிலையத்தில் புகார் கொடுத்தனர். ஆனால், துப்பு ஒன்றும் கிடைக்கவில்லை.

இதற்கிடையில் அயுப் கானுக்கு காதர் என்பவரின் தொடர்பு கிடைத்தது. காதர், ஒரு பிரபல கள்ளக் கடத்தல் கும்பலுக்காக வேலை பார்த்தவர். அயுப் கான், காதரை வேணுகோபால் மற்றும் பார்த்தசாரதியிடம் அறிமுகப்படுத்தினார். காதரிடம், 'இவர்கள் இருவரும் சுங்க இலாகா அதிகாரிகள். நீ இவர்களுக்குக் கள்ளக் கடத்தல்காரர்களையும், கருப்புப் பணம் வைத்திருப்பவர்களையும் அடையாளம் காட்டினால் இவர்கள் உனக்குத் தகுந்த சன்மானம் வழங்குவார்கள்' என்று கூறினார் அயுப் கான்.

அப்பாவி காதர், முதலில் காயல்பட்டினத்தைச் சேர்ந்த புகாரி தம்பி என்பவரை விஷ ஊசிக் கும்பலுக்கு அடையாளம் காட்டினார். புகாரி தம்பி ராமேஸ்வரம் எக்ஸ்பிரஸில் ஏறுவதற்காக தாம்பரம் ரயில் நிலையத்தில் காத்திருந்தார். 'நாங்கள் சுங்க இலாகாவைச் சேர்ந்தவர்கள்...' என்று கூறிய விஷ ஊசிக் கும்பல், புகாரியை காரில் அழைத்துச் சென்றது. அப்புறம் என்ன, எப்போதும் போல சிக்குண்டவர் விஷ ஊசி போடப்பட்டுப் பின்னர் கழுத்தை நெரித்துக் கொல்லப்பட்டார். அவருடைய பணம் மற்றும் உடைமைகள் கொள்ளை அடிக்கப்பட்டன. புகாரியின் உடலை விஷ ஊசிக் கும்பல் ஆந்திராவிலுள்ள ஒரு காட்டுப் பகுதியில் தூக்கிப் போட்டது. இந்தக் கொள்ளைக்கு, தகவல் கொடுத்து உதவிய காதருக்குச் சுங்கத் துறை சன்மானமாக, விஷ ஊசிக் கும்பலின் கணக்கிலிருந்து 10,000 ரூபாய் வழங்கப்பட்டது!

வெகுமதி பெற்ற காதருக்கு ஒரே சந்தோஷம். பிறகு என்ன தனக்குக் கிடைத்த தகவல்களை எல்லாம் விஷ ஊசிக் கும்பலுக்குத் தெரியப்படுத்தினார். அதன் விளைவாக, இலங்கையைச் சேர்ந்த சதக் இப்ராஹிம், சிங்கப்பூரில் இருந்து சம்பாதித்து விட்டுத் திரும்பிய முகமது சாலிக் ஆகியோர் விஷ ஊசி போடப்பட்டு, பின்னர் கழுத்தை நெரித்துக் கொலை செய்யப்பட்டு, கொள்ளை அடிக்கப்பட்டனர். இப்படி ஒவ்வொருவராக விஷ ஊசிக் கும்பலால் பரலோகத்துக்கு அனுப்பப்பட்டனர். காதருக்கும் தவறாமல் சன்மானம் வந்து கொண்டேயிருந்தது.

இதன் தொடர்ச்சியாகத்தான், நாம் ஆரம்பத்தில் பார்த்த தைக்கத் தம்பி காணாமல் போன விவகாரம்.

தைக்கத் தம்பி தங்கத்தைக் கடத்துவதாக, விஷ ஊசிக் கும்பலுக்குத் தகவல் கொடுத்தார், காதர். விஷ ஊசிக் கும்பல் தைக்கத் தம்பியை பெங்களூருவரை தொடர்ந்து சென்றது. அங்கு அவர் ஒரு பேருந்தில் ஏறும்போது, 'நாங்கள் சுங்க இலாகா அதிகாரிகள்' என்று அறிமுகம் செய்து கொண்டு தைக்கத் தம்பியை மடக்கினர். பின்னர், எப்போதும்போல அவருக்கு விஷ ஊசி போட்டுக் கொன்றுவிட்டு, அவர் கொண்டுவந்திருந்த 23 தங்கக் கட்டிகளையும், பணத்தையும் கொள்ளை அடித்தது, விஷ ஊசிக் கும்பல். தைக்கத் தம்பியின் உடல் வெங்கடகிரி மலைப் பகுதியில் வீசப்பட்டது.

தைக்கத் தம்பி காணாமல் போன வழக்கை விசாரித்த சிபிசிஐடிக்கு விரைவிலேயே துப்புக் கிடைத்துவிட்டது. முகமது தம்பி என்பவர் தைக்கத் தம்பியுடன் அதிகமாக சுற்றி வந்ததாக போலிஸுக்குத் தகவல் கிடைத்தது. முகமது தம்பியை விசாரித்ததில் அவர் கிளிஞ்சல்கள் விற்றுப் பிழைப்பு நடத்துவதாகவும், அவருக்கு காதர் மூலம் கள்ளக் கடத்தல் செய்பவர்களைக் காட்டிக் கொடுத்தால் சுங்கத் துறையிடம் இருந்து வெகுமதி கிடைப்பதாகவும் தெரிந்து கொண்டு, அதன் படி தைக்கத் தம்பியைச் சுங்கத் துறை என்று நினைத்து ஒரு போலி கும்பலுக்குக் காட்டிக் கொடுத்தது தெரியவந்தது.

காதர் மூலமாக போலீஸ், விஷ ஊசிக் கும்பலின் முக்கிய நபர்களைப் பிடித்தது. வேணுகோபால் நீதிமன்றத்தில் சரணடைந்தார். அப்ரூவராக மாறி போலீஸுக்கு வாக்குமூலம் கொடுத்தார். போலீஸ் குற்றவாளிகளிடமிருந்து 3,00,000 ரூபாய் ரொக்கம், வெளிநாட்டு நாணயங்கள், தங்கக் கட்டிகள், தங்க மற்றும் வெள்ளி நாணயங்கள் என்று ஏகப்பட்டப் பொருள்களைக் கைப்பற்றினர். விசாரணை மலேசியா, சிங்கப்பூர், இலங்கை என்று வெளி நாடுகளிலும், ஆந்திரா, கர்நாடகா ஆகிய மாநிலங்களிலும் நடந்தது. விசாரணை முடிந்து குற்றவாளிகளின்மீது கூட்டுச் சதி, ஆள் கடத்தல், கொலை, கொள்ளை என்று இந்திய தண்டனைச் சட்டத்தின் வெவ்வேறு பிரிவுகளின் கீழ், நீதிமன்றத்தில் வழக்கு தாக்கல் செய்யப்பட்டது.

வழக்கு, சென்னை அமர்வு நீதிமன்றத்தில் நடந்தது. 263 பேர் சாட்சியம் அளித்தனர். 672 ஆதாரங்கள் குறியீடு செய்யப்பட்டன. இறுதியில் வைத்தீஸ்வரன், பார்த்தசாரதி, லஷ்மணன், கண்ணன் ஆகியோருக்குத் தூக்குத் தண்டனையும், தாவுத், அயுப் கான், மஜீத்

மற்றும் கோபால் ஆகியோருக்கு ஆயுள் தண்டனையும் விதித்தது நீதிமன்றம். குற்றவாளிகள், அமர்வு நீதிமன்றத் தீர்ப்பை எதிர்த்து சென்னை உயர் நீதிமன்றத்தில் மேல்முறையீடு செய்தனர். தூக்குத் தண்டனைக் கைதிகளின் தண்டனை உறுதி செய்யப்பட்டது. ஆனால், தாவுத் மற்றும் அயுப் கானின் ஆயுள் கால தண்டனை, 7 ஆண்டு கால கடுங்காவல் தண்டனையாக குறைக்கப்பட்டது. மஜீத்தின் ஆயுள் தண்டனை 5 ஆண்டு கால சிறைத் தண்டனை யாகவும், கோபாலின் ஆயுள் தண்டனை 2 ஆண்டு கால சிறைத் தண்டனையாகவும் குறைக்கப்பட்டன.

தூக்குத் தண்டனைக் கைதிகள் இந்திய ஜனாதிபதியிடம் கருணை மனு தாக்கல் செய்தனர். கருணை மனுமீது அரசாங்கம் பல வருடங்கள் ஆகியும் முடிவெடுக்காத நிலையில், தூக்குத் தண்டனைக் கைதிகள் உச்ச நீதிமன்றத்தை அணுகி அவர்களுக்கு வழங்கப்பட்ட தூக்குத் தண்டனையை ரத்து செய்யக் கோரி ரிட் மனுத் தாக்கல் செய்தனர். ரிட் மனுவை விசாரித்த உச்ச நீதிமன்றம், 'தூக்குத் தண்டனைக் கைதிகளின் கருணை மனுக்களை அரசாங்கம் காலதாமதப்படுத்தி முடிவெடுக்காமல் இருப்பதால் கைதிகளுக்கு அதிக மன உளைச்சலை ஏற்படுத்தியிருக்கிறது. இது அவர்களுடைய அடிப்படை உரிமையைப் பாதிக்கிறது' என்று கூறி அவர்களுடைய தூக்குத் தண்டனையை ஆயுள் தண்டனையாகக் குறைத்தது.

✦

11

வெம்பன் வழக்கு

வெம்பன் ஒரு வசதியான குடும்பத்தைச் சேர்ந்தவன். அவனுக்குப் பெரிய இடங்களில் தொடர்பு இருந்தது. வெம்பனின் மனைவி ஜெயலட்சுமி. நல்ல செல்வச் செழிப்பான குடும்பத்தில் பிறந்தவள். ஆனால் அவர்களது திருமண வாழ்வு சரியாக இல்லை.

வெம்பனுக்கு புத்திக் கோளாறு. அவன் விசித்திரமாக நடந்து கொள்வான். காரணமே இல்லாமல் கோபப்படுவான். அப்படித்தான் ஒரு நாள், வெம்பன் வீட்டிற்கு ஒருவன் பணம் வசூல் செய்ய வந்தான். வெம்பன் அவனைக் காரணமே இல்லாமல் அடித்தான். வெம்பன் பல நேரங்களில் தனிமையில் இருப்பான். அவன் குடும்பத்தாரிடம்கூட சரியாகப் பேசமாட்டான். அவன் மனைவியும் தாயாரும் எவ்வளவு ஊக்கப்படுத்தியும் அவனிடம் எந்த முன்னேற்றமும் இல்லை. வெம்பனுக்கு மனச்சிதைவு நோய். அதற்காக அவனுக்கு வைத்தியமும் பார்க்கப்பட்டது.

வெம்பனை ஒரு மனநல நிபுணரிடம் காட்டுவதற்காக அவனை அவன் மனைவியும், மைத்துனரும் சென்னைக்கு அழைத்துச் சென்றனர். மூவரும் சென்னைக்குக் காரில் பயணப்பட்டனர் (தேதி - 22.11.1976). கார் செங்கல்பட்டு செஷன்ஸ் நீதிமன்றத்தைக் கடக்கும் தறுவாயில், அந்த விபரீதம் நடந்தது. திடீரென்று கார் கதவைத் திறந்து தன் மனைவியை வெளியே தள்ளிவிட்டான் வெம்பன். அதிர்ச்சியில் உறைந்து போன ஜெயலட்சுமி தரையில்

வந்து விழுந்தாள். இதைக் கவனித்த கார் ஓட்டுனர் காரை சட்டென்று பிரேக் பிடித்து நிறுத்தினார்.

வெம்பன் காரிலிருந்து வெளியேற முயன்றான். அவன் மைத்துனன் வலுக்கட்டாயமாக வெம்பனைப் பிடித்து நிறுத்தினான். ஆனால் எவ்வளவு முயன்றும் வெம்பனை அவன் மைத்துனனால் தடுத்து நிறுத்த முடியவில்லை. வெம்பன் காரிலிருந்து இறங்கினான். காரிலிருந்து ஒரு தண்ணீர் பாட்டிலை எடுத்தான். கீழே விழுந்து கிடந்த தன் மனைவியின் மண்டையில் தண்ணீர் பாட்டிலால் அடித்தான். பிறகு, தன் மனைவியைத் தரதரவென்று சாலையோரம் இழுத்துச் சென்றான். சாலை ஓரத்தில் சகதியான இடத்தில் தன் மனைவியின் முகத்தைத் தள்ளி அழுத்தினான். மறுபடி மறுபடியும் அழுத்தினான். அப்பொழுது சாலையில் வந்து கொண்டிருந்த ஒரு லாரியின் ஓட்டுனரும் அவரது உதவியாளரும், லாரியிலிருந்து குதித்து, வெம்பனின் பிடியிலிருந்து அவனது மனைவியைக் காப்பாற்ற முயற்சி செய்தனர். ஆனால் முடியவில்லை.

பின்னர், ஒரு வழியாக வெம்பனிடமிருந்து ஜெயலட்சுமி மீட்கப்பட்டாள். வெம்பனின் மைத்துனன் அருகிலிருந்த காவல் நிலையத்தில் புகார் ஒன்றைக் கொடுத்துவிட்டு, தன் சகோதரியை மருத்துவமனைக்கு எடுத்துச் சென்றான். மருத்துவமனைக்கு வரும் வழியிலேயே ஜெயலட்சுமி இறந்துவிட்டதாக மருத்துவர்கள் தெரிவித்தனர். காவல்துறை வெம்பனைக் கைது செய்தது. அவன் மீது கொலை வழக்கு தாக்கல் செய்யப்பட்டது. செஷன்ஸ் நீதிமன்றத்தில் வழக்கு நடைபெற்றது. நீதிமன்றத்தில், 'நான்தான் என் மனைவியைப் பாட்டிலால் அடித்தேன்' என்று வெம்பன் ஒப்புக்கொண்டான். 'ஆனால் ஏன் அடித்தேன் என்று தெரியவில்லை' என்றான். மேலும், தன் மனைவியின் முகத்தைச் சகதியில் அழுத்தியதுபற்றி தனக்கு எதுவும் தெரியாது என்றும் தெரிவித்தான்.

வழக்கு விசாரணையின் முடிவில், செஷன்ஸ் நீதிமன்றம் வெம்பனுக்கு ஆயுள் தண்டனை வழங்கித் தீர்ப்பளித்தது. அந்தத் தண்டனையையும் தீர்ப்பையும் எதிர்த்து, வெம்பன் தரப்பில், சென்னை உயர் நீதிமன்றத்தில் மேல் முறையீடு செய்யப் பட்டது. மேல் முறையீட்டை விசாரித்த அமர்வு நீதிபதிகள் - திரு பி.ஆர். கோகுலகிருஷ்ணன் மற்றும் எஸ். ஸ்வாமிகண்ணு.

மேல் முறையீட்டு வழக்கை நடத்திய வெம்பனுடைய வழக்கறிஞர் திரு. பிச்சை, இந்திய தண்டனைச் சட்டம், பிரிவு 84ஐ கையில்

எடுத்தார். அப்பிரிவின் படி, தன்னுடைய கட்சிக்காரர் நிரபராதி; மெக்நாட்டன் விதியின்படி, வெம்பன் குற்றமற்றவர், எனவே அவர் விடுதலை செய்யப்படவேண்டும் என்று வாதாடினார்.

பிரிவு 84 என்ன சொல்கிறது என்றால் - எந்த ஒரு குற்றவாளியும், குற்றம் நடக்கும்போது புத்தி ஸ்வாதீனம் இல்லாமல் இருந்து, தான் செய்யும் காரியத்தின் தன்மை என்னவென்று தெரியாமல் இருந்து, அல்லது தான் செய்வது தவறு/ சட்டத்திற்கு எதிரானது என்று தெரியாமல் செய்தால் அது குற்றமாகாது. இந்தப் பிரிவு கொலைக் குற்றத்திற்கு மட்டுமல்ல அனைத்து விதமான குற்றங்களுக்கும் பொருந்தும். இந்தச் சட்டப் பிரிவு, இங்கிலாந்தில் நடந்த மெக்நாட்டன் (McNaghten) என்ற பிரபல வழக்கில் உருவாக்கப்பட்ட கோட்பாடுகளின்/விதிகளின் அடிப்படையில் அமைந்துள்ளது. யார் இந்த மெக்நாட்டன்?

டேனியல் மெக்நாட்டன் ஸ்காட்லாந்தைச் சேர்ந்தவன். அவனுக்கு மனப்பிறழ்வு (Delusion) ஏற்பட்டிருந்தது. அதாவது கத்தோலிக்கப் பாதிரியார்களும், டோரிக்களும் (இங்கிலாந்தில் கன்சர்வேட்டிவ் கட்சியைச் சேர்ந்தவர்கள்) தனக்கு எதிராக உளவாளிகளை அனுப்பித் தொல்லை கொடுப்பதாக மனப்பிராந்தியில் இருந்தான். இதன் காரணமாக, அப்போது டோரி கட்சியைச் சேர்ந்த பிரதமரான ராபர்ட் பீலை கொலை செய்ய எண்ணினான்.

1843ஆம் வருடம், ஜூன் மாதம், 20ஆம் தேதி மெக்நாட்டன் பிரதமரின் இல்லம் அருகே வந்தான். அப்பொழுது பிரதமரின் தனிச் செயலாளர் எட்வர்ட் ட்ரமாண்ட், பிரதமரின் வீட்டை விட்டு வெளியே வந்தார். எட்வர்ட் ட்ரமாண்டை இங்கிலாந்து பிரதமர் என்று நினைத்துக்கொண்ட மெக்நாட்டன் அவரைப் பின் தொடர்ந்தான். பின்னர் தன் கையில் வைத்திருந்த துப்பாக்கியால் அவரைச் சுட்டான். அங்கிருந்த அனைவரும் இச்சம்பவத்தை நேரில் பார்த்தனர். மெக்நாட்டன் கைது செய்யப்பட்டான். மருத்துவமனையில் உயிருக்குப் போராடிய ட்ரமாண்ட் ஐந்து நாட்கள் கழிந்து இறந்தார். மெக்நாட்டன் மீது கொலைக் குற்றத்திற்கான வழக்குத் தொடரப்பட்டது.

மெக்நாட்டன் தரப்பில் அவன் நிரபராதி என்று வாதிடப்பட்டது. மெக்நாட்டனைப் பரிசோதித்த மருத்துவர்கள், அவன் மனப் பிறழ்வால், பல நாட்கள் கொண்டிருந்த மாயத் தோற்றத்தினால் ட்ரமாண்டைச் சுட்டிருக்கிறான் என்று நீதிமன்றத்தில் சாட்சியம்

அளித்தனர். மெக்நாட்டன் மனநிலை சரியில்லாதவன் என்று ஏற்றுக்கொண்ட நீதிமன்றம், அவனைக் குற்றமற்றவன் என்ற தீர்ப்பளித்தது. மெக்நாட்டன் மனநலக் காப்பகத்தில் கட்டாயமாகச் சேர்க்கப்பட்டான். ஆட்சியாளர்களும், பத்திரிக்கைகளும் இந்தத் தீர்ப்பைக் கடுமையாகச் சாடினர். பிரிட்டன் ராணி விக்டோரியா, தீர்ப்பைப் பற்றிய தன்னுடைய அதிருப்தியைப் பிரதமர் ராபர்ட் பீலுக்குக் கடிதம் மூலம் தெரிவித்தார். தீர்ப்பு விவாதப் பொருளானது.

பிரிட்டனில் இருந்த House of Lordsல் உள்ள உயரிய நீதிமன்றத்தில் உள்ள நீதிபதிகள், தங்கள் கீழ் உள்ள Court of Common Pleas என்ற நீதிமன்றத்தின் நீதிபதிகளிடம், நீதிமன்றங்களில் வழக்கு விசாரணையில் insanity (பைத்தியம்) என்ற எதிர்வாதத்தை வைக்கும்போது, அதில் பரிசீலனை செய்யப்பட வேண்டிய விவகாரங்களைக் குறித்த ஐந்து கேள்விகளை எழுப்பி அதற்குப் பதிலளிக்கும்படிப் பணித்தனர். Court of Common Pleas அந்த ஐந்து கேள்விகளுக்குக் கொடுத்த பதில்கள்தான் 'மெக்னாட்டன் விதிகள்' (McNaghten Rules) என்று அழைக்கப்பட்டது. பின்னர் இந்த விதிகளே, மெக்நாட்டன் வழக்கு போன்ற ஏனைய வழக்குகளில் பிரிட்டன், ஆஸ்திரேலியா, நியுசிலாந்து, கனடா, இந்தியா, ஹாங்காங் போன்ற நாடுகளில் (Common Law Countries) தரக் கோட்பாடாகப் பிரயோகிக்கப்பட்டது.

மெக்நாட்டன் விதிகள் பின்வருமாறு –

1) குற்றம் சாட்டப்பட்டவன் குற்றம் நிரூபிக்கப்படும்வரை, அடிப்படையில் புத்தி ஸ்வாதீனம் உடையவன் என்றும்; தான் இழைத்த குற்றத்திற்கு தானே பொறுப்பு என்ற பிரக்ஞை உடையவன் என்றும் கருதப்படுவான்.

2) புத்தி ஸ்வாதீனம் இல்லாத ஒருவன், தான் குற்றத்தில் ஈடுபடும்போது அது தவறு என்று அவனுக்குத் தெரிந்திருந்தால் அவன் குற்றவாளி.

3) குற்றம் சாட்டப்பட்ட ஒருவன், தான் பைத்தியக்காரன் என்று நிரூபிக்க, அவன் புத்தி ஸ்வாதீனம் இல்லாதவன் (defect of reason) அல்லது மன நோயால் (disease of mind) பாதிக்கப் பட்டவன் என்றும்; அதன் பொருட்டு அவன் செய்த குற்றத்தின் தன்மையையும் அதன் விளைவுகளையும் உணராதவனாக இருந்தான் என்றும் நிரூபிக்க வேண்டும்.

4) பைத்தியம் வேறு பைத்தியக்காரத்தனம் வேறு. புத்தி ஸ்வாதீனம் உடையவன் சில நேரங்களில் பைத்தியக்காரத்தனமாகச் செயல் படலாம். அப்படிச் செயல்படும்பொழுது, தான் செய்வது குற்றம் என்று அவன் அறிந்திருந்தால் அவன் குற்றவாளி. உதா: விடுமுறை முகாமில் ரகசியக் கூட்டம் ஒன்று செயல்படுவதாக எண்ணி, கடவுளின் உத்தரவுப் படி, அதைத் தடுக்க, தன்னுடைய ஊர்தியை (Van) வேகமாக ஓட்டி அந்த விடுமுறை முகாமின் பிரதான வாயிலை ஒருவன் மோதினான். இதில் மோதியவன் கடவுளின் கட்டளை என்ற மனப்பிறழ்வில் இருந்தாலும், தான் செய்தது குற்றம் என்று நன்கு அறிந்திருந்தான் (R vs Bell 1984 Crim. LR 685). எனவே அவன் குற்றவாளி.

5) ஒரு குற்றம் சாட்டப்பட்டவன் பைத்தியமா இல்லையா என்ற முடிவை எடுக்கவேண்டியது ஜூரிக்கள்..

குற்ற வழக்குகளைப் பொருத்தவரை குற்றம் சாட்டப்பட்டவன் மருத்துவ ரீதியாக (Medical Insanity) பைத்தியமா என்று பார்க்கப் படுவதில்லை, மாறாக அவன் மேற்சொன்ன விதிகளின்படி, சட்ட ரீதியாக (Legal insanity) பைத்தியமா என்று விசாரிக்கப்படுவான். ஒருவர் தற்காலிகமாகவோ அல்லது நிரந்தரமாகவோ புத்தி ஸ்வாதீனம் இல்லாமல் இருந்து குற்றமிழைத்தால், அவர் குற்றவாளி ஆகமாட்டார். உதாரணமாக, வலிப்பு வரும்போது புத்தி ஸ்வாதீனம் ஏற்பட்டு குற்றம் நடப்பது இதில் அடங்கும்.

Disease of the mind என்பதன் அர்த்தம் மன நோய். உடல் உபாதைகளாலும் மன நோய் ஏற்படும். குற்றம் நடக்கும்போது ஏற்படும் உடல் உபாதைகளுக்கு உள் காரணிகள் (internal condition) காரணமாக இருந்தால் குற்றம் சாட்டப்பட்டவர் விடுதலை செய்யப்படுவார். அதுவே வெளிக் காரணிகள் (external condition) காரணமாக இருந்தால் தண்டிக்கப்படுவார்.

உதாரணங்கள்:

1. Arterioscelorosis *(தமனி இரத்த உறைவு)* R vs Kemp [1957] 1 QB 399 - இந்த வழக்கில் குற்றம் சாட்டப்பட்டவர், தமனியில் ரத்த உறைவு ஏற்பட்டு, சுயத்தை இழந்து, தன் மனைவியைச் சுத்தியால் தாக்கி கொடுங்காயம் ஏற்படுத்தினார். நீதிமன்றம் இது உள் காரணி என்று கூறி குற்றம் சாட்டப்பட்டவரை விடுதலை செய்தது.

2. சர்க்கரை நோயால் பாதிக்கப்பட்டவர் இன்சுலின் எடுத்துக் கொள்ளாமல் போகவே ரத்த சர்க்கரை மிகைப்பு (Hyperglycemia) ஏற்பட்டு, தான் என்ன செய்கிறோம் என்று தெரியாமல் ஒரு காரை எடுத்துச் சென்றுவிட்டார். அவர் மீது திருட்டு வழக்குத் தொடரப்பட்டது. குற்றம் சாட்டப்பட்டவர், தான் அனிச்சைச் செயலால் (automatisam) பாதிக்கப்பட்டு குற்றம் இழைத்ததாக வாதிட்டார். ஆனால் நீதிமன்றம், உள்காரணியால் அவருக்கு insanity ஏற்பட்டிருக்கிறது என்று தீர்ப்பளித்தது - R vs Hennessy [1989] 1 WLR 297.

வேறொரு வழக்கில், நீரிழிவு நோயால் பாதிக்கப்பட்ட ஒருவர், இன்சுலின் எடுத்துக்கொண்ட பிறகு உணவருந்தத் தவறியதால் அவருக்கு ரத்தச் சர்க்கரை குறைபாடு (Hypoglycemia) ஏற்பட்டு, அதன் காரணமாக தான் நர்சாக பணிபுரிந்த மருத்துவமனையில் ஒரு நோயாளியைத் தாக்கினார். இதன் தொடர்பாக நடந்த வழக்கில் நீதிமன்றம் குற்றவாளி இன்சுலினை சரியாகப் பயன்படுத்தாததால் விளைந்த சம்பவம், இது ஒரு வெளிக் காரணி. எனவே நோயாளிக்கு ஏற்பட்டது insanity அல்ல, automatisam என்று தீர்ப்பளித்தது - R &Vs& Quick [1973] QB 910.

3. ஒருவன் தன் அடுக்குமாடிக் கட்டிடத்தில் தன் தோழியுடன் வீடியோ பார்த்தான். பிறகு இருவரும் நன்கு உறங்கிவிட்டனர். நள்ளிரவில் அவன் தன் தோழியின் மண்டையைப் பாட்டிலால் தாக்கினான், பின்னர் வீடியோ ரெக்காடரைக் கொண்டு அவள் மண்டையில் தாக்கினான். அவன் அவளது கழுத்தைப் பிடித்து இழுத்தபோது, 'நான் உன்னைக் காதலிக்கிறேன்' என்று அவள் கத்தினாள். அப்போது சுய நினைவுக்கு வந்த அவன், ஆம்புலன்சை வரவழைத்து, தோழியை மருத்துவமனைக்கு அனுப்பி வைத்தான். தோழியைத் தாக்கியவன் மீது வழக்குத் தொடரப்பட்டது. குற்றம் சாட்டப்பட்டவன் தனக்குத் தூக்கத்தில் நடக்கும் வியாதி உள்ளது, அதனால் அனிச்சையாக இந்தக் குற்றம் நடந்தது (automatisam) என்று வாதிட்டான். நீதிமன்றம் அவனது வாதத்தை ஏற்றுக்கொள்ளவில்லை. மாறாக அவனுக்கு insanity என்று முடிவு செய்து, அவனை மனநல மருத்துவமனைக்கு அனுப்பி வைத்தது - R vs Burgess [1991] 2 QB 92.

4. மெக்நாட்டன் விதியில் 'தான் செய்வது தவறு' என்று வரையறுக்கப்பட்டிருப்பது, சட்டப்படி தவறா அல்லது

தார்மீகப்படி தவறா என்று ஒரு வழக்கில் விவாதிக்கப்பட்டது. ஒரு கணவர், தற்கொலை செய்துகொள்ளும் எண்ணம் கொண்ட தன் மனைவிக்கு அதிகப்படியான தூக்க மாத்திரைகள் கொடுத்து அவளைக் கொன்றுவிட்டான். மருத்துவ ஆய்வில், குற்றம் நடந்த சமயத்தில் கணவனுக்குப் புத்தி ஸ்வாதீனம் இல்லை என்று தெரியவந்தது. போலீஸ் கைது செய்யும்பொழுது 'நான் செய்த குற்றத்திற்காக என்னைத் தூக்கில் போடுவார்கள்' என்று கணவன் கூறினான்.

இதை வைத்து நீதிபதி குற்றம் சாட்டப்பட்டவனுக்கு, தான் செய்தது தவறு என்று தெரிந்திருக்கிறது எனவே அவனுக்கு insanity இல்லை என்று முடிவெடுத்தார். ஆனால் குற்றவாளியின் தரப்பில், 'தவறு' என்று மெக்நாட்டன் விதியில் குறிப்பிடப்படுவது தார்மீகத் தவறு அன்றி சட்டப்படித் தவறு இல்லை என்ற வாதிடப்பட்டது. தூக்க மாத்திரைகளை அளவுக்கு அதிகமாகக் கொடுப்பது தார்மீகத் தவறு இல்லை என்று குற்றம் சாட்டப்பட்டவன் கருதுவது ஏற்புடையதாகாது என்று நீதிமன்றம் தீர்ப்பளித்தது - R vs Windle [1052] 2QB 826.

ஆனால் மேற்சொன்ன விவாதங்களை வைத்துப் பார்க்கும்போது மெக்நாட்டன் விதிப்படி, மெக்நாட்டன் வழக்கு நடந்திருந்தால் மெக்நாட்டனுக்கு தண்டனை கிடைத்திருக்கும். சுமார் 22 வருட காலம், மனநலக் காப்பகத்தில் இருந்த மெக்நாட்டான் 1865ஆம் வருடம் இறந்தான்.

ஆனால் வெம்பனுக்குத் தண்டனை கிடைக்கவில்லை. வெம்பன் மன நோய் சிகிச்சைக்காக அழைத்து வரப்பட்ட நிலையில்தான் குற்றம் நடந்தது. வெம்பன், தான் தன் மனைவியைக் கொலை செய்தது தனக்குத் தெரியவில்லை என்றான். மேலும் அவன் மேல்முறையீட்டு வழக்கு நடந்து கொண்டிருந்த சமயத்தில், அவன் கீழ்ப்பாக்கம் மருத்துவமனையில் சிகிச்சை பெற்றுக் கொண்டிருந்தான். சென்னை உயர் நீதிமன்ற அமர்வு வெம்பனை நிரபராதி என்று விடுதலை செய்தது. ஆனால் அவன் சிகிச்சை பெற்றுக் குணமடையும் வரை மருத்துவமனையில் இருக்க வேண்டும் என்ற நிபந்தனையையும் விதித்தது.

✦

12

லட்சுமி ராஜ் ஷெட்டி வழக்கு

சென்னை உயர் நீதிமன்றத்திற்கு நேரெதிரே தம்புச் செட்டித் தெரு அமைந்துள்ளது. தம்புச் செட்டித் தெரு எப்பொழுதும் மிகவும் பரபரப்பாகக் காணப்படும். இங்கு நிறைய வழக்கறிஞர்கள் அலுவலகங்கள், வங்கிக் கிளைகள், வர்த்தக நிறுவனங்கள் செயல்பட்டு வருகின்றன.

கர்நாடக வங்கியின் முக்கிய கிளையொன்று தம்புச் செட்டித் தெருவில் செயல்பட்டு வருகிறது.

1983ஆம் வருடம், மே மாதம் 21ஆம் தேதி காலை 8:15 மணிக்கு வங்கியில் பகல் பொழுதில் வேலை பார்க்கும் காவலாளி மல்லையா, வங்கியைத் திறந்து உள்ளே சென்றார். மின் விளக்குகளின் ஸ்விட்சுகளைத் தட்டினார்.

செயல் மேலாளர் ஞானசம்பந்தம் அமரும் இடத்தில் மின் விசிறி சுழன்று கொண்டிருந்தது. அவருடைய மேஜையில் செய்கோ கைக்கடிகாரம், பேனா, பாஸ் புத்தகம், ஒரு லெட்ஜர் புத்தகமும் திறந்த நிலையில் இருந்தன. மல்லையாவிற்கு ஆச்சர்யம். அப்பொழுது வங்கியில் துப்புரவுப் பணியில் ஈடுபட்டுக் கொண்டிருந்த லட்சுமியிடம், துணை மேலாளர் மேஜையில் உள்ள எந்தப் பொருள்களையும் தொட வேண்டாம் என்று தெரிவித்து விட்டு மல்லையா தேநீர் அருந்தக் கீழே இறங்கினார். அப்பொழுது துப்புரவுப் பெண்மணி லட்சுமி அலறியபடியே ஓடி வந்து

மல்லையாவிடம் கழிவறையில் ஒரு பிணம் கிடப்பதாகத் தெரிவித்தாள். அதற்குள்ளாக வங்கியில் பணிபுரியும் மற்ற ஊழியர்களும் வந்துவிட்டார்கள்.

வங்கியின் காசாளர் வெங்கடராஜூம், அவருடைய சக ஊழியரான ராஜையாவும் கழிவறைக்குச் சென்றுப் பார்வையிட்டனர். அங்குத் துணை மேலாளர் ஞானசம்பந்தம் ரத்த வெள்ளத்தில் இறந்து கிடந்தார். உடனே வங்கியின் மேலாளரான பி.டி. ராஜனுக்குத் தகவல் தெரிவிக்கப்பட்டது. வங்கிக்கு விரைந்து சென்று அந்தக் கொடூரக் கொலையைப் பார்த்த மேலாளர், காவல் கட்டுப்பாட்டு அறைக்குத் தகவல் தெரிவித்தார். கொலைச் சம்பவம் நடந்த வங்கிக்குக் காவல் துறையினர் வந்தனர். ஆய்வில் ஈடுபட்டனர்.

வங்கியின் உள்ளே நுழைந்ததும் வட கிழக்குப் பகுதியில் மேலாளர் அறை இருந்தது; அறைக்கு நேரெதிரே வாடிக்கையாளர்கள் அமர்வதற்கென ஒரு வரவேற்பறை; மேலாளர் அறையை அடுத்த மத்தியப் பகுதியில் வங்கிப் பரிவர்த்தனை செய்யும் ஊழியர்களின் கவுண்டர்கள்; தென்பகுதியில் வடக்கு பக்கமாகக் கழிவறை; அப்படியே அங்கு நடைபாதை வழியாகக் கடந்து வந்தால் கிழக்கு பக்கமாக படிக்கட்டுகள் தென்படும், அதன் வழியே மேலே சென்றால் இடை மாடி; இங்கு வங்கியின் பாதுகாப்பு அறை (strong room - locker) இருந்தது.

வங்கியின் பாதுகாப்பு அறை இரட்டைப் பூட்டுதல் அமைப்பு கொண்டது. இந்த அறையைத் திறக்க இரண்டு சாவிகளைப் பயன்படுத்தியாக வேண்டும். இந்த அறையின் முக்கிய சாவி (master key) வங்கியின் துணை மேலாளரிடம் இருக்கும். மற்றொரு சாவி துணை மேலாளருக்கு அடுத்தபடியாக இருக்கும் அதிகாரியிடம் இருக்கும். வங்கியில் கையாளப்படும் பணம் அன்றைய வர்த்தகம் முடிந்ததும் பாதுகாப்பு அறையில் வைக்கப்படும். எவ்வளவு பணம் அன்று வங்கியில் இருக்கிறது என்பதை cash roll registerஐ பார்த்தால் தெரிந்துகொள்ளலாம். இந்த ரிஜிஸ்டரை வங்கியின் அதிகாரி ஒருவர் பராமரிப்பார். அவருடைய மேஜையில் இந்த ரிஜிஸ்டர் இருக்கும்.

மே மாதம், 20ஆம் தேதியன்று வங்கியின் பாதுகாப்பு அறையில் ரூபாய் 14,26,113.70 பைசா இருந்ததாக ரிஜிஸ்டர் காட்டியது. பாதுகாப்பு அறையைத் திறப்பதற்காக இரண்டாவது சாவியைத் தேடியபோது சாவி கிடைக்கவில்லை.

சாதாரணமாக அந்த இரண்டாவது சாவியை வங்கி அதிகாரியான சந்திரசேகர ஹோலா பத்திரமாக வீட்டிற்கு எடுத்துச் செல்ல வேண்டும். ஆனால் ஹோலாவோ பாதுகாப்பு அறையின் சாவியைக் கப்போர்டில் பூட்டி அந்தச் சாவியையும் எடுத்துச் செல்லாமல் ஞாபக மறதியாக மேஜையில் உள்ள டிராவில் வைத்துச் செல்வது வழக்கம்.

பாதுகாப்பு அறையை உடைத்துத்தான் பார்க்க வேண்டும் என்ற நிலை எழுந்தபோது, பாதுகாப்பு அறையின் டூப்ளிக்கேட் சாவிகள் கர்நாடக வங்கியின் திருவல்லிக்கேணிக் கிளையிலிருந்து கொண்டு வரப்பட்டன. நகல் சாவிகளைக் கொண்டு பாதுகாப்பு அறையைத் திறந்து பார்த்தபொழுது அதிர்ச்சி காத்திருந்தது. பாதுகாப்பு அறையிலிருந்து சுமார் 13,97,000/- ரூபாய் களவாடப்பட்டிருப்பது தெரிய வந்தது. காவல் துறையினருக்குப் புரிந்து விட்டது. பணம் கொள்ளையடிக்கப்பட்டிருக்கிறது. அதற்காக ஒரு கொலையும் நடந்தேறியிருக்கிறது. யார் இந்தப் பாதகச் செயலைச் செய்தது என்ற விஷயம் மட்டும் காவல் துறைக்கு இன்னும் தெரியவில்லை.

வங்கியின் அக்கம் பக்கத்தில் காவல் துறையினர் விசாரித்தனர். வங்கி இருக்கும் கட்டடத்திற்கு வெளியே சாலையோரமாக நடைபாதையில் படுத்து உறங்கும் பிளம்பர் கணேசனை போலீஸ் விசாரித்ததில் ஒரு துப்பு கிடைத்தது.

கணேசன் தனக்கு ஒன்றும் தெரியாது என்றும், ஆனால் வங்கிக்கு வெளியே அவ்வப்பொழுது தங்கும் பூக்காரி கனகாவிற்கு ஏதேனும் தெரிந்திருக்கலாம் என்ற தகவலையும் தெரிவித்தான். அவளது கணவன் அருகில் இருக்கும் கிருஷ்ண பவன் ஹோட்டலில் சமையல்காரனாக இருக்கிறான் என்றும், கனகாவின் வீடு தரமணியில் இருப்பதாகவும் கணேசன் தெரிவித்தான். போலீஸ் கனகாவைத் தேடிச்சென்றது. ஆனால் தரமணியில் அவளது வீடு பூட்டிக்கிடந்தது. விசாரித்ததில் கனகா வியாசர்பாடியில் உள்ள தனது சகோதரி வீட்டிற்குச் சென்று விட்டதாகத் தெரியவந்தது. ஆனால் வியாசர்பாடியில் கனகாவின் சகோதரி வசிக்கும் விலாசம் யாருக்கும் தெரியவில்லை.

வழக்கு காவல் துறையின் குற்றப்பிரிவிற்கு மாற்றப்பட்டது. காவல் ஆய்வாளர் தெய்வசிகாமணி வழக்கு விசாரணையை மேற்கொண்டார். கனகாவை வியாசர்பாடியில் தேடிக் கண்டு பிடிக்க முடியவில்லை. ஆய்வாளர், வங்கி ஊழியர்களிடம் வாக்குமூலங்களைப் பெற்றார். 23ஆம் தேதி, வங்கியில் பணிக்கு

யார் யார் வரவில்லை என்று விசாரித்து அதன் போக்கில் தன் ஆய்வை மேற்கொண்டார்.

25ஆம் தேதி மாலை தரமணியில் உள்ள கனகாவின் வீட்டிற்கு ஆய்வாளர் சென்றார். வீட்டில் கனகா இருந்தாள். அவளிடம் விசாரித்ததில் ஆய்வாளருக்குத் துப்பு துலங்கியது.

கனகாவின் வாக்கு மூலம் பின்வருமாறு -

‘நான் பூ கட்டி விற்பவள். தம்புச் செட்டி தெரு - எரபாலு செட்டித் தெரு முனையில் பூ விற்றுவருகிறேன். நான் வியாசர்பாடியில் வசித்தேன், பின்னர் 6 மாதங்களுக்கு முன்பு தரமணிக்கு வீடு மாறிச் சென்றுவிட்டேன். மாலை 6 மணியிலிருந்து 8 மணியளவில் பூ விற்றுவிட்டு என்னுடைய வீட்டிற்குத் திரும்புவேன். ஆனால் வியாழன் மற்றும் வெள்ளிக் கிழமைகளில் பேருந்தில் கூட்டம் அதிகமாக இருப்பதால் அதில் ஏறமுடியாமல் இரவு நேரமாகி விடுவதால், நான் கர்நாடக வங்கியின் வாசல் கதவருகே இருக்கும் மேடையில் தங்கிவிடுவேன்.

எனக்கு வங்கியில் இறந்தவரை நன்கு தெரியும்; என்னிடம் அவர் பூ வாங்கிச் செல்வார். இரவில் வேலை முடித்துவிட்டுப் பெரிய அய்யாவும் (ஞானசம்பந்தம்) அவருடன் வங்கியில் வேலை செய்யும் மற்றொரு உயரமான, சுருட்டை முடி கொண்ட, சிவப்பு நிறமுள்ள நபர் ஒருவரும் வங்கியைவிட்டு ஒன்றாக வெளியே வருவார்கள். ஞானசம்பந்தம் அந்த உயரமான நபரிடம் வங்கிக் கதவு சாவிகளைக் கொடுப்பார். அந்த நபர் வங்கிக் கதவுகளைப் பூட்டிவிட்டு, பின்னர் வெளியே உள்ள ஷட்டரையும் பூட்டிய பிறகு சாவிகளை ஞானசம்பந்தத்திடம் கொடுப்பார். ஞானசம்பந்தம் பூட்டியதைச் சரிபார்த்த பிறகு இருவரும் அந்த இடத்தை விட்டுக் கிளம்புவார்கள்.

20ஆம் தேதி வெள்ளிக்கிழமை அன்று பூக்களை விற்ற பிறகு, இரவில், வங்கியின் மாடிப் படிக்கட்டுகளில் அமர்ந்திருந்தேன். அப்பொழுது வங்கி ஊழியரான அந்த உயரமான நபர் மட்டும் வங்கியின் கண்ணாடிடு கதவுகளைப் பூட்டிவிட்டு வெளியே வந்தார். பின்னர் அவர் நேரே எரபாலு செட்டித் தெரு வழியாக பர்மா பஜாருக்குச் சென்றார். அரைமணி நேரம் கழித்து வந்த அவர் நீல நிற சூட்கேஸுடன் வங்கியின் கண்ணாடிக் கதவைத் திறந்துகொண்டு உள்ளே சென்றார். அடுத்த அரை மணி நேரத்தில் அந்த நபர், தான் கொண்டுவந்த சூட்கேஸுடனும், தோள்

பட்டையில் ஒரு பையையும் மாட்டிக்கொண்டு, கூடவே பெரிய அய்யாவின் பெட்டியையும் எடுத்துக்கொண்டு வங்கியை விட்டு வெளியே வந்தார். பின்னர் அவர் கொண்டு வந்த நீல நிற சூட்கேஸை வாசல் அருகே வைத்துவிட்டு, மறுபடியும் உள்ளே சென்று ஒரு பெரிய காப்பி நிற பயணப் பையை கொண்டுவந்து சூட்கேஸ் அருகே வைத்துவிட்டு கண்ணாடிக் கதவுகளைப் பூட்டிய பிறகு, ஷட்டரையும் இறக்கிப் பூட்டினார். அப்பொழுது நான் அவரிடம் 'பெரிய ஐயா வரலையே' என்று கேட்டதற்கு அந்த நபர் பதில் எதுவும் சொல்லவில்லை. நான் சொன்னது அவருக்குப் புரியவில்லையோ என்ற சந்தேகத்தில் 'பெரிய ஐயா வரவில்லையே' என்று மறுபடியும் கேட்டேன். அந்த நபர் பதில் எதுவும் சொல்லாமல் நீல சூட்கேஸையும், பயணப் பையையும் வாசலில் வைத்துவிட்டுக் கிளம்பினார்.

அன்று விசேஷ நாள். காளிகாம்பாள் கோயில் அம்மன் ஊர்வலமாக பவனி வந்தது. நான் அம்மனுக்குக் கற்பூரம் காட்ட நினைத்தேன். ஆனால் வங்கியின் வாசற்படியில் சூட்கேஸூம் பையும் இருந்ததாலும், மேலும் எனக்கு உடம்பு சரியில்லாத காரணத்தினாலும் அந்த இடத்தை விட்டு நகரவில்லை.

சிறிது நேரத்திற்கெல்லாம் அந்த வங்கி ஊழியர் வங்கியின் வாசலில் ஆட்டோவில் வந்திறங்கினார். ஆட்டோ ஓட்டுனர் உதவி செய்ய சூட்கேஸையும், பையையும் சிரமப்பட்டு ஆட்டோவில் ஏற்றினார். அப்பொழுது நான் அவரிடம், 'இந்தத் தெரு வழியா நிறைய ஆட்டோக்கள் செல்லும் பொழுது இந்த சூட்கேஸை இங்கேயே ஏன் வைக்க வேண்டும்?' என்று கேட்டதற்கு, அவர் பதில் எதுவும் கூறாமல் கிளம்பி விட்டார். எனக்கு ஜூரம் அதிகமாக இருந்ததால் நான் வங்கியின் வாசல் அருகே படுத்துத் தூங்கிவிட்டேன். பின்னர் மறுநாள் காலை 6 மணிக்கு தரமணியில் உள்ள என் வீட்டிற்குச் சென்றுவிட்டேன். பின்னர் என் கணவரிடம் சொல்லிவிட்டு அங்கிருந்து வியாசர்பாடியில் உள்ள என் சகோதரியின் வீட்டிற்குப் போய்விட்டேன். பின்னர் உடல்நிலை சரியானதும் 4-5 நாட்களில் வீடு திரும்பினேன்.'

கனகா குறிப்பிட்ட அந்த நபர் யார் என்று ஆய்வாளருக்குப் புரிந்துவிட்டது. ஏற்கனவே, வங்கியில் 23ஆம் தேதியன்று வங்கிக்கு யார் வரவில்லை என்று வருகைப் பதிவேட்டில் பார்த்தபொழுது, மூன்று பேர் வரவில்லை என்று அவருக்குத் தெரிந்திருந்தது. அதில் ஒருவன் லட்சுமி ராஜ் ஷெட்டி. அவன்

தங்கியிருக்கும் விடுதியின் அறையும் அன்று பூட்டப்பட்டிருந்தது. விடுதியில் விசாரித்தபோது, லட்சுமி ராஜுக்கு உணவு வழங்கும் மெஸ் பையன் திருப்பதி என்பவன், 20ஆம் தேதியன்று இரவு லட்சுமி ராஜ் விடுதிக்கு வரவில்லை என்றும், மறுநாள் காலை லட்சுமி ராஜ் காலை 5 மணியளவில் மாடிப்படியேறி அறைக்குச் சென்றதைப் பார்த்ததாகவும் திருப்பதி சொன்னான். குளித்துவிட்டு வந்த லட்சுமி ராஜ் தனக்கு வயிறு சரியில்லை, அதனால் காலை உணவு வேண்டாம் என்று கூறி ஒரு டம்ளர் பால் அருந்திவிட்டுச் சென்றதாக திருப்பதி வாக்குமூலம் அளித்தான்.

21ஆம் தேதி மட்டும் வங்கிக்குப் பணிக்கு வந்த லட்சுமி ராஜ் அதன் பிறகு வங்கிக்கு வரவில்லை.

லட்சுமி ராஜை போலீஸ் வலைவீசித் தேடியது. அவனது சொந்த ஊர் மங்களூரு. காவல் ஆய்வாளர் தெய்வசிகாமணி தலைமையில் ஒரு காவல்படை லட்சுமி ராஜைப் பிடிக்க மங்களூர் விரைந்தது.

24 வயதான லட்சுமி ராஜ் ஷெட்டி, சென்னையில் கர்நாடக வங்கியின் முக்கியக் கிளையில் பயிற்சிக் கணக்கராக (trainee clerk) 1982ஆம் ஆண்டு வேலையில் சேர்ந்தான். பின்னர் அதே ஆண்டு அவனுடைய உத்தியோகம் நிரந்தரமானது. லட்சுமி ராஜின் தந்தை சிவராம் ஷெட்டி இந்திய விமானப் படையிலிருந்து ஓய்வு பெற்ற சேர்ஜென்ட் மேஜர். ஓய்வுக்குப் பிறகு மங்களூரில் உள்ள கர்நாடக வங்கியின் முக்கியக் கிளையில் பாதுகாப்பு அதிகாரியாக வேலைக்குச் சேர்ந்தார். தந்தையைத் தவிர லட்சுமி ராஜிற்குத் தாயும், சகோதரியும் உண்டு. சகோதரி மைசூர் வங்கியில் பணிபுரிந்தார்.

தமிழகக் காவல்துறை கர்நாடகக் காவல் துறையுடன் சேர்ந்து சிவராம் ஷெட்டியின் வீட்டிற்குச் சென்றது. அங்கு சிவராம் ஷெட்டி மற்றும் அவரது மனைவி இருந்தனர். லட்சுமி ராஜைக் காணவில்லை. அவன் சென்னைக்குத் திரும்பியிருக்கிறான். இந்தத் தகவலை சிவராம் ஷெட்டி காவல் துறையிடம் தெரிவிக்கவில்லை. தெய்வசிகாமணி தலைமையில் சென்ற காவல்துறை சென்னை திரும்பியது.

சென்னை பெரியமேடு பகுதியில் உள்ள 'மை லேடீஸ் பார்க்'ல் லட்சுமி ராஜ் திரிவதாக ஆய்வாளருக்கு தகவல் கிடைத்தது. அந்தப் பூங்காவுக்குச் சென்று லட்சுமி ராஜை காவல் துறை கைது செய்தது. அவனிடமிருந்து 5 ரூபாய் நோட்டுக் கட்டுகள் பறிமுதல்

செய்யப்பட்டன. மீதமுள்ள பணத்தைப் பற்றி விசாரித்தபோது, லட்சுமி ராஜ் அந்தப் பணத்தை மங்களூரில் தன் வீட்டில் ஒளித்து வைத்திருப்பதாகத் தெரிவித்தான்.

லட்சுமி ராஜை போலீஸ் காவலில் எடுத்த ஆய்வாளர், அவனை அழைத்துக்கொண்டு போலீஸ் ஜீப்பில் மங்களூருக்குப் புறப்பட்டார். போகும் வழியில் சென்னை சென்ட்ரல் ரயில் நிலையம் அருகே, எதிர்த் திசையில் சிவராம் ஷெட்டி ஒரு ரிக்ஷாவில் வருவதை லட்சுமி ராஜ் சுட்டிக்காட்டினான். சிவராமிடம் மூன்று பெட்டிகள் இருந்தன. அதில் இரண்டு பெட்டிகளில் ரூபாய் நோட்டுகள் இருந்தன. அவற்றைக் காவல் நிலையத்தில் கணக்கு செய்தபோது சுமார் ரூபாய் 12,27,500/- தேறியது. சிவராம் ஷெட்டியும் கைது செய்யப்பட்டார். அவர் இந்த வழக்கில் இரண்டாவது குற்றவாளியாகச் சேர்க்கப்பட்டார்.

புலன் விசாரணையின் போது காவல் துறைக்குப் பின்வரும் உண்மைகள் தெரிய வந்தன.

ஞானசம்பந்தம் ஒரு மூத்த அதிகாரி. அவர் வங்கி அலுவலக நேரம் முடிந்த பிறகும் அன்றைய கணக்கு வழக்குகளைப் பார்த்து அனைத்தையும் சரிசெய்துவிட்டு வங்கியின் கதவுகளைப் பூட்டி வீட்டிற்குச் செல்ல இரவாகிவிடும். இந்தச் சமயங்களில் ஞானசம்பந்தத்திற்கு உதவிகள் புரிந்து வங்கியைப் பூட்டிவிட்டுச் செல்ல ஒத்தாசையாக செயல்பட்டான் லட்சுமி ராஜ். இதனால் ஞானசம்பந்தத்தின் நன்மதிப்பையும் பெற்றான்.

இதற்கிடையில் வங்கியில் உள்ள பாதுகாப்பு அறை, அதில் எவ்வளவு பணம் இருக்கும், அதன் சாவிகள் யாரிடம் இருக்கும், அதை எப்படித் திறக்க வேண்டும் என்ற விவரங்களையும் தெரிந்து கொண்டான்.

சம்பவத்தன்று மாலை, வேலை முடிந்து லட்சுமி ராஜ் உடற்பயிற்சி செய்ய உடற்பயிற்சிக் கூடத்திற்குச் சென்றான். அவனுக்குக் கராத்தே தெரியும். உடற்பயிற்சி முடித்துவிட்டு, மாலை சுமார் 7:30 மணிக்கு வங்கிக்குத் திரும்பினான். வங்கியில் வேலை செய்து கொண்டிருந்த ஞானசம்பந்தம் தன் இருக்கையிலிருந்து எழுந்து கழிவறைக்குச் சென்றார். அவர் பின்னாடியே சென்ற லட்சுமி ராஜ், காகிதங்களை மொத்தமாகச் சேர்த்து துளையிட உதவும் தடிமனான இரும்புக் குத்தூசியின் தலைப்பகுதியால் ஞானசம்பந்தத்தின் தலையில் தாக்கினான். தாக்குதலுக்கு ஆளான ஞானசம்பந்தம்

நிலைகுலைந்து கீழே விழுந்தார். லட்சுமிராஜ் ஞான சம்பந்தத்தைத் தொடர்ந்து தாக்கினான்; துண்டால் அவரது கழுத்தை நெரித்தான்; பின்னர் இரண்டு இரும்புக் குத்தூசிகளால் கழுத்தின் இரு பக்கங்களிலும் குத்தினான். தாக்குதலுக்கு உள்ளான ஞானசம்பந்தம் இரத்த வெள்ளத்தில் அந்த இடத்திலேயே இறந்தார்.

ஞானசம்பந்தத்திடமிருந்து பாதுகாப்பு அறையின் சாவியை எடுப்பதற்காகவே இந்தக் கொலையைச் செய்தான் லட்சுமி ராஜ். ஹோலாவின் மேஜையிலிருந்து மற்றொரு சாவியையும் எடுத்தவன், பின்னர் இரண்டு சாவிகளையும் வைத்துப் பாதுகாப்பு அறையைத் திறந்தான். அதில் இருந்த பணத்தை, தான் பின்னர் வாங்கிய நீல நிற சூட்கேஸிலும், காப்பி நிற பயணப் பையிலும் நிரப்பி அவற்றை வங்கியின் வாசலில் வைத்தான். பின்னர் ஆட்டோவைக் கூட்டி வந்து ஆட்டோ ஓட்டுனரின் உதவியுடன் சூட்கேஸையும், பையையும் ஆட்டோவில் ஏற்றினான். ஆட்டோவில் சென்னையில் உள்ள ஐந்து நட்சத்திர ஹோட்டலான சோழா செரட்டன் சென்றான். அங்கு ஒரு அறையை எடுத்துத் தங்கினான். காரணம் தான் கொள்ளையடித்தப் பணம் பாதுகாப்பாக இருக்கவேண்டுமே. பின்னர் மறுநாள் காலை தன்னுடைய விடுதிக்கு வந்து குளித்துவிட்டு வங்கிக்குச் சென்றான். அங்குக் காவல்துறை விசாரணை மேற்கொள்ளும்போது எதுவுமே தெரியாதவன்போல காட்டிக்கொண்டான்.

பின்னர் மங்களூருக்கு ரயில் ஏறி தன் தந்தை வீட்டிற்குச் சென்றான். லட்சுமி ராஜின் தந்தையான சிவராம் ஷெட்டி, தன் மகன் குற்றம் இழைத்திருக்கிறான் என்று தெரிந்தே அவனுக்கு அடைக்கலம் கொடுத்தார். மேலும் தன் மகன் கொண்டுவந்த பணம் திருடப்பட்டது என்று தெரிந்தே அதைப் பெற்றுக்கொண்டார். அதனால் தந்தை மகன் இருவருமே குற்றம் இழைத்தவர்கள் என்று காவல் துறை குற்றம் சாட்டியது.

மகன் மீது கொலைக்காக இந்திய தண்டனைச் சட்டம் பிரிவு 302; கொள்ளையடித்ததற்காக பிரிவு 392; மற்றும் வங்கியில் அத்துமீறி நுழைந்ததற்காக பிரிவு 449 -லும் வழக்குப் பதிவு செய்யப்பட்டது. தந்தைமீது குற்றவாளிக்கு அடைக்கலம் கொடுத்ததற்காக இந்திய தண்டனைச் சட்டம் பிரிவு 212 -இன் கீழும், நேர்மையற்ற முறையில் திருட்டுப் பணத்தைப் பெற்றுக்கொண்டதற்காக பிரிவு 411 -இன் கீழும் வழக்குப் பதியப்பட்டது.

தந்தை, மகன் செய்த குற்றங்கள் அனைத்துப் பத்திரிகைகளிலும் பிரசுரமானது. இந்தக் கொலை, கொள்ளை விவரங்கள் தெரியவந்த லட்சுமி ஷெட்டியின் தாயும், சகோதரியும் அரபிக் கடலில் மூழ்கி தங்கள் உயிரை மாய்த்துக் கொண்டனர்.

குற்றவாளிகளைப் பிடிக்க துப்பு கொடுத்து உதவிய கனகாவை தமிழகத்தின் அப்போதைய முதல்வர் எம். ஜி. ராமச்சந்திரன் ஒரு பொது நிகழ்ச்சியில் பாராட்டி ரூபாய் 5000 ரொக்கப் பரிசையும் வழங்கினார்.

குற்றவாளிகள் இருவர் மீதும் முதல் கூடுதல் செஷன்ஸ், சென்னை நீதிமன்றத்தில் விசாரணை தொடங்கியது. குற்றத்தை நிரூபிக்க அரசுத் தரப்பில் நிறைய சாட்சிகள் விசாரிக்கப்பட்டனர். அரசுத் தரப்பின் முக்கிய சாட்சி கனகா. அவரையடுத்து லட்சுமி ராஜிற்கு சூட்கேஸ் விற்றவர்; லட்சுமி ராஜை சோழா செராட்டன் ஹோட்டலுக்கு ஆட்டோவில் கொண்டுவிட்ட ஆட்டோ டிரைவர்; சோழா செராட்டன் ஹோட்டலின் ஊழியர்; லட்சுமி ராஜ் தங்கிய விடுதியின் மெஸ் பாய் திருப்பதி; மங்களூர் ரயில் நிலைய ஊழியர்; இறந்தவரின் உடலைப் பிரேதப் பரிசோதனை செய்த சென்னை மருத்துவக் கல்லூரி, தடயவியல் மருத்துவத்துறையின் உதவிப் பேராசிரியரான டாக்டர் சிசிலியா சிரில்; கர்நாடக வங்கி ஊழியர்கள்; காவல் ஆய்வாளர் எனப் பெருந்திரளான சாட்சியங்கள் குற்றத்தை நிரூபணம் செய்யும் வகையில் நீதிமன்றத்தில் சாட்சியம் அளித்தனர். லட்சுமி ராஜ் கொலை செய்ததை நேரடியாகப் பார்த்த சாட்சியம் ஏதுமில்லை. ஆனால் சந்தர்ப்பச் சாட்சியங்கள் அவனுக்கு எதிராக வலுவாக இருந்தன.

விசாரணையின்போது, இரண்டு குற்றவாளிகளும் அவர்கள் மீது சாட்டப்பட்ட குற்றங்களை மறுத்துவிட்டனர். குற்றவாளிகள் தரப்பில், தாங்கள் நிரபராதி என்பதற்கு எடுத்து வைக்கப்பட்ட வாதங்கள் என்னவென்றால்,

1) கனகா உண்மையான சாட்சி கிடையாது. தமிழக முதலமைச்சர் கனகாவிற்கு ரூபாய் 5000/- பரிசுத் தொகை வழங்கியிருக்கிறார். கனகா காவல் துறையால் போலியாகத் தயார் செய்யப்பட்ட சாட்சி;

2) 29.05.1983 அன்று வெளியான இந்தியன் எக்ஸ்பிரஸ் ஆங்கிலப் பத்திரிக்கையிலும், 30.05.1983ஆம் தேதி அன்று வெளியான மக்கள் குரல் மற்றும் மாலை முரசு பத்திரிக்கைகளிலும்,

காவல்துறை குற்றவாளிகளை மங்களூரிலேயே கைது செய்தது என்றும்; மேலும் களவாடப்பட்டப் பணம் மங்களூரில் உள்ள இரண்டாவது குற்றவாளியின் வீட்டிலிருந்து கைப்பற்றப் பட்டது என்றும் செய்தி வெளிவந்தன. ஆனால் காவல் துறையோ முதல் குற்றவாளியை சென்னையில் 29.05.1983ஆம் தேதி கைது செய்ததாகவும், இரண்டாவது குற்றவாளியை 30.05.1983ஆம் தேதி கைது செய்ததாகவும், கொள்ளையடிக்கப் பட்டப் பணத்தைச் சென்னையில் கைப்பற்றியதாகவும் பொய்யாக வழக்கை ஜோடித்திருக்கிறது.

3) அரசுத் தரப்பு சாட்சியான கோவிந்தராஜ் (வங்கி ஊழியர்) தன்னுடைய சாட்சியத்தில், போலீஸ் லட்சுமி ராஜை 27.05.1983 அன்று கைது செய்ததாகச் சாட்சியமளித்தார். கோவிந்தராஜின் சாட்சியத்திற்கும், காவல் துறையின் கூற்றுக்கும் முரண்பாடு இருக்கிறது.

4) குற்றத்தை நிரூபிக்கும் சந்தர்ப்பச் சாட்சியங்களின் தொடர்புச் சங்கிலியில் விடுபட்டுப்போன இணைப்பைப் பூர்த்தி செய்வதற்காகத்தான் கனகா என்ற சாட்சியை அரசுத் தரப்பு நிறுத்தியிருக்கிறது.

ஆனால் மேற்சொன்ன வாதகங்களை பின்வரும் காரணங்களுக்காக நிராகரித்தது நீதிமன்றம்.

1) முதலமைச்சர் பரிசு கொடுத்ததற்காகக் கனகாவைப் பொய் சாட்சி என்று சொல்லி ஒதுக்கிவிட முடியாது. கனகாவின் சாட்சியம்; சூட்கேஸ் விற்றவனின் சாட்சியம்; ஆட்டோ ஓட்டுனரின் சாட்சியம்; சோழா செராட்டன் ஊழியர் சாட்சியம்; மெஸ் பாய் திருப்பதியின் சாட்சியம்; குற்றவாளிகளிடமிருந்து கைப்பற்றப்பட்ட பணம் என ஏனைய சாட்சிகளும், சாட்சியங்களும் குற்றவாளி, குற்றத்தை அரங்கேற்றியிருப்ப தற்கான சந்தர்ப்பத்தை ஊர்ஜிதப்படுத்துகின்றன,

2) பத்திரிக்கையில் வரும் செய்திகளை உண்மை என்று முழுவதுமாக ஏற்றுக்கொள்ள முடியாது. பத்திரிக்கையில் வரும் செய்திகள் செவிவழிச் செய்திகளாகவும் இருக்கலாம். செவிவழிச் செய்திகளை சாட்சியங்களாக எடுத்துக்கொள்ள முடியாது. பத்திரிக்கையில் வந்த செய்திகள் உண்மை யானதுதான் என்பதை நிரூபிக்க, குற்றவாளிகள் சம்பந்தப்பட்ட பத்திரிக்கை செய்தியாளர்களை நீதிமன்றத்தில் சாட்சிகளாக

விசாரித்திருக்க வேண்டும். குற்றவாளிகள் அவ்வாறு செய்யவில்லை.

3) கோவிந்தராஜின் சாட்சிக்கும் அரசுத் தரப்புச் சாட்சிக்கும், லட்சுமி ராஜ் கைது செய்யப்பட்டது குறித்து மாறுபாடுகள் இருப்பினும், கோவிந்தராஜ் சாட்சியம் நம்பும்படியாக இல்லை. காரணம், கோவிந்தராஜும் லட்சுமி ராஜும் ஒரே நேரத்தில் வங்கியில் பயிற்சி ஊழியர்களாகச் சேர்ந்தனர். லட்சுமி ராஜுக்குச் சாதகமாக கோவிந்தராஜ் சாட்சியமளித்திருக்கிறான். அரசுத் தரப்பு கோவிந்தராஜை hostile witness (பிறழ் சான்றுரைஞர் - விரோதமாகச் சாட்சியளிப்பவர்) என்று அறிவித்து, அவரைக் குறுக்கு விசாரணை செய்திருக்க வேண்டும். ஆனால் அரசு தரப்பு அவ்வாறு செய்யாதது தவறு.

4) குற்றவாளிகளிடமிருந்து கையகப்படுத்தப்பட்ட பணம் கொள்ளையடிக்கப்பட்ட வங்கியினுடையது இல்லை என்று குற்றவாளிகளால் வாதாடப்படவில்லை (கைப்பற்றப்பட்ட ரூபாய் நோட்டுகளில் வங்கியின் முத்திரை இருந்தது). மேலும், குற்றவாளிகளை மாட்டிவிடுவதற்காகப் பெரிய தொகையான ரூபாய் 12,32,000/- ஐ போலீஸ் வேண்டுமென்றே போலியாக ஜோடித்தது என்ற வாதத்தையும் குற்றவாளிகள் தரப்பில் வைக்கவில்லை.

விசாரணையின் முடிவில் குற்றம் சாட்டப்பட்ட இருவரும் குற்றவாளிகள் என்று நீதிமன்றத்தால் அறிவிக்கப்பட்டனர்.

முதல் குற்றவாளியான லட்சுமிராஜ் ஷெட்டிக்குக் கொலைக் குற்றத்திற்காக மரண தண்டனையும்; கொள்ளையடித்ததற்காக 7 ஆண்டுகள் கடுங்காவல் தண்டனையும்; கொள்ளையடிப்பதற் காகவும், கொலை செய்வதற்காகவும் வங்கியில் அத்துமீறி நுழைந்ததற்காக 7 ஆண்டுகள் கடுங்காவல் தண்டனையும் விதிக்கப்பட்டன.

இரண்டாம் குற்றவாளியான சிவராம் ஷெட்டிக்குக் குற்றவாளிக்கு அடைக்கலம் கொடுத்ததற்காக மூன்றாண்டுகள் சிறைத் தண்டனையும், திருட்டுப் பணத்தைப் பெற்றுக்கொண்டதற்காக மூன்றாண்டுகள் சிறைத் தண்டனையும் விதிக்கப்பட்டது. குற்றவாளிகளுக்கு வழங்கப்பட்ட தண்டனையை அவர்கள் ஒரே நேரத்தில் (concurrent) அனுபவிக்க வேண்டும் என்ற உத்தரவையும் நீதிமன்றம் பிறப்பித்தது.

முதல் குற்றவாளிக்கு மரண தண்டனை விதிக்கப்பட்டதால், செஷன்ஸ் நீதிமன்றம் தண்டனையை ஊர்ஜிதம் செய்வதற்காக வழக்கை சென்னை உயர் நீதிமன்றத்திற்கு அனுப்பியது (Reference).

வழக்கை விசாரித்த சென்னை உயர் நீதிமன்றத்தின் நீதிபதிகள் இரத்தினவேல் பாண்டியன் மற்றும் சிங்காரவேலு அமர்வு, செஷன்ஸ் நீதிமன்றம் வழங்கிய தீர்ப்பு சரிதான் என்று தீர்ப்பளித்தது.

இதையடுத்துக் குற்றவாளிகள் இருவரும் உச்ச நீதிமன்றத்தில் மேல் முறையீடு செய்தனர். முறையீட்டை விசாரித்த உச்ச நீதிமன்றம் லட்சுமி ராஜுக்கு வழங்கப்பட்ட மரணத் தண்டனையை ஆயுள் தண்டனையாகக் குறைத்தது. காரணம், லட்சுமி ராஜ் கொலை செய்ய வேண்டும் என்ற முன் ஏற்பாட்டோடு சம்பந்தப்பட்ட அன்று வங்கிக்குச் செல்லவில்லை; மேலும், அவன் தன் கையில் எந்த ஆயுதத்தையும் எடுத்துச் செல்லவில்லை, மாறாகக் காகிதங்களைத் தைக்கப் பயன்படுத்தப்படும் இரண்டு குத்தூசிகளை மட்டும் பயன்படுத்தியிருக்கிறான்; அவன் ஏதோ தற்காலிகமான உந்துதலில் கொலை செய்ததாகத் தெரிகிறது என்ற விளக்கத்தை அளித்தது.

மரணத் தண்டனையை ஆயுள் தண்டனையாக மாற்றியதைத் தவிர, கீழ் நீதிமன்றம் வழங்கி, அதை உறுதி செய்த உயர் நீதிமன்ற தீர்ப்பில் உச்ச நீதிமன்றம் எந்த மாற்றத்தையும் செய்யவில்லை.

✦